ഗ്രീൻ ബുക്സ്

അക്ഷയമിഥില

ഗിരിജാസേതുനാഥ്

തിരുവനന്തപുരം ജില്ലയിലെ ജഗതിയിൽ ജനനം.
മലയാളത്തിൽ ബിരുദാനന്തരബിരുദം.
ഇരുന്നൂറോളം ചെറുകഥകളും നൂറിൽപ്പരം കവിതകളും.
മുഖ്യധാരാപ്രസിദ്ധീകരണങ്ങളിൽ
നാല്പത്തിരണ്ടിൽപ്പരം ജനപ്രിയനോവലുകൾ.
ഒൻപതോളം റേഡിയോ നാടകങ്ങളുമെഴുതി.
ഒട്ടേറെ ടെലിവിഷൻ പരമ്പരകൾക്കും
ചലച്ചിത്രങ്ങൾക്കും രചന നിർവഹിച്ചു.
സാഹിത്യ അക്കാദമി, ചലച്ചിത്ര അക്കാദമി,
ദൂരദർശൻ കമ്മിറ്റി, ചലച്ചിത്ര ജൂറി
എന്നിവയിൽ അംഗമായിരുന്നിട്ടുണ്ട്.
സെൻട്രൽ ഫിലിം സെൻസർ ബോർഡ് അംഗമായി തുടരുന്നു.
തുഞ്ചൻ സ്മാരക അവാർഡ്, കലാകേരള അവാർഡ്,
ടി.എൻ. ഗോപിനാഥൻനായരുടെ പേരിലുള്ള
ആദ്യ പുരസ്കാരം കൊൽക്കത്ത മലയാളി അസോസിയേഷൻ,
ദുബായ് മലയാളി അവാർഡ്, സാഹിത്യവേദി അവാർഡ്
തുടങ്ങി നിരവധി പുരസ്കാരങ്ങൾ ലഭിച്ചിട്ടുണ്ട്.

ഗ്രീൻ ബുക്സ് പ്രസിദ്ധീകരിച്ച
ഗ്രന്ഥകാരിയുടെ ഇതരകൃതികൾ

ഈ കൈകുമ്പിളിൽ (നോവൽ)

തീർത്ഥം (നോവൽ)

നോവൽ

അക്ഷയമിഥില

ഗിരിജാസേതുനാഥ്

ഗ്രീൻബുക്സ്

green books private limited
gb building, civil lane road, ayyanthole,
thrissur- 680 003, kerala, ph: +91 487-2381066, 2381039
website: www.greenbooksindia.com
e-mail: info@greenbooksindia.com

malayalam
akshayamidhila
novel
by
girijasethunath

published august 2022

cover painting : n.g. sureshkumar
illustrations: salini
cover design : rajesh chalode

printed in india
repro india ltd

branches:
thrissur 0487-2422515
thiruvananthapuram 0471-2335301
calicut 0495 4854662

isbn : 978-93-90429-79-0

₹ 250.00
GBPL/1240/2022

സമർപ്പണം

ഉള്ളിൽ തീയുള്ള പെണ്ണിന്

ആമുഖം

അമ്മ ഈണത്തിൽ വായിക്കുന്നത് കേട്ടുകേട്ടാണ് രാമായണത്തിൽ ഞാൻ ആകൃഷ്ടയായത്. കത്തിച്ചുവച്ച നിലവിളക്കിന്റെ മുന്നിലിരുന്ന് തുഞ്ചത്തെഴുത്തച്ഛന്റെ അദ്ധ്യാത്മ രാമായണം അമ്മ ഭക്തിസാന്ദ്രമായി വായിച്ചിരുന്നു.

കേൾവിക്കാരിയുടെ സംശയങ്ങൾക്കും അമ്മ മറുപടി പറഞ്ഞുതന്നിരുന്നു. ഒരിക്കൽ ചാരിത്ര്യശുദ്ധി തെളിയിച്ച സീതയെ രാമൻ കാട്ടിലേക്ക് പറഞ്ഞയച്ചതിന്റെ യുക്തി എത്ര ആലോചിച്ചിട്ടും മനസ്സിലായില്ല. അമ്മയ്ക്കുമില്ലായിരുന്നു കൃത്യമായ വിശദീകരണം. രാവണൻ അപഹരിച്ചത് മായാസീതയെയാണെന്ന് വിശ്വസിക്കാനായിരുന്നു അമ്മയ്ക്കും ഇഷ്ടം.

പരിഭാഷകളിലൂടെയാണ് വാല്മീകി രാമായണത്തിലെ സ്തോഭമുഹൂർത്തങ്ങൾ പരിചയപ്പെട്ടത്. ബാലിവധവും ശംബൂകവധവുമെല്ലാം അപ്പോഴും പ്രഹേളികകളായി. തീപിടിച്ച പുടവ ധരിച്ച ഒരു സ്ത്രീയെയാണ് ആശാന്റെ സീതാകാവ്യത്തിൽ എനിക്കു കാണാൻ കഴിഞ്ഞത്. വായിക്കുംതോറും എരിപൊരി സഞ്ചാരം അനുഭവപ്പെട്ടു ശ്രീനാരായണ ഗുരുവുമായി സംഘടനാപരമായ കാര്യങ്ങളിൽ അഭിപ്രായ വ്യത്യാസം ഉണ്ടായിരുന്ന നാളുകളിലാണ്, കുമാരനാശാൻ ചിന്താവിഷ്ടയായ സീത എഴുതിയതെന്നു പിന്നീടറിഞ്ഞു.

ആശാന് സീതയിലേക്ക് പരകായപ്രവേശം നടത്താൻ എളുപ്പമായത് അതുകൊണ്ടു കൂടിയാവാം. കാമിൽ ബുൽക്കെയുടെ പ്രൗഢമായ രാമായണ പഠനത്തെപ്പറ്റി എന്നോടു ഒരു സുഹൃത്ത് പറഞ്ഞത് ഈ നോവൽ എഴുതിക്കൊണ്ടിരിക്കുമ്പോഴാണ്. ജനകൻ, രാവണൻ, ദശരഥൻ എന്നിവരെയെല്ലാം മാറിമാറി സീതയുടെ പിതാവായി ചിത്രീകരിക്കുന്ന പല

രാമായണങ്ങളെപ്പറ്റി അങ്ങനെയറിഞ്ഞു. സീത രാമന്റെ സഹോദരിയും പിന്നീട് ഭാര്യയും ആയതാണെന്ന് വിശ്വസിക്കുന്ന ബൗദ്ധരുടെ ദശരഥജീവിതകഥയെപ്പറ്റിയും കാമിൽ ബുൽക്കെ വിവരിക്കുന്നു. സുന്ദരിയായ ശൂർപ്പണഖയെപ്പറ്റി എഴുതിയ കമ്പറും എന്നെ അത്ഭുതപ്പെടുത്തി. വയലാറിന്റെ രാവണപുത്രിയും ഞാൻ പലതവണ വായിച്ചു.

കാലദേശങ്ങളെപ്പറ്റി തികച്ചും വ്യത്യസ്തമായി ചിന്തിക്കുന്ന പുരാതത്ത്വപഠനങ്ങളെ പിന്നീട് ശ്രദ്ധാപൂർവം വായിച്ചു. എച്ച്.ഡി. (Archaeological study) സംഘാലിയായുടെ രാമായണപഠനമാണ് ഇവയിൽ പ്രധാനം. രാമായണത്തിൽ പരാമർശിക്കുന്ന ചെമ്പ്, ഇരുമ്പ്, സ്വർണ്ണം തുടങ്ങിയ ലോഹങ്ങളെ മുൻനിർത്തിയാണ്, പല കാലഘട്ടങ്ങളിൽ കൂട്ടിച്ചേർക്കലുകൾക്കു വിധേയമായതാണ് ഇന്നത്തെ രാമായണമെന്ന് അറിഞ്ഞത്. ബി.ബി. ലാൽ 1975ൽ നടത്തിയ അയോധ്യ ഉത്ഖനന റിപ്പോർട്ടിന്റെ സംഗ്രഹവും ഞാൻ വായിച്ചു.

ബി.സി. ഏഴാം നൂറ്റാണ്ടിനും ആറാം നൂറ്റാണ്ടിനും ഇടയ്ക്കുള്ള കാലത്തെയാണ് രാമായണസംഭവങ്ങൾ പ്രതിനിധാനം ചെയ്യുന്നതെന്നായിരുന്നു എ.എസ്.ഐ.യുടെ മുൻ ഡയറക്ടർ ജനറൽ കൂടിയായ ബി.ബി.ലാലിനു പറയാനുണ്ടായിരുന്നത്. രാമായണത്തിന്റെ രചനാകാലം ബി.സി. അഞ്ചാം നൂറ്റാണ്ടിനും ബി.സി. മൂന്നാംനൂറ്റാണ്ടിനും ഇടയ്ക്കാകാമെന്ന് അദ്ദേഹവും കരുതി.

രാമായണത്തിന്റെ വൈകാരിക മുഹൂർത്തങ്ങൾ വായിച്ച് അമ്പരക്കുകയും പ്രക്ഷുബ്ധമാകുകയും ശാന്തമാകുകയും ചെയ്യുന്ന ഒരു മനസ്സാണ് എനിക്കും. രാമായണം സീതായണം കൂടിയാണെന്നു കരുതുന്നവരുടെ കൂട്ടത്തിലാണ് ഞാനും.

ശാരദാദേവിയില്ലാതെ ശ്രീരാമകൃഷ്ണപരമഹംസരില്ലല്ലോ. സഹനത്തിന്റെയും കുലീന സൗന്ദര്യത്തിന്റെയും പ്രത്യുല്പന്നമതിത്വത്തിന്റെയും തേജോരൂപത്തെ മനസ്സിൽ എന്നേ ഞാനും പ്രതിഷ്ഠിച്ചിരുന്നു.

സീതയും രാമനും സഞ്ചരിച്ച ആരണ്യവഴികൾ ഇപ്പോൾ എങ്ങനെയായിരിക്കുമെന്ന് ആലോചിച്ചിട്ടുണ്ട്. കാടുകൾ ജനപഥങ്ങൾക്കു വഴിമാറിയിരിക്കും. നദികളും അപ്രത്യക്ഷമാകുകയോ ഗതിമാറുകയോ ചെയ്തിരിക്കാം, അയോധ്യയിലെന്നപോലെ അവർ പത്തുവർഷത്തോളം താമസിച്ച ചിത്രകൂടത്തിലും പോകാൻ മനസ്സ് വെമ്പൽ കൊണ്ടു. അശോക

വനം, ശ്രീലങ്കയിലെ ടിങ്കോമാലിയിൽ ഇപ്പോഴുമുണ്ടെന്ന റിയാം. പ്രാചീന ഭൂമിശാസ്ത്രവിവരങ്ങൾ തേടിപ്പിടിച്ചു തന്നത് എന്റെ സാഹിത്യസുഹൃത്താണ്.

രണ്ടു ഉടലുകളും രണ്ടു മനസ്സുകളും ആഹ്ലാദത്തോടെ ഒന്നിക്കുമ്പോഴേ ഉത്തമസന്താനലബ്ധി കൈവരൂ എന്ന് നമ്മുടെ ആയുർവ്വേദദർശനം പറയും. എന്നാൽ ലവകുശ ന്മാർ ഭാഗ്യസന്താനങ്ങളായിരുന്നോ? ഭാര്യയോടു നീതിപുലർ ത്താൻ കഴിയാതെ പോയ ഭർത്താവായിരുന്നു രാമൻ. അതെന്തു കൊണ്ടാണെന്ന അന്വേഷണത്തിനാണ് ഈ രചനയിൽ ഊന്നൽ. കാലത്തിന്റെ മഹാപ്രവാഹത്തിൽ സീതാരാമന്മാരും വിലയം പ്രാപിച്ചുവെന്നാണല്ലോ വാല്മീകിക്കും ഉപസംഹ രിക്കാനുണ്ടായിരുന്നത്.

> ''അനഘാശയ ഹാ ക്ഷമിക്ക! എൻ
> മനവും ചേതനയും വഴങ്ങീടാ;
> നിനയായ്ക മറിച്ചു പോന്നിടാം
> വിനയത്തിനു വിധേയമാമുടൽ.''
>
> (ചിന്താവിഷ്ടയായ സീത)

എന്നെഴുതിയ കുമാരനാശാന് അപരിചിതയായ ഒരു സീത യെയാണ് എനിക്ക് അവതരിപ്പിക്കാനുള്ളത്. ഉള്ളിൽ തീയു മായി ജനിച്ച്, ജിവിച്ച ആ ഭുവനേശ്വരിയെ കണ്ടെത്താനായി രുന്നു എന്റെ വിനീതശ്രമം.

ഗ്രീൻബുക്സിന് നന്ദി.

ഗിരിജാസേതുനാഥ്

അവതാരിക

എം.കെ. സാനു

മലയാളവായനക്കാർക്ക് സുപരിചിതയായ ശ്രീമതി ഗിരിജാ സേതുനാഥിന്റെ വിശിഷ്ടമായ ഒരു നോവൽഗ്രന്ഥത്തെയാണ് ഇവിടെ ഞാൻ വായനക്കാർക്ക് പരിചയപ്പെടുത്തുന്നത്.

പ്രചാരമുള്ള ആനുകാലികങ്ങളിൽ ആകർഷകമായ കവിതകളും കഥകളും നോവലുകളും റേഡിയോ നാടകങ്ങളും പ്രകാശിപ്പിച്ച് അനുവാചകലോകത്തിന്റെ ആദരവു നേടിക്കഴിഞ്ഞ ഈ എഴുത്തുകാരിക്ക് വാസ്തവത്തിൽ അവതാരിക ആവശ്യമില്ല.

ശ്രീ എം.ടി. വാസുദേവൻനായരുടെ അവതാരികയോടുകൂടി പ്രസിദ്ധം ചെയ്ത ഒരു കവിതാസമാഹാരത്തിലൂടെ കടന്നുപോയപ്പോൾ ആ അവതാരിക ഇല്ലെങ്കിലും പുസ്തകത്തിന്റെ പ്രൗഢിക്കും വശ്യതയ്ക്കും ഒരു കുറവും സംഭവിക്കുകയില്ലെന്ന വിചാരമാണ് എന്റെ മനസ്സിൽ ഉണർന്നത്.

'അക്ഷയമിഥില' എന്ന ഈ നോവൽ ശ്രീമതി ഗിരിജാ സേതുനാഥിന്റെ കൃതികളുടെ കൂട്ടത്തിൽ വ്യത്യസ്തമായി നിൽക്കുന്നു. ഈ നോവലിലെ പ്രമേയം ഇതിഹാസത്തിൽ നിന്നും എടുത്തിട്ടുള്ളതാണ്. ഭാരതീയരുടെ ജീവിതവുമായി അതിഗാഢമാംവിധം ബന്ധപ്പെട്ടിട്ടുള്ള വാല്മീകി രാമായണത്തിൽനിന്നും.

അക്കാര്യത്തിൽത്തന്നെയും പ്രത്യേകമായ നിലവാരമാണ് ഈ നോവൽ പുലർത്തുന്നത്. കാഴ്ചപ്പാടിലും കാതലായ മാറ്റങ്ങൾ വരുത്തുവാൻ നോവലിസ്റ്റ് മടികാണിച്ചില്ല. അതിലൊന്ന് യുവരാജാവായി അഭിഷിക്തനാകാൻ പോകുന്ന രാമനെ വനവാസത്തിന് അയയ്ക്കുന്നതിൽ കൈകേയിയല്ല കുറ്റക്കാരി എന്നതാണ്. രാമന്റെ നിർബന്ധപ്രകാരം കൈകേയി

വൈമനസ്യത്തോടുകൂടി അക്കാര്യത്തിൽ നിർബന്ധിതയായി ദശരഥനോട് സമ്മർദ്ദം ചെലുത്തുക മാത്രമേ ചെയ്യുന്നുള്ളൂ. ആ അമ്മയെ അതിനു പ്രേരിപ്പിച്ചതാകട്ടെ, രാമന്റെ ഹൃദയ സ്പർശിയായ അപേക്ഷയാണ്.

ആദ്യരാത്രിയിൽ അസ്വസ്ഥനായി, ശോകാധീനനായി ഉദ്യാനത്തിൽ അലയുന്ന രാമനെ കൈകേയി വിവാഹത്തിന്റെ ആദ്യരാത്രിയിൽ ആശങ്കയോടെ കാണുന്നത് മുതലാണ് ആഹ്വാനം ആരംഭിക്കുന്നതുതന്നെ. വിചിത്രമായ ഈ പെരു മാറ്റത്തിന് കാരണമെന്ത്? താൻ പുത്രതുല്യം സ്നേഹിക്കുന്ന രാമനോടുതന്നെ കൈകേയി ആ ശോകത്തിന്റെ ഉറവിടം എന്തെന്ന് ചോദിക്കുന്നു. രാമൻ നല്കുന്ന മറുപടി നമ്മുടെ ഊഹത്തിന്നപ്പുറമാണ്. സീതയെ ഭാര്യയായിട്ട് കാണാൻ തനിക്കു കഴിയുന്നില്ല. പൂജിക്കപ്പെടേണ്ട ഒരു ദേവിയുടെ വിശുദ്ധിയാണ് താൻ സീതയിൽ ദർശിക്കുന്നത്. അപ്പോൾ ഭർതൃസ്ഥാനത്തിന് ബന്ധമില്ല. ഇങ്ങനെയൊരു ബന്ധം സ്ഥാപിക്കാൻ തനിക്കാകുകയുമില്ല. അതിനാൽ അങ്ങനെ കഴിയാനുള്ള ഒരു അവസരം സൃഷ്ടിക്കാൻ അമ്മ കനിവു കാണിക്കണം. വനവാസത്തിന് അയയ്ക്കുക എന്ന അവസരം പോലും അമ്മയായ കൈകേയിക്ക് രാമനാണ് നല്കുന്നത്. ഈ വ്യതിയാനമാണ് ഒന്നാമത്തെ മാറ്റം.

രണ്ടാമത് - കമ്പരാമായണത്തെ ആസ്പദമാക്കിയ മാറ്റ മാണ്. അതിൽ രാവണന്റെ പുത്രിയാണ് സീത എന്നാണ് പറഞ്ഞിരിക്കുന്നത്. അതുകൊണ്ട് സീതയെ രാവണൻ അപ ഹരിക്കുമ്പോൾ സ്വന്തം പുത്രിയെ വീണ്ടെടുക്കുക മാത്ര മാണ് ചെയ്തത്. വയലാർ രാമവർമ്മയുടെ ഒരു കാവ്യം ഈ രീതിയിലാണ് രചിക്കപ്പെട്ടിട്ടുള്ളതെന്ന് വായനക്കാർ ഓർ ക്കുമല്ലോ. അത് എന്തിനുവേണ്ടി?

ഇവിടെ ഗിരിജാസേതുനാഥ്, യുക്തിപൂർവ്വമായ ഒരു മാറ്റംകൂടി ചേർത്തുവച്ചു. രാവണൻ മകളെ മറ്റൊരു രാക്ഷസ രാജകുമാരനു പുനർവിവാഹം ചെയ്തു കുടുംബിനിയായി ധന്യമാക്കാനായിരുന്നു ആ ശ്രമവും. ഇതിഹാസോപജീവി യായ ഒരു ഇതിവൃത്തത്തിൽ മാറ്റം വരുത്താൻ നോവലിസ്റ്റിന് അവകാശമുണ്ടോ?

ഇങ്ങനെയൊരു ചോദ്യം മലയാളത്തിൽ ചിലരെങ്കിലും ഉന്നയിക്കാതിരുന്നിട്ടില്ല. അതിനുത്തരം നല്കുന്നതിന് അധിക മൊന്നും ബുദ്ധിമുട്ടേണ്ടതില്ലെന്നാണ് എന്റെ അഭിപ്രായം. മഹാകവി കാളിദാസൻ അഭിജ്ഞാനശാകുന്തളത്തിന്റെ

ഇതിവൃത്തത്തിൽ മൂലകഥയിൽനിന്ന് വ്യതിചലിച്ചിട്ടുണ്ടെന്ന കാര്യം ഇവിടെ ഓർമ്മകളിൽ മതി. എന്തിനുവേണ്ടിയാണ് വ്യതിചലിച്ചതെന്ന് ചോദിച്ചാൽ സർഗ്ഗാത്മകതയുടെ അനുശാസനമനുസരിച്ചാണ് എന്നാണ് ഉത്തരം. അതുപോലെ ഗിരിജാസേതുനാഥിന്റെ സർഗ്ഗാത്മകത തൃപ്തികരമാംവിധം ആവിഷ്കരിക്കുന്നതിന് ഈ രണ്ടു മാറ്റങ്ങളും അതിനു തിരഞ്ഞെടുത്ത വഴികളും അനുപേക്ഷണീയമാണെന്ന് നോവൽ വായിച്ചുകഴിയുമ്പോൾ നിങ്ങൾക്കും എനിക്കും ഒരുപോലെ അനുഭവപ്പെടും.

'അക്ഷയമിഥില'യുടെ സവിശേഷഗുണങ്ങളിൽ പ്രധാനപ്പെട്ടത് പാരായണക്ഷമതയാണ്. വായിക്കാൻ തുടങ്ങിയാൽ രസത്തിന് ലോപം വരാതെ അന്ത്യംവരെ വായന തുടരാനുള്ള ഉന്മേഷം വായനക്കാർക്ക് നൽകുന്നു. ഇത് ഒരു ചെറിയ കാര്യമല്ല. ഒരു സർഗ്ഗാത്മക കൃതി പ്രാഥമികമായും രസോന്മേഷിയാവുകയെന്നതാണ്.

അതോടുചേർത്ത് മറ്റൊരു കലാവിദ്യകൂടി പ്രയുക്തമാകുന്നത് നിങ്ങൾ അറിയാതെ അനുഭവിക്കുന്നു. ഓരോ ഭാഗവും രംഗങ്ങളായിട്ടാണ് രൂപം പ്രാപിച്ചിരിക്കുന്നത്. അതിനു നാം നാടകീയത എന്നു പേരു പറയുന്നു. നോവലിന്റെ ശില്പഘടനയെക്കുറിച്ച് ചിന്തിച്ചിട്ടുള്ളവരൊക്കെയും ഈ നാടകീയതയ്ക്ക് പരമപ്രാധാന്യം നല്കുന്നതായി കാണാം.

ഉദാഹരണത്തിന് റോബർട്ട് ലിസാൻ രചിച്ച ദ സ്ട്രക്ചർ ഓഫ് ദ നോവൽ എന്ന ഗ്രന്ഥം നോക്കുക. അതുകൊണ്ടുതന്നെയാണ് വായനക്കാരിൽ വായിച്ചുതീർക്കാനുള്ള വെമ്പൽ അനുക്രമം വർദ്ധിച്ചുകൊണ്ടിരിക്കുന്നത്.

ഏതു നോവലിനും ശൈലി ഏറ്റവും പ്രാധാന്യമുള്ള ഗുണങ്ങളിൽ ഒന്നാണ്. ലോകപ്രശസ്തരായ പല നോവലിസ്റ്റുകളും പ്രമേയോചിതമായ ശൈലി വാർത്തെടുക്കുന്നതിന് അക്ഷീണമായി ക്ലേശിച്ചതിന്റെ കഥ സാഹിത്യവിദ്യാർത്ഥികൾക്ക് സുപരിചിതമാണല്ലോ.

ഗിരിജാസേതുനാഥിന്റെ ആഖ്യാനശൈലിയിൽ രണ്ടു മേന്മകൾ പ്രത്യക്ഷത്തിൽത്തന്നെ അനുവാചകർ അനുഭവിക്കുന്നു.

ഒന്നാമത്തേത് അതിലെ ശൈലി. അത് ഇന്ദ്രിയവേദ്യമാണ്. ആവിഷ്കൃതമായ രംഗം നാം കാണുന്നു. അതിലെ നാദങ്ങൾ ശ്രവിക്കുന്നു. അതിലെ ഗന്ധം പോലും നാം

അനുഭവിക്കുന്നു. അതിന്റെ ഫലമായി കണ്ടും കേട്ടും അനുഭവിക്കുന്ന ഒരു നൂതനലോകം അനുവാചകന്റെ അന്തഃരംഗത്തിൽ മുദ്രീകൃതമാവുകയും ചെയ്യുന്നു. ഈ നോവലിനെ കലാരൂപമാക്കി മാറ്റുന്ന ഗുണവിശേഷം ഇതു തന്നെയാണ്.

ഇതിഹാസത്തിന് അതിന്റേതായ മഹിമ ഉണ്ടെന്ന് നമുക്കറിയാം. ആ മഹിമ ഒരിടത്തും ചോർന്നുപോകാത്ത രീതിയിലാണ് ഗിരിജാസേതുനാഥിന്റെ തൂലികാശൈലിക്ക് രൂപം നല്കിയിരിക്കുന്നത്.

ഇമ്മാതിരി ഗുണവിശേഷങ്ങളുടെ സാമഞ്ജസ്യമാർന്ന സമ്മേളനം മൂലം 'അക്ഷയമിഥില' എന്ന നോവലിന്റെ ശില്പം അത്യനന്തം ഹൃദയഹാരിയായി രൂപം പ്രാപിച്ചിരിക്കുന്നു. ഈ നോവലിലൂടെ സ്വച്ഛന്ദമായി സഞ്ചരിച്ച് ഒരു വിശിഷ്ടാനുഭൂതിയുടെ അനുഗ്രഹം നേരിട്ടനുഭവിക്കുന്നതിന് വായനക്കാരെ ക്ഷണിക്കുന്നു.

■

അക്ഷയമിഥില

രാമമാനസം

അയോധ്യാനഗരി ഗാഢനിദ്രയിലാണ്.

കടന്നുപോകുന്ന ഘടികകളെ കാംസ്യതാലമൂട്ടി ചെമ്പിൻതാലത്തിൽ മുട്ടി അറിയിക്കുന്നവന്റെ ആളനക്കം ഗോപുരമുകളിൽ.

കൊട്ടാരക്കെട്ട് നിലാവിന്റെ സ്ഫടികരശ്മികളാൽ മുങ്ങിക്കുളിച്ചു നിൽക്കുന്നു. എവിടെയോ ഒരു രാപ്പാടി കേഴുന്നു.

അന്തപ്പുരത്തിന്റെ മട്ടുപ്പാവിലെ ഇളംചുവപ്പു പട്ടുമഞ്ചത്തിൽ, നിലാവിന്റെ പാൽപ്പതയിലേക്കു നോക്കി കൈകേയി ഇരിക്കുന്നു.

ഉറക്കം തീരെ വരുന്നില്ല.

****

വിശ്വാമിത്രന്റെ കൂടെ കുട്ടികൾ യാഗരക്ഷയ്ക്കു പോയപ്പോൾത്തന്നെ കൈകേയിക്ക് എന്തോ പന്തികേടു തോന്നിയിരുന്നു. പന്തികേടല്ല. ഉത്കണ്ഠ. യാഗരക്ഷയ്ക്ക് മഹാരാജാവുതന്നെ ചെന്നുകൊള്ളാമെന്നു പറഞ്ഞിട്ടും എന്തിനാണ് ആ മുനി കൗമാരപ്രായക്കാരായ കുട്ടികളെത്തന്നെ കൂടെ അയയ്ക്കണമെന്നു നിർബന്ധം പിടിച്ചത്?

കുട്ടികളെ അയയ്ക്കാൻ വിമുഖത കാണിച്ചപ്പോൾ അദ്ദേഹം ഉരുവിട്ടിരുന്നു. ''ഞാനല്ലേ കുട്ടികളെ കൂട്ടിക്കൊണ്ടുപോകുന്നത്. എന്തായാലും ഫലം നല്ലതിനായിരിക്കും. ജന്മംകൊണ്ട് ഇവർക്കു കുറച്ചു കർമ്മങ്ങൾ ചെയ്യാനുള്ള കടമയുണ്ടെന്നത് മറക്കാൻ പാടില്ല.''

മിഥിലയിൽ അപൂർവപ്രഭയുള്ള മഹത്തായ ഒരു ധനുസ്സുണ്ട്. അത്ഭുതാവഹമായ ബലവും ഉഗ്രതേജസ്സാർന്നതുമായ വില്ല്-ഗന്ധർവന്മാർക്കോ ദേവാസുരന്മാർക്കോ കുലയ്ക്കാൻ സാധിക്കാത്ത വില്ല്.

രാജർഷിയായ ജനകന്റെ യജ്ഞവും 'സുനാഭം' എന്നു പേരാർന്ന ആ വില്ലും കുമാരന്മാർക്കു കാണാം എന്നു പറഞ്ഞുകൊടുത്തിരുന്നു വിശ്വാമിത്രൻ കുട്ടികൾക്ക്. അതു കേട്ടപ്പോൾ ദശരഥകുമാരന്മാരുടെ മുഖത്തു കൗതുകം മാത്രമല്ല. ഉജ്ജ്വലശോഭ വിടർന്നിരുന്നു. 'ഗാഥീ'

പുത്രനായ ബ്രഹ്മർഷി വിശ്വാമിത്രനെ അനുഗമിക്കാനും ആ വില്ല് കാണുവാനും ആഗ്രഹമുണ്ടെന്നും കുട്ടികളെല്ലാം ഒരേ സ്വരത്തിൽ ഉരുവിട്ടു.

വിശ്വാമിത്രന്റെ മുഖത്തപ്പോൾ ഒരു ചെറുപുഞ്ചിരി വിരിഞ്ഞുനിന്നിരുന്നു.

വിശ്വാമിത്രൻ കുട്ടികളെയും കൂട്ടി നേരെ യാത്രയായത് മിഥിലയിലേക്ക്.

വഴിയിൽ വച്ച് വിശ്വാമിത്രൻ കുട്ടികൾക്ക് ബല, അതിബല എന്നീ രണ്ടു മന്ത്രങ്ങൾ ഉപദേശിച്ചു സ്വായത്തമാക്കിച്ചുവത്രെ. പിന്നെ അവർക്ക് ക്ഷീണമോ വിശപ്പോ ഉണ്ടായില്ല. ആ മന്ത്രസിദ്ധിയോടെ ബുദ്ധിസൗന്ദര്യം, ജ്ഞാനം തുടങ്ങിയ സിദ്ധികളെല്ലാം നേടി.

ജനകമഹാരാജാവ് വിശ്വാമിത്രമഹർഷിക്ക് അഗ്രപൂജ നടത്തി.

ദശരഥകുമാരന്മാർക്കു മഹത്തായ ധനുസ്സു കാണുവാൻ ആഗ്രഹമുണ്ടെന്നും അതു കണ്ടിട്ടേ മടങ്ങാൻ ഉദ്ദേശിക്കുന്നുള്ളൂവെന്നും ഋഷി എല്ലാവരോടുമായി അരുളിച്ചെയ്തു.

രാമൻ വില്ലെടുക്കലും വളയ്ക്കലും ഞാൺ കയറ്റലും എല്ലാം കൺചിമ്മിത്തുറക്കുന്നതിനുമുമ്പ് ചെയ്തു. വില്ലുകുലച്ചപ്പോൾ വില്ല് നടുവിൽ വച്ച് രണ്ടായി പൊട്ടി.

ഇതു കണ്ട ജനകമഹാരാജാവ് സന്തോഷാതിരേകത്താൽ ബ്രഹ്മർഷിവര്യനോടു പറഞ്ഞു: ''ഈ കുമാരൻ അപ്രമേയനാണ്. എന്റെ മകളെ ഒരു വീരന്റെ ഭാര്യയാക്കുമെന്ന എന്റെ പ്രതിജ്ഞ നിറവേറ്റുക.''

ഇതാണു കേട്ട കഥ. ത്രികാലജ്ഞാനിയായ മഹർഷി ഒരുപക്ഷേ, ഈ ഒരു വിവാഹവും മനസ്സിൽ കണ്ടിട്ടാവും കുട്ടികളെ ഒപ്പം കൂട്ടിയത്.

വിവാഹങ്ങൾ ഒന്നല്ല നടന്നത്. നാല്. സാകാശ്യത്തിലെ കുശധ്വജ*ന്റെ പുത്രിയായ 'മാണ്ഡവി'യെ തന്റെ മകനും വേട്ടുകൊണ്ടുപോന്നു. മാണ്ഡവി സുന്ദരിയാണ്. ഗായികയുമാണ്. വീണയിൽ ശ്രുതിമധുരമായ ഒരു രാഗം വായിച്ചിരിക്കുന്നു അവളിന്ന് സന്ധ്യയ്ക്ക്. രാത്രിയുടെ മടിയിൽ തല വച്ചുറങ്ങുന്ന പകലിനെ ഓർമിപ്പിക്കുന്ന രാഗം. പക്ഷേ, സർവ്വ ഐശ്വര്യത്തിന്റെയും നിറകുടമായ 'സീത'. അവളെ കണ്ടാലും കണ്ടാലും മതിയാവില്ല. യാഗഭൂമി ഉഴുത നേരത്തു കിട്ടിയതാണത്രെ, അവളെ. ഒരു കുഞ്ഞിനെ സ്വർണപേടകത്തിലാക്കി, വിജനഭൂമിയിൽ ഉപേക്ഷിക്കപ്പെട്ട കഥ കുറേക്കാലമായി കേട്ടിരുന്നു. ആ കുഞ്ഞിനെ ഉപേക്ഷിച്ചവർ ഏതായാലും ദുഷ്ടന്മാർ തന്നെ ആയിരിക്കണം. സീതയെ കണ്ടപ്പോൾ അതു മനസ്സിലാകുകയും ചെയ്തു. സാക്ഷാൽ മഹാലക്ഷ്മി. അടുത്തു വന്നപ്പോൾത്തന്നെ നൈർമല്യസൗരഭ്യം.

വിവാഹവർത്തമാനം അറിഞ്ഞ യുധാജിത്ത് നേരെ ചെന്നിരിക്കുന്നു മിഥിലയിലേക്ക്. അനന്തരവന്റെ വിവാഹക്കാര്യം അറിയിക്കാത്തതിൽ കുറഞ്ഞൊന്നു ക്ഷോഭിച്ചിട്ടുമുണ്ടായിരുന്നു. യുധാജിത്ത് എന്തായാലും വിദേഹത്തുചെന്ന് അപകടങ്ങളൊന്നും ഉണ്ടാക്കാത്തത് ഭാഗ്യം. ഒരൽപം മുൻശുണ്ഠിക്കാരൻ തന്നെയാണ്. തന്റെ സഹോദരൻ. ഇപ്പോഴിതാ, ഭരതനെയും മാണ്ഡവിയെയും കേകേയത്തേക്ക് കൂടെക്കൊണ്ടുപോകണമെന്നു ശാഠ്യം പിടിക്കുന്നു. ശത്രുഘ്നനും ശ്രുതകീർത്തിയും കൂടെ ചെല്ലണമെന്നും. ആ രണ്ടു സഹോദരങ്ങൾക്ക് ഒരിക്കലും പിരിയാൻ വയ്യല്ലോ. ഭരതൻ ഉള്ളിടത്ത് ശത്രുഘ്നനും ഉണ്ടാകും. രാമലക്ഷ്മണന്മാരുടെ അവസ്ഥയും അതുതന്നെ.

---

* ജനകന്റെ സഹോദരൻ

ലോമപാദന്റെ മരുമകനും വിഭാണ്ഡകന്റെ മകനുമായ ഋഷ്യശൃംഗൻ യാഗം നടത്തി. പക്ഷേ, യാഗം നടത്തി അഗ്നിയിൽ സ്ഫുടം ചെയ്ത പയോഘൃതം വിശിഷ്ട ഔഷധമായി പകുത്തു നൽകിയതിന്റെ വിശേഷം.

രാമൻ ഭാഗ്യവാനാണ്, കൈകേയി സ്വയം പറഞ്ഞു. ഈ ഭാഗ്യം അവൻ അർഹിക്കുകയും ചെയ്യുന്നു. അതുകൊണ്ടുതന്നെയാണല്ലോ ദശരഥ പുത്രന്മാരിൽ വച്ച് ഏറ്റവും വാത്സല്യം താൻ രാമനു കൊടുക്കുന്നത്. തന്റെ ഗർഭപാത്രത്തിൽ വളർന്ന ഭരതനേക്കാൾ ആ കൗസല്യാപുത്രനോടു തന്നെയാണ് ഈ കൈകേയിക്കു മമത.

മഹാരാജാവ് ഇന്ന് കൗസല്യാദേവിയുടെ അന്തപ്പുരത്തിലേക്കാണ് പോയിരിക്കുന്നത്. രാമൻ ശൈവചാപം ഒടിച്ച കഥയും പരശുരാമന്റെ കോപവും അവരോടു പറയാൻ ധൃതിയുണ്ടാകും. വീരസ്യം കാട്ടിയ മകനെപ്പറ്റി പിതാവായ അദ്ദേഹത്തിന് അഭിമാനം കാണില്ലേ? അത് പെറ്റമ്മയോട് പങ്കുവയ്ക്കുമ്പോൾ അതിലും സന്തോഷവാനാകും. കൊട്ടാരത്തിൽ വന്നെത്തിയ ഉടനെ ആവേശത്തോടെ തന്നോട് ആദ്യം അദ്ദേഹം പറഞ്ഞതും അതുതന്നെയായിരുന്നു.

മൂന്നു ദിവസം യാത്ര ചെയ്ത് ക്ഷീണിച്ചാണ് കുട്ടികൾ മിഥിലയിൽ നിന്നെത്തിയിരിക്കുന്നത്; പരിവാരങ്ങളുമായി, പ്രത്യേക ശ്രദ്ധയെടുത്ത് അവർക്കായി മണിയറ ഒരുക്കിയത് താൻ തന്നെയാണ്. മറ്റാരെയും ഇടപെടുത്താതെ, പൂർവാധികം ഭംഗിയായി നിർവഹിച്ചാണ് അവരെ മണിയറയിലേക്കു പറഞ്ഞുവിട്ടത്, ദശരഥമഹാരാജൻ നിർദേശിച്ചിരുന്നതും അതായിരുന്നു. രാമപുത്രന്റെ കുട്ടിയാവണം തന്നെ 'മുത്തശ്ശി' എന്നാദ്യം വിളിക്കേണ്ടത്. തന്റെ മകനായ ഭരതന്റെ കുട്ടികൾക്കു മുമ്പേ രാമരാജ്യത്തുവന്ന് കുടുംബദേവനെ പൂജാദികർമ്മങ്ങൾകൊണ്ട് തൊഴുതു വണങ്ങി അനുഗ്രഹം വാങ്ങിയതിനുശേഷമേ രാമൻ വ്രതം മുറിക്കുകയുള്ളൂവെന്ന് മഹാരാജാവ് മിഥിലയിലേക്കു പോകുന്നതിനുമുമ്പ് തന്നോടു പറഞ്ഞിരുന്നു.

സീത ആടയാഭരണങ്ങൾ അഴിച്ചു മാറ്റിക്കഴിഞ്ഞിരുന്നു. മണിയറയിലെ മലർശയ്യയിൽ കാത്തിരിക്കയാണ് സീത. പുഷ്പദലങ്ങളിലെ സൗരഭ്യം സിരകളെ ത്രസിപ്പിക്കുകയാണ്. അഞ്ജനനിറമുള്ള കണ്ണുകളും ഇട തൂർന്ന കറുത്ത കൺപീലികളും രാമനിൽ മത്തുപിടിപ്പിക്കാതിരിക്കില്ല. കാമാതുരമായ ആ വിശാലബാഹുക്കളിൽ തന്നെ ആർത്തിയോടെ ബന്ധിക്കുന്നത് ആലോചിച്ച് സിരകളിൽ ലഹരി നുണഞ്ഞിരിക്കുകയാണ് സീത. ശൃംഗാരരസം പൂണ്ടുനിൽക്കുന്ന കാമോദ്ദീപകമായ കണ്ണുകളിൽ ഒരിക്കൽ ആർത്തിയോടെ നോക്കിയിരുന്നു; അദ്ദേഹം പോലുമറിയാതെ. അസംഖ്യം രാജകുമാരന്മാരുടെ മധ്യത്തിലൂടെ രാമചന്ദ്ര

പ്രഭുവിന്റെ കഴുത്തിൽ വിവാഹമാല്യം ചാർത്തിയപ്പോൾ തോന്നിയ പ്രണയം ഇപ്പോഴും ശക്തിയാർജിച്ചു നിൽക്കുന്നു. എന്റെ മഹാഭാഗ്യം!

അദ്ദേഹം എവിടേക്കാണ് അത്യാവശ്യമായി പോയത്? പോകുന്നതിനുമുമ്പ് അദ്ദേഹം ഒരിക്കൽ മാത്രമേ തന്നെ നോക്കിയിരുന്നുള്ളൂ. പ്രണയംകൊണ്ട് വിടരുന്ന മന്ദഹാസവും മനസ്സും ആ ചുണ്ടിണകളിൽ ഒതുക്കിപ്പിടിച്ചിരുന്നതുപോലെ.

കൈകേയി മഞ്ചത്തിൽ നിന്നെഴുന്നേറ്റു. സന്തോഷംകൊണ്ട് ഉറക്കം വരുന്നില്ലെങ്കിലും അകത്തു ചെന്ന് ഒരൽപനേരം കണ്ണടച്ചു കിടക്കാം. അവർ വിചാരിച്ചു. നിദ്രാദേവത അവർക്കു തോന്നുമ്പോൾ വന്ന് കൺപോളകളെ കനംവെപ്പിച്ചുകൊള്ളട്ടെ.

അകത്തേക്കു നടക്കാൻ തുടങ്ങിയ കൈകേയി പെട്ടെന്നു നിന്നു.

കുറച്ചപ്പുറത്തുള്ള ഉപവനത്തിലൂടെ ആരോ പതുക്കെ നടക്കുന്നു. ഇവിടെ നിന്നു നോക്കുമ്പോൾ അതാരാണെന്നു വ്യക്തമല്ല. രാത്രി ഇത്ര നേരമായിട്ടും ആരാണ് അവിടെ ഉലാത്തുന്നത്? തന്നെപ്പോലെ ഉറക്കം നഷ്ടപ്പെട്ടവർ ഇനിയുമുണ്ടോ, അയോധ്യയിലെ ഈ കൊട്ടാരത്തിനുള്ളിൽ?

ഒന്നുകൂടി ശ്രദ്ധിച്ചു.

രാമന്റെ മന്ദിരത്തിനു താഴെയുള്ള ഉപവനത്തിലാണ് അയാൾ നടക്കുന്നത്? അതെ തീർച്ച തന്നെ. രാമന്റെ മന്ദിരം തന്നെയാണത്. രാമനും സീതയ്ക്കും താൻ മണിയറ ഒരുക്കിയ മണിമന്ദിരം. അവരുടെ ആദ്യരാത്രിയിൽ, സന്തോഷിച്ച് രമിക്കുന്ന നേരത്ത് വിഘ്നം സൃഷ്ടിക്കാൻ ആരാണു തുനിയുന്നത്?

ഇനി യുധാജിത്ത് ആണോ?

എങ്കിൽ എന്തിന്?

കുട്ടികളുടെ ആദ്യരാത്രി അവൻ അലങ്കോലമാക്കുമോ?

ഭരതന്റെ വിവാഹം ഇത്ര പെട്ടെന്നു തീരുമാനിക്കാൻ കാരണക്കാരൻ രാമനാണെന്ന് ഒരു കുറുമ്പ് പറയുകയുണ്ടായി യുധാജിത്ത് നേരത്തേ. തന്റെ സഹോദരന്റെ മനോവ്യാപാരങ്ങൾ ആർക്കും ഒരിക്കലും പ്രവചിക്കാനാവില്ല. കലഹപ്രിയനാണ് അയാൾ. പാവം രാമൻ, യുധാജിത്തിന്റെ മുന്നിൽപ്പെട്ടാൽ? ചെന്നന്വേഷിക്കുക തന്നെ. മട്ടുപ്പാവിൽനിന്ന് ധൃതിയിൽ ഇറങ്ങി, പട്ടുചേല കാൽവണ്ണയോളം ഉയർത്തിപ്പിടിച്ച്.

സമൃദ്ധമായ നിലാവ്. പച്ചപ്പരവതാനിപോലെ ഉപവനം. കൈകേയി അവിടേക്ക് നടന്നു. ഇലഞ്ഞിമരം വിരിഞ്ഞ സുഗന്ധം അന്തരീക്ഷത്തിൽ നിറഞ്ഞുനിൽക്കുന്നു. മനസ്സിൽ ഉന്മാദമുണർത്തുന്നവ, ഞരമ്പുകളെ ഉൽഫുല്ലമാക്കുന്നവ. ആദ്യരാത്രിയിൽ ഭാര്യാഭർത്താക്കന്മാർക്കു

ലഹരിയും അഭിനിവേശവും വെമ്പലും സമ്മാനിക്കുന്ന ഈ മന്ദിരം തന്നെ വേണമെന്നു താൻ ശഠിച്ചതും അതുകൊണ്ടാണ്. കുട്ടികൾ ആദ്യരാത്രി ആഘോഷമാക്കട്ടെ എന്നാഗ്രഹിച്ചതും.

ഉപവനത്തിലെ ഇരിപ്പിടത്തിൽ കൈകളിൽ മുഖം താങ്ങി കനത്ത അസ്വസ്ഥതയോടെ ഇരിക്കുന്ന ആളെ കണ്ട് കൈകേയി ഞെട്ടിത്തരിച്ചു നിന്നുപോയി.

''രാമാ, നീയോ?''

മനസ്സിന്റെ അടിത്തട്ടിൽ എവിടെയോ നിന്നു കുമിളിയിട്ടു പൊന്തിയ ഒരു കിതപ്പോടെ രാമന്റെ അടുത്തേക്കു നീങ്ങി.

''എന്താണു മകനേ ഈ സമയത്ത് ഒറ്റയ്ക്കിവിടെ? നവവധു എവിടെ? മണിയറയിൽ കഴിയേണ്ട നീ ഇത്ര നേരമായിട്ടും?''

രാമൻ മുഖമുയർത്തി, ദയനീയഭാവത്തിൽ കൈകേയിയെ നോക്കി, നിലാവിന്റെ പ്രഭയിൽ രാമന്റെ കണ്ണുകളിൽ പളുങ്കുമണികൾ കണ്ടു. അവന്റെ അടുത്തുചെന്നിരുന്ന്; ആ മുഖം തന്റെ കൈകളിൽ എടുത്തു കൊണ്ട് വാത്സല്യപൂർവം കൈകേയി ചോദിച്ചു.

''എന്താ മകനേ പറ്റിയത്? നീ അതീവ ദുഃഖിതനായിരിക്കുന്നല്ലോ? നിന്റെ വിവാഹത്തിന്റെ ആദ്യരാത്രിയല്ലേ കുഞ്ഞേ ഇന്ന്? മണിയറയിൽ നവവധുവിനോടൊപ്പം കഴിയേണ്ട നീ...?''

രാമൻ കൈകേയിയുടെ മുന്നിൽ കൂപ്പുകൈകളോടെ നിന്നു.

''എനിക്കു സീതയെ വധുവായി കാണാൻ പറ്റണില്ല ചെറിയമ്മേ. എനിക്കു മാപ്പു തരണം. വ്രതാനുഷ്ഠാനങ്ങൾ, ജപം ഇതിലൊക്കെ വ്യാപൃതമായ മനസ്സാണ് എന്റേത്. വാമാപാരിയല്ലാത്ത ഒരു ദേവീഭക്തന് എപ്പോഴെങ്കിലും ഒരു ശ്രീചക്ര രാജനിലയായ ത്രിപുരസുന്ദരിയുടെ ശരീരം പങ്കിടാനാകുമോ? ഇല്ലമ്മേ, ഒരിക്കലുമില്ല. എനിക്ക് രാജ്ഞിയും രാജ്യവും വേണ്ട.''

രാമന്റെ നാവിൻതുമ്പത്തുനിന്ന് ഊർന്നുവീണ വാക്കുകൾ കേട്ട് കൈകേയി സ്തബ്ധയായി. ഉചിതമായ വാക്കുകൾകൊണ്ട് ആ വിരക്തീ ഭാവം മാറ്റിയെടുക്കാൻ കൈകേയി പ്രയത്നിച്ചു.

''സീത! അവളൊരു അസാധാരണ സ്ത്രീയാണ് മകനേ. ഇക്കണ്ട മേദിനിയിൽ എവിടെയെങ്കിലും ഇത്ര സുന്ദരിയായ മറ്റൊരു കന്യകയെ എന്റെ മകൻ കണ്ടിട്ടുണ്ടോ? ത്രൈലോക്യസുന്ദരിയല്ലേ എന്റെ മരുമകൾ. എനിക്കഭിമാനമാണു തോന്നുന്നത്. ഈ വിവാഹം ശ്രീരാമചന്ദ്രന്റെ മഹാഭാഗ്യമായി വിളംബരപ്പെടും ത്രിലോകം മുഴുവൻ. അവളിൽ കാമമോഹിതരായ രാജാക്കന്മാർ വിരലിലെണ്ണാവുന്നതല്ല. ശംഖ് കടഞ്ഞെടുത്ത കഴുത്ത്, വെണ്ണ തോൽക്കും ഉടൽ, കുലീനമായ

സ്വഭാവം. അങ്ങനെയുള്ള ഒരു കന്യകയെയാണ് എന്റെ മകൻ വിവാഹം കഴിച്ചിരിക്കുന്നത്. വ്രതാനുഷ്ഠാനങ്ങൾ മേലിലും ആകാമല്ലോ. പ്രായശ്ചിത്തം ചെയ്ത് വിഘ്നം വരുത്തിക്കോളൂ.''

''ചെറിയമ്മേ എന്താണീ വിവാഹം?''

''സകല ശാസ്ത്രങ്ങളും വേദങ്ങളും ഹൃദിസ്ഥമാക്കിക്കഴിഞ്ഞ നീയാണോ എന്നോട് ഈ ചോദ്യം ചോദിക്കുന്നത്. ഘോരവനത്തിനുള്ളിൽവച്ച്... 'കൗസല്യാ സുപ്രജാരാമാ പൂർവാ സന്ധ്യാപ്രവർത്തതേ' എന്നു ചൊല്ലി നിന്നെ വിളിച്ചുണർത്തിയ വിശ്വാമിത്രനും പറഞ്ഞുതന്നില്ലേ നിനക്ക് ഇതൊന്നും?''

''എന്നിട്ട് എവിടെ ആ മഹർഷി? സീതയെന്ന ദേവിയെ എന്നെ ഏൽപിച്ചിട്ട് അദ്ദേഹം എവിടേക്കാണ് പോയത്? എന്തിനാണ് അദ്ദേഹം എന്നോടീ കടുംകൈ ചെയ്തത്?''

''അദ്ദേഹത്തിന്റെ നിയോഗം അത്രയേയുള്ളൂ എന്നു കരുതിയാൽ പോരേ? അതായിരുന്നു വേണ്ടതും.''

കൈകേയിയുടെ വാക്കുകൾ കേൾക്കുന്തോറും കൂടുതൽ പ്രകോപിതനാകുകയായിരുന്നു രാമൻ. മനസ്സിൽ പലപല മറുപടികളും പറഞ്ഞുതീർക്കാനാകാതെ കുഴഞ്ഞു. എങ്കിലും രാമൻ പറഞ്ഞു:

''എന്റെ നിയോഗമോ? സീതയെ ഒരു ഭാര്യയായി കാണാൻ എനിക്കു കഴിയുന്നില്ല. എന്റെ മനസ്സിൽ ശൃംഗാരഭാവം ഉടലെടുക്കുന്നില്ല. പകരം അനേകം ശരങ്ങൾ ഹൃദയത്തിൽ പാഞ്ഞുകയറുന്നതുപോലെ. കാമചിന്തകളില്ല, കണ്ണിൽ പ്രണയം ജ്വലിക്കുന്നില്ല. കൈകാലുകൾ വിറങ്ങലിച്ചിരിക്കുന്നു. സീതാദേവിയെ കാണുമ്പോൾ മനസ്സിൽ തികഞ്ഞ ഭക്തിനിറവാണുണ്ടാവുന്നത്. ശിരസ്സ് ദേവിയുടെ മുമ്പിൽ അറിയാതെ കുമ്പിട്ടുപോകുന്നു. കൈകൾ താമരയല്ലിപോലെ കൂമ്പിപ്പോകുന്നു. ദേവിയിരിക്കുന്ന മണിയറ ശ്രീകോവിലായിട്ടനുഭവപ്പെടുന്നു. പ്രണയപരവശമായ ഗീതികൾക്കു പകരം പ്രണവമന്ത്രങ്ങളാണ് ചുണ്ടിൽ വരുന്നത്.''

ദീർഘശ്വാസമുതിർത്ത് വീണ്ടും രാമൻ പറഞ്ഞു:

''എനിക്കു തെറ്റുപറ്റി. വിഡ്ഢിത്തമായി. ഒക്കെ തികഞ്ഞ വിഡ്ഢിത്തം. ഗുരു പറഞ്ഞത് അപ്പാടെ അനുസരിക്കയായിരുന്നു. മറുചോദ്യം എന്നിൽ നിന്നുമുണ്ടായില്ല. തികഞ്ഞ ഗുരുഭക്തനാണല്ലോ.''

''ആയിരിക്കാം. ഇങ്ങനെ ചില വിഡ്ഢിത്തരങ്ങളും കൂടി നിറഞ്ഞതാണല്ലോ നമ്മുടെയൊക്കെ ജീവിതം. എന്നിരുന്നാലും ഇങ്ങനെയുള്ള കുചിന്തകളൊന്നും നിന്റെ മനസ്സിൽ ഉണ്ടാവരുത്. ആ കുമാരിയെ സങ്കടപ്പെടുത്താതെ കയറിച്ചെല്ലൂ, മണിയറയിലേക്ക്. അവൾ നിന്നെ കാത്തിരിക്കയാവും. ധന്യയാക്കൂ ആ പെൺകുട്ടിയെ, ഒരു പതിയുടെ കടമ നിർവഹിച്ച്.''

‘‘ഇത് കുചിന്തകളാണെന്നു തോന്നുന്നില്ല ചെറിയമ്മേ. മണിയറയിലേക്ക് കാമപൂർവ്വം കയറിച്ചെല്ലാനുള്ള മനസ്സല്ല ചെറിയമ്മേ. ശ്രീകോവിലിൽ ഇരിക്കുന്ന ദേവിയെ കാമപൂർവ്വം ഒന്നു തൊട്ടുതലോടി അശുദ്ധമാക്കാൻ എനിക്കാവില്ല. ഭക്തിരസം കണ്ണീരായി കവിളിൽ ഇറ്റിറ്റു വീഴുന്നു.’’

‘‘ദശരഥ മഹാരാജാവിന്റെ സീമന്തപുത്രനാണ് നീ. അപ്രതിരോധ്യമായ ഈ മഹാരാജ്യത്തിന്റെ അടുത്ത അധിപതി.’’

കണ്ണുകളിൽ അഭിമാനത്തിന്റെ നക്ഷത്രതേജസ്സ് തിളങ്ങി; അവർ തുടർന്നു. ‘‘മോനേ, നീ സ്വന്തം സ്ഥാനം മറക്കരുത്. നല്ല സമയത്തു തന്നെയാണ് ആ കുമാരി നിന്റെ ജീവിതപങ്കാളിയായത്. കണ്ടില്ലേ, ശ്രീരാമപട്ടമഹിഷിയാവേണ്ടവൾ. രാജ്യഭരണം പിതാവ് കുമാരനെ ഏൽപിക്കാൻ തയ്യാറാവുന്നു. ഇനി ചുമതലയുള്ള ഭർത്താവ് മാത്രമല്ല, കാര്യപ്രാപ്തിയുള്ള രാജാവു കൂടിയാണ് നീ. പട്ടാഭിഷേകം ഉടനെ ഉണ്ടാവും.’’

‘‘അതാണ് എന്റെ അടുത്ത ശാപം. അങ്ങനെ ഒരു ശ്രുതി ഞാനും കേട്ടിരുന്നു. വിദേഹത്തിൽനിന്ന് തിരിച്ചുവന്ന ഉടനെയെന്ന്.’’

‘‘ഞങ്ങളൊക്കെ അതു പ്രതീക്ഷിക്കുകയാണ് മകനേ. മഹാരാജാവ് അങ്ങനെ ഒരു പ്രഖ്യാപനം നടത്തും. ഉടനെ തന്നെ നിന്റെ അഭിഷേകവും ഉണ്ടാകും. രാജ്യാഭിഷേകം. അതിൽ ഏറ്റവും കൂടുതൽ സന്തോഷിക്കുന്നത് ഞാനായിരിക്കും. എന്റെ മകൻ അയോധ്യ ഭരിക്കുന്നത് കൺകുളിരെ കാണണം. മനസ്സു നിറയെ അനുഭവിക്കണം.’’

‘‘എന്നാൽ ഏറ്റവും കൂടുതൽ ദുഃഖിക്കുന്നത് ഞാനായിരിക്കും. ഇങ്ങനെ ഒരു സ്ഥാനത്തിന് ഞാൻ ഇപ്പോൾ അർഹത നേടിക്കഴിഞ്ഞിട്ടില്ല. ഭരിക്കാനുള്ള കഴിവും എനിക്കില്ല. എനിക്കു മറ്റെന്തൊക്കെയോ ചെയ്യാനുണ്ട്. വലിയ വലിയ കാര്യങ്ങൾ. എന്റെ ജന്മോദ്ദേശ്യം മറ്റൊന്നാണെന്ന് മനസ്സ് പറയുന്നു.’’

രാമന്റെ മുഖത്തേക്കു തന്നെ ശ്രദ്ധിച്ചു നോക്കിക്കൊണ്ടിരുന്നു കൈകേയി. എന്താണ് ഈ കുമാരനു സംഭവിച്ചിരിക്കുന്നത്? നാടും നാട്ടുകാരും ഒക്കെ ഇവനെ രാജാവായിക്കാണണമെന്ന് ആഗ്രഹിക്കുന്നു. എന്നിട്ടും ഇവൻ മാത്രമെന്തേ അതിൽനിന്ന് മുഖം തിരിക്കാൻ?

‘‘വിവാഹത്തലേന്ന് ഞാനൊരു സ്വപ്നം കണ്ടു ചെറിയമ്മേ.’’

നേർത്ത കുസൃതിയോടെ കൈകേയി രാമനെ നോക്കി.

‘‘വിവാഹത്തലേന്ന് എല്ലാ ചെറുപ്പക്കാരും കാണാറുള്ളതാണ് മധുര സ്വപ്നങ്ങൾ.’’

‘‘ഞാൻ കണ്ട സ്വപ്നങ്ങൾ മധുരമുള്ളതായിരുന്നില്ല.’’

‘‘എന്നുവച്ചാൽ?’’

ഉത്കണ്ഠയുടെ ഒരു തീനാമ്പ് കൈകേയിയുടെ മനസ്സിൽ പിടഞ്ഞു തറച്ചു.

''ഒരിക്കലും സീതാദേവി എന്റെ പത്നിയാകേണ്ടവളല്ല, എന്നെങ്കിലു മൊരിക്കൽ സീതാദേവിയെ എനിക്ക് പിരിയേണ്ടിവരും എന്നായിരുന്നു ആ സ്വപ്നം. അഗ്നിസാക്ഷിയായി വിവാഹം ചെയ്ത കന്യകയെ ഉപേക്ഷിക്കുന്നത് പാപമാണ്. അതിനു പ്രതിവിധിയായി ഒരു പോംവഴിയേ ഞാൻ കാണുന്നുള്ളൂ.''

''എന്താണ് മകനേ അത്?''

''സീതാദേവി എന്നെ തിരസ്കരിക്കുക.''

''അങ്ങനെ പറയരുതു മകനേ. അതിനു യാതൊരു സാധ്യതയും ഞാൻ കാണുന്നില്ല. സീത മണിയറയിലേക്കു വരുമ്പോൾ ധരിച്ചിരുന്ന വസ്ത്രങ്ങൾ ഞാൻ ശ്രദ്ധിച്ചിരുന്നു. വളരെ ലോലമായ, സുതാര്യമായ പുടവയാണ് അണിഞ്ഞിരുന്നത്. തന്റെ ഭർത്താവിന് ഇഷ്ടം തോന്നുന്ന, മോഹമുണർത്തുന്ന വേഷഭൂഷാദികൾ. ദേവി ശ്രീരാമചന്ദ്രനെ വളരെയധികം കാമിക്കുന്നതിന്റെ തെളിവാണത്.''

''ചെറിയമ്മ എന്നെ നിർബന്ധിക്കരുത്. ഒരു ഉപദേശവും ഞാൻ സ്വീകരിക്കില്ല. തപസ്സിനായി ഞാൻ ഉടനെ കാനനത്തിലേക്കു പുറപ്പെടും. വ്രതാനുഷ്ഠാനങ്ങൾ മുറിക്കാതെ തുടരുകതന്നെ ചെയ്യും. എന്റെ അസാന്നിധ്യത്തിൽ ദേവി എന്നെ മറന്നുകൊള്ളും. സീതയ്ക്ക് വേണമെങ്കിൽ അയോധ്യയിൽ കഴിയാം. അതല്ലെങ്കിൽ മിഥിലയിലേക്കു പോകാം. അസംതൃപ്തിയായ ഭാര്യയാകുമ്പോൾ മനസ്സും ചഞ്ചലപ്പെടും. മറ്റൊരു സാന്നിധ്യം ദേവി ആഗ്രഹിച്ചേക്കും. അങ്ങനെ നടക്കട്ടെ.''

''എന്തൊക്കെയാണ് കുമാരാ നീ ഈ ഉരുവിടുന്നത്. ഒരു രാജകുമാരന് ചേർന്നതാണോ ഈ വാക്കുകൾ?''

''ചെറിയമ്മ എന്നെ സഹായിക്കണം.''

''ഞാൻ സഹായിക്കാനോ? ഇങ്ങനെ ഒരു മഹാപാപം ചെയ്യാൻ എന്നെ അവരോധിക്കരുതേ കുമാരാ... എന്നിട്ടും രാമാ, വീണ്ടും വീണ്ടും?''

''ചെറിയമ്മ വിചാരിച്ചാൽ എന്നെ സഹായിക്കാൻ കഴിയും. ചെറിയമ്മയ്ക്കു മാത്രമേ അതിനു കഴിയൂ. ഉറക്കം നഷ്ടപ്പെട്ട് ഉപവനത്തിൽ ഉലാത്തിയപ്പോൾ ഞാൻ അതിനെക്കുറിച്ചാണാലോചിച്ചത്. എന്റെ ദുഃഖകരമായ ചിന്തകൾക്കു പരിഹാരമായി ചെറിയമ്മ ഒരു വഴി കാട്ടിത്തരുമെന്ന്. സ്നേഹവും ദൃഢവുമായ വിശ്വാസം എനിക്കു മറ്റാരോടും ഇല്ലെന്ന് ചെറിയമ്മയ്ക്ക് അറിയാമല്ലോ.''

അഭിഷേകവിഘ്നം

മന്ഥര പലതവണ വന്നു വിളിച്ചിരിക്കുന്നു. അവർ പരിഭ്രമിച്ചു ബഹളം കൂട്ടിയിരിക്കുന്നു. എന്നിട്ടാണ് കൈകേയി ഉണർന്നത്. പക്ഷേ, ഉറങ്ങിയിരുന്നുവോ കൈകേയി? പുലരാൻ കാലത്തെപ്പോഴോ ഒന്ന് ഇമ അടച്ചിട്ടുണ്ടാവണം. ഉറക്കം വന്നിട്ടല്ല. കണ്ണുകൾ കഴച്ചിട്ട്. വേദനിച്ചിട്ട്. ഇറുകെ പൂട്ടിയൊരു കിടപ്പായിരുന്നു. മനസ്സിൽ ശിവശക്തിയെ ധ്യാനിച്ച് ഒന്നു മയങ്ങിയിരിക്കാം.

മയക്കത്തിൽ ഭയത്തിന്റെ കനൽച്ചീളുകൾ കോരിയിട്ട ഒരു ദുസ്സ്വപ്നവും കണ്ടിരിക്കുന്നു കൈകേയി. ഘോരവനത്തിലൂടെ ജടാവൽക്കലധാരിയായി, ഏകനായി നടക്കുന്ന രാമൻ. ബാലനല്ലേ ആ കുട്ടി? കാട്ടിലൂടെയുള്ള യാത്ര അവന് സഹിക്കാൻ കഴിയുമോ? എന്തൊരു ക്രൂരസ്വപ്നം.

എഴുന്നേറ്റ് അന്ധാളിപ്പോടെ, ശൂന്യമായ ദൃഷ്ടികളോടെ മന്ഥരയുടെ നേർക്കു നോക്കി. സ്വപ്നത്തിന്റെ കനത്ത പാട ഇപ്പോഴും ആ കണ്ണുകളെ മൂടിയിരിക്കുന്നപോലെ.

''എന്താണ് തമ്പുരാട്ടി ഇങ്ങനെ നോക്കുന്നത്?''

പുറത്തെ കൂന് ഒന്ന് ഉയരത്തക്കവണ്ണം കുനിഞ്ഞ് കൈകേയിയുടെ മുഖത്ത് തുറിച്ച കണ്ണുകൾ ഉറപ്പിച്ച് മന്ഥര ചോദിച്ചു:

''ഒന്നുമില്ല. മനസ്സ് ഏതോ വനാന്തരങ്ങളിൽ അലഞ്ഞുതിരിയുന്നതുപോലെ.''

''നേരം നല്ലോണം പുലർന്നിരിക്കുന്നു. തമ്പുരാട്ടീ, ഞാനിവിടെ മൂന്നു തവണ വന്നു.''

''ഉം.'' കൈകേയി വെറുതെ മൂളി.

''യുധാജിത്ത് തമ്പുരാനും ഭരതകുമാരനും വന്നു നോക്കിയിട്ടുപോയി. തമ്പുരാട്ടിയോട് യാത്ര പറയാൻ വന്നതായിരുന്നു. ഉറങ്ങുന്നെങ്കിൽ ഉണർത്തണ്ട എന്നും പറഞ്ഞുപോയി.''

യുധാജിത്തിന്റെ വിചിത്രസ്വഭാവം കൈകേയി ഓർത്തു.

ഒന്നു തീർച്ചപ്പെടുത്തിയാൽ അതിൽനിന്നു പിൻവാങ്ങില്ല. ആരുറങ്ങുകയാണെങ്കിലും യാത്രയ്ക്കുള്ള മുഹൂർത്തം തെറ്റിക്കില്ല. നഷ്ടം ഉറങ്ങുന്നവർക്ക് എന്ന മട്ടിൽ പൊയ്ക്കളയും.

''തമ്പുരാട്ടീ.''

വലിയ ഉണ്ടക്കണ്ണുകളിൽ ഭയവും ഉത്കണ്ഠയും നിറച്ചുകൊണ്ട് മന്ഥര വിളിച്ചു.

''എന്താ മന്ഥരേ?''

''ഒരശുഭ വർത്തമാനം തമ്പുരാട്ടീ.''

''അശുഭവർത്തമാനമോ?''

''അതേ തമ്പുരാട്ടീ. സഭ വിളിച്ചു ചേർക്കാൻ മഹാരാജാവ് തമ്പുരാൻ തീരുമാനിച്ചിരിക്കുന്നുവത്രെ. സചിവപ്രമുഖൻ വിജയന്റെ മകൾ അവന്തികയാണ് പറഞ്ഞത്.''

''അത് പതിവുള്ളതല്ലേ മന്ഥരേ? അതിലെന്താ ഇത്ര ആശ്ചര്യം?''

''ഇതങ്ങനെയല്ല തമ്പുരാട്ടീ.''

മന്ഥരയുടെ ശബ്ദം ഒന്നു താഴ്ന്നു.

ഒരു രഹസ്യം പറയുംപോലെ അവൾ തുടർന്നു.

''നാനാദേശങ്ങളിലെയും രാജാക്കന്മാരെ ക്ഷണിക്കാൻ ദൂതന്മാർ പോയിക്കഴിഞ്ഞു.''

''ഉം. ശരി... അതിലും എന്താണ് ഒരശുഭം?''

''കേകയത്തേക്കും വിദേഹത്തേക്കും ദൂതന്മാർ പോയിട്ടുമില്ല.''

''നീ ഒരുപാടു കാര്യങ്ങൾ അന്വേഷിച്ചറിഞ്ഞിരിക്കുന്നല്ലോ മന്ഥരേ? ഞാൻ ഒന്നുരണ്ടു ദിവസമായി ഒന്നിലും ശ്രദ്ധിക്കുന്നില്ല.''

''അടിയന്റെ കടമ...''

''പറയൂ.''

''ശ്രീരാമകുമാരനെ യുവരാജാവായി വാഴിക്കാൻ തീരുമാനിച്ചിരിക്കയാണ് മഹാരാജാവ് തിരുമനസ്സ്. അതു പ്രഖ്യാപിക്കാനാണ് രാജസഭ വിളിച്ചു ചേർക്കുന്നത്. അതാണ് അടിയൻ ഉദ്ദേശിച്ച അശുഭവർത്തമാനം.''

''അത് അശുഭമല്ലല്ലോ മന്ഥരേ, ശുഭമല്ലേ? സന്തോഷമുള്ള കാര്യമല്ലേ? എല്ലാവരും ആഗ്രഹിക്കുന്നതും അതല്ലേ? മഹാരാജാവിന്റെ മൂത്ത പുത്രൻ രാമനാണ്. യുവരാജാവാകാൻ രാമനാണ് അർഹത.''

''തമ്പുരാട്ടി വലിയ ഒരു കാര്യം മറന്നുപോകുന്നു. പഴയ ഒരു സംഭവം ഓർമിപ്പിക്കാൻ ഈ ദാസിയായ എനിക്കു കടമയുണ്ട്.''

''എന്ത്?''

''ഒരു വിവാഹവാഗ്ദാനത്തിന്റെ കാര്യം.''

''എന്താണെന്ന് നേരേ ചൊവ്വേ പറയൂ മന്ഥരേ.''

''വർഷങ്ങൾക്കുമുമ്പ് കേകേയരാജ്യത്തുവച്ച് ദശരഥ മഹാരാജാവ് തിരുമനസ്സ് തമ്പുരാട്ടിക്ക് ഒരു വാഗ്ദാനം തന്നിരുന്നു. ആ വാഗ്ദാനം റാണി മറന്നുപോയിരുന്നു.''

തനിക്കു ജനിക്കുന്ന പുത്രനെ അയോധ്യയുടെ രാജാവാക്കിക്കൊള്ളാമെന്ന് ദശരഥ മഹാരാജാവ് പറഞ്ഞത് തന്റെ പിതാവിന്റെ മുന്നിൽ വച്ചാണ്. അതുകൊണ്ടാവുമല്ലോ ഇപ്പോൾ രാമന്റെ അഭിഷേക പ്രഖ്യാപനം തന്റെ പിതാവിനെ അറിയിക്കേണ്ടെന്ന് മഹാരാജാവ് തീരുമാനിച്ചത്. ഇങ്ങനെ ഒരു വാർത്ത കേട്ടാൽ അച്ഛനും യുധാജിത്തും തീർച്ചയായും കോപിക്കും എന്നു കരുതിത്തന്നെയായിരിക്കില്ലേ? അച്ഛന്റെ കോപം പ്രസിദ്ധമാണ്. അങ്ങനെ ഒരു കോപത്തിന്റെ അനന്തരഫലമായാണ് അമ്മയ്ക്കു കേകേയം വിടേണ്ടിവന്നത്. മറുചോദ്യം ഒരാലോചനയ്ക്കു ശേഷം കൈകേയി മന്ഥരയോടായി ചോദിച്ചു:

''ഇപ്പോൾ അതിനെന്താണ് പ്രസക്തി?''

''മറന്നുപോയത്, ഓർമ്മപ്പെടുത്തേണ്ടത് ഈ ദാസിയുടെ കടമയാണ്. പ്രഖ്യാപനം നടന്നുകഴിഞ്ഞാൽ അത് തിരുത്താൻ പ്രയാസമാണ് തമ്പുരാട്ടി. അതിനുമുമ്പ് മഹാരാജാവ് തിരുമനസ്സിനെക്കൊണ്ട് വാങ്ങിയ

വരം ഓർമ്മിപ്പിക്കണം. സമ്മതം വാങ്ങിക്കണം. ഭരതകുമാരനെ യുവ രാജാവാക്കി വാഴിച്ചുകൊള്ളാമെന്ന്.''

''പഴയ വാഗ്ദാനങ്ങൾ. അതിനെക്കുറിച്ച് ഈ അവസരത്തിൽ ഓർമിപ്പിച്ച്, ആവശ്യപ്പെടുന്നത് അനുചിതമല്ലേ മന്ഥരേ?''

''വാഗ്ദാനങ്ങൾ പലതുണ്ടെന്നു തമ്പുരാട്ടി തന്നെ അടിയനോട് പറഞ്ഞിരിക്കുന്നു. വ്യക്തമായി ഓർക്കുന്നു ഞാൻ. ഇന്ദ്രലോകത്തു ചെന്ന് യുദ്ധം ചെയ്ത മഹാരാജാവ് തിരുമനസ്സിന്റെ ജീവൻ രക്ഷിച്ച കഥ. ശംബരൻ എന്ന ഒരു അസുരരാജാവിന്റെ മായാജാലങ്ങളിൽ, ശരവർഷം കൊണ്ട് ദേഹമാകെ വ്രണിതമായി മൂർച്ഛിച്ച് തേരിൽനിന്നു വീണ രാജാവിനെ രക്ഷിച്ച കഥ. അന്നു തമ്പുരാൻ തമ്പുരാട്ടിക്കു തന്ന രണ്ടു വരങ്ങളുടെ കഥയും.''

ആലോചനാഭാവത്തിൽ ഒന്നു മൂളി കൈകേയി.

മന്ഥര കൈകേയിയെ ശ്രദ്ധിച്ചൊന്നു നോക്കി. തന്റെ തന്ത്രം ഫലിച്ചു എന്ന് അവൾക്കു തോന്നിയിട്ടുണ്ടാകണം. അതുകൊണ്ടുതന്നെ വിഷയം മാറ്റാനായി അവർ പറഞ്ഞു:

''നീരാട്ടിന് ധാരാഗൃഹത്തിൽ എല്ലാം ഒരുക്കിയിട്ടുണ്ട്.''

ആലോചനയിൽനിന്നുണരാതെ. ശ്രദ്ധയെ മറ്റെവിടെയോ കൊളുത്തി നിർത്തിക്കൊണ്ട് കൈകേയി പറഞ്ഞു:

''കുറച്ചു കഴിയട്ടെ.''

മന്ഥര ഗൂഢമായി ഒന്നു പുഞ്ചിരിച്ചു. എന്നിട്ടു പുറത്തേക്കു പോയി. തന്റെ യജമാനത്തിയുടെ മുഖത്തേക്ക് ഇരച്ചുകയറിയ കാർമേഘങ്ങളെ അവർ വ്യക്തമായി കണ്ടുകഴിഞ്ഞു. ഇനി അതു പെട്ടെന്നൊന്നും മാഞ്ഞുപോകില്ല. ഹൃദയത്തിൽ കൊണ്ടതാണ് മുഖത്തു പ്രതിഫലി ച്ചിരിക്കുന്നത്. തനിക്കിത് ഇന്നും ഇന്നലെയൊന്നുമല്ല അറിയാവുന്നത്. വിചാരിച്ച കാര്യം നേടുന്നതുവരെ ആ മനസ്സിലേക്ക് ഇതൊക്കെ ചിറ കെട്ടി നിന്നു കൊള്ളും.

കേകയത്തിൽവച്ച് മഹാരാജാവു നൽകിയ വാഗ്ദാനത്തെക്കുറിച്ചോ ഇന്ദ്രലോകത്തുവച്ച് അദ്ദേഹം നൽകിയ രണ്ടു വരങ്ങളെക്കുറിച്ചോ അല്ല കൈകേയി അപ്പോൾ ഓർത്തതും ചിന്തിച്ചതും.

നിറഞ്ഞൊഴുകുന്ന കണ്ണുകളോടെ ദീനഭാവത്തിൽ തന്നെ നോക്കി ക്കൊണ്ട് തലേരാത്രി രാമൻ പറഞ്ഞ വാക്കുകൾ കൈകേയിയുടെ മനസ്സി ലേക്കു വീണ്ടും വീണ്ടും വന്നു തറച്ചു.

അവളുടെ ഹൃദയമിടിപ്പിന്റെ തുടിപ്പ് ചികഞ്ഞുവരുന്ന, ശബ്ദശരം പോലെ. മുമ്പ് മഹാരാജാവ്, വെള്ളം കുടിക്കാൻ വന്ന ആനയെ വധിക്കാൻ

വിട്ട ശരശബ്ദത്തെപ്പോലെയും പിടഞ്ഞുമരിച്ച ആ മുനികുമാരനെപ്പോലെയും കൈകേയിയുടെ മനസ്സു പിടഞ്ഞു.

''അച്ഛനോട് അമ്മ അഭ്യർത്ഥിക്കണം, എനിക്കിപ്പോൾ ഒരു ഭരണകർത്താവാകാൻ പറ്റില്ല. എന്നെ വനത്തിലേക്കയയ്ക്കാൻ ചെറിയമ്മ നിർബന്ധിക്കണം.'' തനിക്കു മഹാരാജാവ് തന്നിരുന്ന വരം രാമനു നന്നായറിയാവുന്നതാണല്ലോ.

സന്ദർഭോചിതമായി ആ കുട്ടി അത് ഓർമിപ്പിച്ചിരിക്കുന്നു. അതിനെപ്പറ്റി വീണ്ടും വീണ്ടും നിർബന്ധിച്ചിരിക്കുന്നു.

ഒരു തീരുമാനം എടുക്കാൻ കഴിയാതെ കൈകേയി മഞ്ചത്തിലെ ഉപധാനത്തിലേക്കു തല ചായ്ച്ചു; വീർപ്പടക്കി.

ഉച്ചയാകാറായി. രാമന്റെ അഭിഷേകവാർത്ത തന്നിൽനിന്ന് വേണം കൈകേയി അറിയാൻ എന്ന ചിന്തയോടെയാണ് ദശരഥ രാജാവ് അന്തപ്പുരത്തിൽ പ്രവേശിച്ചത്.

നീരാടാനും അണിഞ്ഞൊരുങ്ങാനും മിനക്കെടാതെ, അതേ കിടപ്പു കിടക്കുകയായിരുന്നു കൈകേയി. അവളുടെ മുഖം വികാരം കൊണ്ടു കനത്തിരുന്നു. വത്സലപുത്രനെ വനത്തിലേക്ക് അയയ്ക്കേണ്ട ഗതികേടാണല്ലോ തനിക്കു വന്നിരിക്കുന്നത്. ആ ജോലി നിർവഹിക്കാൻ ഈ പുത്രൻ കണ്ടുപിടിച്ചത് സ്നേഹനിധിയായ ഈ അമ്മയെയാണല്ലോ. ആ ആധിമൂലം അവളുടെ കണ്ണുകൾ കലങ്ങിയിരുന്നു. കാട്ടുചെമ്പരത്തിപ്പൂപോലെ മൂക്കിൻതുമ്പ് ചുവന്നു വിറച്ചിരുന്നു. മലിനവസ്ത്രധാരിണിയായി വെറും നിലത്തിറങ്ങിക്കിടന്നു ദീനയായി വിലപിക്കുന്നുണ്ടായിരുന്നു; രത്നമാലകളും കൈവളകളും അഴിച്ചുമാറ്റിയിരുന്നു.

അന്ധാളിപ്പോടെ കൈകേയിയെ നോക്കി ദശരഥൻ ചോദിച്ചു.

''എന്താണിത് കൈകേയി? എന്റെ പ്രാണപ്രിയ, നീ വളരെ ദുഃഖിതയായി കാണപ്പെടുന്നു. ദുഃഖമോ അതോ കോപമോ? എന്താണെന്ന് മനസ്സിലാവുന്നില്ല. ദേവിയോടു പറഞ്ഞിട്ടാണല്ലോ ഞാൻ കൗസല്യദേവിയുടെ അന്തപ്പുരത്തിലേക്കു പോയത്.''

''ഞാൻ ദുഃഖിതയാണ് പ്രഭോ.''

ദുഃഖത്തേക്കാൾ ആത്മരോഷമായിരുന്നു കൈകേയിയുടെ ശബ്ദത്തിൽ. മറ്റാരെയെങ്കിലും തിരഞ്ഞെടുക്കാമായിരുന്നില്ലേ രാമന്; ഈ ക്രൂരമായ തീരുമാനത്തിനു മഹാരാജാവിനെ പ്രേരിപ്പിക്കാൻ? തന്നോടു തന്നെയുള്ള കോപത്തോടെ അവർ പല തവണ സ്വയം ചോദിച്ചു.

''ഞാൻ കോപിഷ്ഠയുമാണ്, ദുഃഖിതയുമാണ്. എന്റെ മുഖം നോക്കി അങ്ങു വായിച്ചത് അക്ഷരംപ്രതി ശരിയാണ്.''

''മനസ്സിലാവുന്നില്ല കൈകേയി, നിന്റെ കോപത്തിനു കാരണ മെന്തെന്ന്?''

''എന്റെ കോപത്തിനു കാരണം ഞാൻ തന്നെ.''

ഒട്ടും മയമില്ലാതെയാണ് കൈകേയി മറുപടി പറഞ്ഞത്.

''വാസ്തവത്തിൽ, വളരെ സന്തോഷത്തോടെയാണ് ഞാനിങ്ങോട്ടു പുറപ്പെട്ടത്. ഒരു ശുഭവർത്തമാനം ഭവതിയെ അറിയിക്കാൻ.''

''അന്തപ്പുരത്തിൽ ആ വർത്തമാനത്തിന്റെ പ്രതിധ്വനി പ്രഭാതം മുതലേ ആപത്തിന്റെ നാദംപോലെ മുഴങ്ങാൻ തുടങ്ങിയിരുന്നു എന്നു മറിഞ്ഞു.''

''ആപത്തോ? എന്താപത്ത്? അത് ആപത്തല്ല. കൈകേയീ. സാകേത ത്തിന്റെ ഭാഗ്യം, രാമനെ യുവരാജാവാക്കണം നമുക്ക്.''

കൈകേയിയുടെ ചെവിയിൽ രാമന്റെ യാചനാസ്വരമാണപ്പോൾ മുഴങ്ങിയത്. 'ചെറിയമ്മ വിചാരിച്ചാൽ മാത്രമേ... ഞാൻ പറഞ്ഞത് നടക്കൂ. ചെറിയമ്മയ്ക്കു മാത്രമേ അതിനു കഴിയൂ. ഇല്ലെങ്കിൽ ഞാൻ... ആർക്കുമുപകരിക്കാതെ മരണത്തിന്നടിമപ്പെടും.''

''സാധ്യമല്ല, സാധ്യമല്ല... മഹാരാജാ....''

മഞ്ചത്തിൽ പതുക്കെ തളർന്നിരുന്നുകൊണ്ട് ദശരഥൻ ചോദിച്ചു:

''സാധ്യമല്ലെന്നോ? നിനക്കും കൂടി പ്രിയപ്പെട്ടവനല്ലേ രാമൻ? പെറ്റമ്മ യേക്കാളും നീയല്ലേ അവനു പ്രിയപ്പെട്ടവൻ. നിനക്കും മറിച്ചല്ലല്ലോ. എന്നിട്ട്?''

''എനിക്കു പ്രിയപ്പെട്ടവൻ എന്റെ പുത്രൻ ഭരതനാണ്. ഏതൊരമ്മ യ്ക്കും പ്രസവിച്ച മക്കളോടാവും പ്രിയം കൂടുതൽ.''

തന്റെ നാവിൽനിന്ന് അങ്ങനെ ഒരു വാചകം വീണുപോയതിലും പറയേണ്ടിവന്നതിലും സ്വയം ശപിച്ചു കൈകേയി. പക്ഷേ, രാമനു വാക്കു കൊടുത്തുപോയി. അപ്പോൾ പറയാതിരിക്കാനാകില്ല. പറഞ്ഞു പോയി.

അസ്ഥാളിപ്പോടെ കൈകേയിയുടെ കൈകളിൽ പതുക്കെ തലോടി ക്കൊണ്ട് ദശരഥൻ ദീനഭാവത്തിൽ അവരെ നോക്കി. മഹാരാജാവിന്റെ കണ്ണുകളിൽ ഭയത്തിന്റെയും ആപൽശങ്കയുടെയും ഉറവകൾ പൊടിഞ്ഞു.

കൈ തട്ടിമാറ്റിക്കൊണ്ടു കൈകേയി പറഞ്ഞു:

''പണ്ട് രണ്ടു വരങ്ങൾ അങ്ങെനിക്കു നൽകിയിട്ടുണ്ട്. മറന്നിട്ടുണ്ടാ വില്ല. അങ്ങ് വാക്കു പാലിക്കേണ്ടത് രാജധർമ്മമാണ്, രാജനീതിയും.

''അതൊന്നും ചിന്തിക്കേണ്ട നേരമല്ലല്ലോ ഇത് കൈകേയി?''

''അതിനെക്കുറിച്ച് ചിന്തിക്കുകയും വരങ്ങൾ ആവശ്യപ്പെടുകയും

ചെയ്യേണ്ട ഏറ്റവും ഉചിതമായ അവസരം ഇതാണെന്ന് ഞാൻ കരുതുന്നു.''

''എന്തു വരമാണ് നീ ആവശ്യപ്പെടുന്നത്?''

''വരങ്ങൾ ഒന്നല്ല, രണ്ട്.''

''പറയൂ ഏതൊക്കെയാണെന്ന്.''

''ഒന്നു ഭരതനെ യുവരാജാവാക്കണം. പിന്നെ...''

ശരീരത്തിന്റെ പുറത്തേക്കു ചാടാനൊരുങ്ങുന്ന ഹൃദയത്തിന്റെ ഉച്ചത്തിലുള്ള രോദനം... ദശരഥൻ ചോദിച്ചത്, കൈകേകി കേട്ടിട്ടുണ്ടാവില്ല.

''പിന്നെ?''

''രാമൻ വനവാസത്തിനു പോകണം. പതിന്നാലു വർഷം.''

''കൈകേയീ, ഈ വൃദ്ധനെ ഇങ്ങനെ സങ്കടപ്പെടുത്തരുതേ.''

''സങ്കടമല്ല ഇവിടത്തേക്കു തോന്നേണ്ടത് ചാരിതാർത്ഥ്യമാണ്. അങ്ങു തന്ന വരം ഞാൻ ആവശ്യപ്പെടുകയോ ഓർമിപ്പിക്കുകയോ ചെയ്യാതെ അങ്ങ് ഓർക്കേണ്ടതായിരുന്നു.''

''കൈകേയീ, ഭരതനെ യുവരാജാവാക്കണം എന്ന നിന്റെ ആഗ്രഹം എനിക്കു മനസ്സിലാക്കാം. പക്ഷേ, രാമനെ കാട്ടിലേക്കയയ്ക്കണം എന്നത്?''

''വരങ്ങൾ രണ്ടാണെന്ന് ഞാൻ ഓർമിപ്പിച്ചു കഴിഞ്ഞു. അങ്ങു വാക്കു തന്നിരുന്നതും അങ്ങനെയാണ്. അവ രണ്ടും ഞാൻ ചോദിച്ചു കഴിഞ്ഞു. വാക്കു പാലിക്കാൻ സാകേതത്തിലെ മഹാരാജാവിനു സാധിക്കുമെങ്കിൽ അങ്ങനെ ചെയ്യാം. അതല്ലാ, സ്വന്തം വാക്കുകൾ ഉച്ഛിഷ്ടം വിഴുങ്ങുംപോലെ വിഴുങ്ങാനാണ് ഭാവമെങ്കിൽ അങ്ങനെയാവാം. ഞാനുടനെ കേകേയത്തിലേക്ക് പൊയ്ക്കൊള്ളാം; ഭരതനെയും കൂട്ടി.''

വിറയ്ക്കുന്ന ശരീരത്തോടെ മഞ്ചത്തിൽ ഇരിക്കുന്ന രാജാവിനെ നോക്കി കൈകേയി ഇത്രയും കൂടി പറഞ്ഞു:

''മഹാരാജാവേ, അവിടുന്ന് വിധിയനുസരിച്ച് സത്യം ചെയ്തതാണ്. മുപ്പത്തിമുക്കോടി ദേവന്മാരും ഇന്ദ്രൻ, അഗ്നി, അശ്വനീദേവകൾ എന്നിവരും സൂര്യചന്ദ്രാദി ഗ്രഹങ്ങളും ഗന്ധർവ രാക്ഷസാദികളുമുള്ള ഈ ഭൂമിയിലെ പത്തു ദിക്കുകളും നിശാസഞ്ചാരികളായ ദേവതകളും സർവഭൂതങ്ങളും ഈ സത്യത്തിനു സാക്ഷികളാണ്. അങ്ങ് സത്യസന്ധനും ധർമാത്മാവും ജിതേന്ദ്രിയനുമാണെങ്കിൽ, ഞാൻ ചോദിച്ച ഈ രണ്ടുവരങ്ങൾ ഇപ്പോഴെനിക്കു തരിക.'

മഞ്ചത്തിൽ കൈകളൂന്നി പതുക്കെ എഴുന്നേറ്റു, ദശരഥൻ. എന്നിട്ടു പുറത്തേക്കു നോക്കി വിളിച്ചു ചോദിച്ചു:

''സുമന്ത്രാ... സുമന്ത്രനുണ്ടോ പുറത്ത്?''

സുമന്ത്രൻ വാതിൽക്കലേക്കു വന്നു.

''എന്നെ ഉടനെ കൗസല്യയുടെ അന്തപ്പുരത്തിലേക്കു കൊണ്ടു പോകൂ. ഈ ദുഷ്ടയുടെ മുന്നിൽ ഒരു നിമിഷംപോലും നിൽക്കാൻ ഞാൻ ആഗ്രഹിക്കുന്നില്ല!''

ദുഃഖത്തിന്റെ കരിങ്കല്ലുകൾ കടിച്ചു പൊട്ടിക്കുംപോലെ ദശരഥൻ പറഞ്ഞു.

സുമന്ത്രൻ അകത്തേക്കു വന്നപ്പോൾ പലതായിരുന്നു വാർത്തകൾ.

രാജാവിനു ഭാര്യമാരിൽ ഏറ്റവും പ്രിയപ്പെട്ടവളാണു കൈകേയി എന്നറിയാവുന്ന സുമന്ത്രൻ അമ്പരപ്പോടെ നിന്നു. അമ്പേറ്റ ഗജേന്ദ്രനെപ്പോലെ നിലത്തേക്കു വീഴാനാഞ്ഞ മഹാരാജാവിനെ താങ്ങിക്കൊണ്ട് സുമന്ത്രൻ പുറത്തേക്കു പോകുമ്പോഴും ആ സംശയം ബാക്കി നിന്നു.

ഉപധാനത്തിൽ മുഖമമർത്തി കൈകേയി തേങ്ങിത്തേങ്ങി കരഞ്ഞു.

തന്റെ പ്രിയപ്പെട്ട ഭർത്താവ്.

മൂന്നു ഭാര്യമാരിലും അളവറ്റു സ്നേഹിക്കപ്പെടുന്നവളെന്ന് അഹങ്കരിച്ചിരുന്നു. ആ അദ്ദേഹം അൽപം മുമ്പു സംബോധന ചെയ്ത വാക്കുകൾ – ''ദുഷ്ട'', തന്റെ രാമനുവേണ്ടിയാണതു കേട്ടത്. അവന്റെ ജീവനു വേണ്ടി മാത്രം.

യാത്രാരംഭം

അന്തപ്പുരത്തിന്റെ വിശാലമായ ആരാധനാഗൃഹത്തിൽ അലങ്കരിച്ച് പ്രതിഷ്ഠിച്ച മഹാദേവ വിഗ്രഹത്തിനു മുന്നിൽ ആരതി ഉഴിയുകയാണു ജാനകി. ആ മനസ്സിലൂടെ, ആ മുഹൂർത്തത്തിൽ അനേകം ചിന്തകൾ കടന്നുപോയി.

കഴിഞ്ഞുപോയത് അവിചാരിതവും അവിശ്വസനീയവുമായ സ്വപ്ന സമാന ഘോഷയാത്ര നടന്ന ദിവസങ്ങളായിരുന്നു, മിഥിലയിലെ കൊട്ടാര ത്തിൽ ദാസിമാരോടും സഹോദരിമാരോടുമൊപ്പം കളിച്ചു, ചിരിച്ചു നടന്ന തന്റെ ജീവിതം എത്ര പെട്ടെന്നാണ് മാറിമറിഞ്ഞത്.

ദശരഥ മഹാരാജാവിന്റെ സീമന്തപുത്രനായ ശ്രീരാമചന്ദ്രനെയും അദ്ദേഹത്തിന്റെ സഹോദരൻ ലക്ഷ്മണനെയും കൊണ്ട് വിശ്വാമിത്ര മഹർഷി മിഥിലയിൽ കാലുകുത്തിയ ആ നിമിഷം തന്റെ ജീവിതം മാറിമറഞ്ഞു.

ശൈവചാപത്തെക്കുറിച്ച് സഭയിലെ താതന്റെ പ്രസ്താവനയും ഉടനെ അതു കാണാൻ ദശരഥപുത്രൻ ആഗ്രഹം പ്രകടിപ്പിച്ചതും ശൈവ ചാപം കുലയ്ക്കാൻ വിശ്വാമിത്ര മഹർഷി നിർദ്ദേശിച്ചതും അദ്ദേഹം ശൈവചാപം കുലച്ചതും തന്നെ വേട്ടതും ഒക്കെ അവിശ്വസനീയമായ ഏതൊക്കെയോ സംഭവങ്ങളുടെ അരങ്ങേറ്റം പോലെ തോന്നുന്നു.

വിദേഹരാജധാനിയുടെ മട്ടുപ്പാവിൽ വച്ചേ ആ കോമളശരീരത്തെ കണ്ണുകളിലൂടെ ഉഴിഞ്ഞു, മനസ്സിലേക്ക് ആവാഹിച്ചു പതിപ്പിച്ചിരുന്നു, വൈദേഹി. തന്റെ ഓരോ രോമകൂപവും ആ കോമളകളേബരത്തിൽ ലയിക്കാൻ ആർത്തിപൂണ്ടു. ആദ്യരാത്രിയെക്കുറിച്ച് തോഴിമാർ പറഞ്ഞു തന്ന മധുരാനുഭവങ്ങളുടെ സാക്ഷാത്കാരത്തിനുവേണ്ടി അവൾ കാത്തിരുന്നു.

മണിയറയിൽനിന്നും ഇറങ്ങിപ്പോയ പ്രാണനാഥൻ മടങ്ങിവന്ന് നിരാശതയോടെയും വൈഷമ്യത്തോടെയും നേരേ നോക്കാതെയും

പറഞ്ഞതോർത്തു സീത. ''സീതേ, ഉപവാസത്തിലാണ് ഇനിതൊട്ട് നമ്മൾ രണ്ടു പേരും.''

അമ്പരപ്പിന്റെ കണ്ണുകളിലേക്ക് അലിഞ്ഞിറങ്ങവേ സീത ചോദിച്ചു: ''ഉപവാസത്തിലോ എനിക്കൊന്നും മനസ്സിലാവുന്നില്ലല്ലോ ആര്യ പുത്രാ...''

മഞ്ചത്തിലിരിക്കാതെ തൊട്ടപ്പുറത്തുകിടന്ന ഉപസ്ഥത്തിൽ ഇരുന്നു കൊണ്ട് രാമചന്ദ്രൻ തുടർന്നു പറഞ്ഞു:

''അച്ഛൻ എന്നെ യുവരാജാവാക്കാൻ നിശ്ചയിച്ചിരിക്കുന്നു. പൂയം നക്ഷത്രത്തിന്റെ അന്നാണ് അഭിഷേകം. അച്ഛനും കുലഗുരു വസിഷ്ഠ മഹർഷിയും പറയുന്നു. ഉപവാസം അനുഷ്ഠിക്കണമെന്ന്. ഇന്ദ്രിയ നിഗ്രഹത്തോടെ, ഏകാഗ്രമനസ്സോടെയുള്ള ഉപവാസമായിരിക്കണം. ദർഭതൽപത്തിലേ ശയിക്കാവൂ. ഉപവസിക്കുമ്പോൾ അതിന്റെ അനു ഷ്ഠാനവിധികൾ പറഞ്ഞുതരികയായിരുന്നു ഇത്രനേരവും. ആചാര്യ വസിഷ്ഠ ബ്രഹ്മർഷി.''

അന്തപ്പുരത്തിലെ മറ്റൊരു അറയിൽ ഒരുക്കിയ ദർഭമെത്തയിലേക്കു സീതയെ ആനയിക്കുകയും ചെയ്തു രഘുനാഥൻ. പിന്നെ അദ്ദേഹം എവിടേക്കോ പോയി. ആർദ്രതയും വികാരവും ഫണം താഴ്ത്തിയ നിമിഷങ്ങൾ.

ഉപവാസം ഇന്നു പുലർച്ചയോടെ അവസാനിച്ചിരിക്കുന്നു. ചൈത്ര മാസത്തിലെ പൂയം നക്ഷത്രമാണിന്ന്. പ്രഭാതത്തിൽത്തന്നെ മാഗധ ന്മാരും സൂതന്മാരും സ്തുതിഗീതങ്ങൾ ആലപിക്കാൻ തുടങ്ങിയിരുന്നു.

മട്ടുപ്പാവിലെത്തി തെരുവിലേക്കു നോക്കിനിന്നു സീത. രാജപാത കൾ മുഴുവൻ നനച്ച് പൂ വിതറിയിരിക്കുന്നു. മനോഹരങ്ങളായ കൊടി ക്കൂറകൾ തൂങ്ങുന്ന ധ്വജങ്ങൾ നിരത്തിക്കെട്ടിയിരിക്കുന്നു. വിശുദ്ധമായ ഗന്ധം വമിക്കുന്ന പൂമാലകളുമേന്തി വിപ്രവര്യന്മാർ തെരുവിലൂടെ തിര ക്കിട്ടു നടക്കുന്നു. വേദോച്ചാരണഘോഷം പലയിടത്തു നിന്നും മുഴ ങ്ങുന്നു. പല ദേശങ്ങളിൽ നിന്നായിക്കൊണ്ടുവന്ന വിശിഷ്ടമായ കുതിരകൾ തെരുവിലൂടെ കുതിക്കുന്നു. ആഭരണങ്ങളണിയിച്ച ആന കൾ അവിടവിടെ ഒരു വരവേൽപ്പിനെന്നപോലെ ഒരുങ്ങിനിൽക്കുന്നു. അയോധ്യ ആഘോഷത്തിമിർപ്പിലാണ്.

അച്ഛൻ വിളിക്കുന്നു എന്നും പറഞ്ഞ് ആര്യപുത്രനെ രാവിലെതന്നെ സചിവമുഖ്യൻ സുമന്ത്രൻ കൂട്ടിക്കൊണ്ടുപോയിരിക്കുന്നു.

വ്രതാനുഷ്ഠാനവാസത്തോടെ, ഇനി അച്ഛന്റെ അനുഗ്രഹം കൂടി വാങ്ങിയിട്ട് വേഗം വരാം സീതേ എന്നു പറഞ്ഞാണ് അദ്ദേഹം ഇറങ്ങി യത്.

മഹാദേവപൂജ കഴിഞ്ഞ് മട്ടുപ്പാവിലേക്കു തന്നെ വന്നു സീത. തെരുവിലെ കാഴ്ചകൾ കണ്ടുനിന്നു.

കൊട്ടാരത്തിന്റെ താഴെ ഒരു രഥം വന്നു നിൽക്കുന്നത് അവൾ കണ്ടു. രഥത്തിൽനിന്നു ശ്രീരാമചന്ദ്രൻ ഇറങ്ങി. ആര്യപുത്രനെ സ്വീകരിക്കാനായി സീത മട്ടുപ്പാവിൽനിന്നു താഴേക്ക് ഓടിയിറങ്ങി.

പ്രധാന വാതിലിനു മുന്നിൽ ആരതിത്തട്ടുമായി നിന്ന മൈഥിലി ശ്രീരാമചന്ദ്രന്റെ മുഖഭാവം കണ്ട് അമ്പരന്നു പോയി. യുവരാജാവാകാൻ പോകുന്ന പ്രസന്നഭാവത്തിനു പകരം ഏതോ കടുത്ത തീരുമാനമെടുത്ത, താപസന്റെ ദൃഢതയുള്ള മുഖഭാവമാണ് കണ്ടത്.

''എന്തുപറ്റി പ്രഭോ? അവിടെത്തെ മുഖം വല്ലാതെയിരിക്കുന്നു. അഭിഷേകത്തിന് എന്തെങ്കിലും കാലതാമസം?''

''കാര്യങ്ങളൊക്കെ ആകെ മാറിയിരിക്കുന്നു വൈദേഹീ. അഭിഷേകം നടക്കില്ല. ഭരതൻ യുവരാജാവാകണമെന്ന് ചെറിയമ്മ കൈകേയി ആഗ്രഹം പ്രകടിപ്പിച്ചിരിക്കുന്നു.''

''അതു നല്ലതല്ലേ? വലിയ ഉത്തരവാദിത്വത്തിൽനിന്ന് അങ്ങേയ്ക്കു മോചനം?''

''ശരിയാണ്. മറ്റൊരു പ്രധാന ഉത്തരവാദിത്വം കൂടി ചെറിയമ്മ എന്നിൽ ഏൽപിക്കാൻ ആഗ്രഹിക്കുന്നു.''

"എന്താണത്?"

"പതിന്നാലു വർഷം ഞാൻ കാട്ടിൽ വസിക്കണം. അതാണ് ചെറിയമ്മയുടെ ആഗ്രഹം."

ശ്രീരാമചന്ദ്രൻ ഒന്നു ദീർഘമായി നിശ്വസിച്ചു. കൃതാർത്ഥതയുടെ ദീർഘനിശ്വാസം.

കൈകേയിച്ചെറിയമ്മ എന്തോ അനുഗ്രഹം നൽകിയതുപോലെയാണ് അദ്ദേഹം സംസാരിക്കുന്നത്.

ശൈവചാപം മുറിഞ്ഞതിന്റെ ശബ്ദം ഒരിക്കൽക്കൂടി സീത കേട്ടു. കാതുകളിലേക്കല്ല അതു വന്നു വീണതിപ്പോൾ. അവളുടെ ഹൃദയത്തിന്റെ ആഴത്തിലേക്കാണ്; ഘോരമായ ഒരിടിനാദംപോലെ.

കൊട്ടാരത്തിനകത്തേക്കു നടന്നുകൊണ്ട് രാമചന്ദ്രൻ തുടർന്നു: "അച്ഛനെയും അമ്മയെയും കൈകേയി ചെറിയമ്മയെയും ഞാനെന്റെ സമ്മതം അറിയിച്ചിരിക്കുന്നു. ഇനിയുള്ള കാലം വനവാസമാണ്. ഞാൻ സന്തോഷവാനാണ്. യാത്ര പറയേണ്ടത് ഇനി ഭവതിയോടു മാത്രം."

ഒരു നിമിഷത്തെ മൗനത്തിനുശേഷം സീത ചോദിച്ചു.

"എന്നോടു യാത്ര പറയേണ്ട ആവശ്യമെന്ത് പ്രഭോ. അങ്ങയോടൊപ്പം ഞാനും ഉണ്ടാവില്ലേ?"

"അങ്ങനെയല്ല മൈഥിലീ... കാനനവാസം എനിക്കേ പറഞ്ഞിട്ടുള്ളൂ. ദേവിക്കതു വിധിച്ചിട്ടില്ല. ഇനിയുള്ള പതിന്നാലുവർഷം ദേവി ഇവിടെ അമ്മമാരെ ശുശ്രൂഷിക്കണം. അവരുടെ ഹിതങ്ങൾ നോക്കണം. ശ്രദ്ധിച്ച് സമയം ചെലവഴിക്കാം. തീർന്നില്ല." മുഖം കുനിച്ചു നിന്ന തന്നെ നോക്കി രാമചന്ദ്രൻ പറഞ്ഞു.

സീത മുഖമുയർത്തി രാമചന്ദ്രനെ നോക്കി. കണ്ണുകൾ നിറഞ്ഞുവന്നു. ദുഃഖത്തിന്റെ കറുപ്പിലേക്കു കോപത്തിന്റെ ചുവപ്പും അവളുടെ കണ്ണുകളിലേക്കു കടന്നു.

"പ്രഭോ, ഒന്നും അറിയാത്തവനെപ്പോലെ സംസാരിക്കരുത്. അങ്ങേയ്ക്കു വനവാസത്തിനുള്ള കൽപന കിട്ടിയ ആ നിമിഷം തന്നെ അത് എനിക്കും കിട്ടിക്കഴിഞ്ഞു. ഭർത്താവിന്റെ ഒരു ഭാഗം തന്നെയാണ് ഭാര്യ. അങ്ങയുടെ മാതാവോ പുത്രിയോ സ്നേഹിതയോ അല്ല ഞാൻ. പത്നിയാണ്. ധർമ്മപത്നി. അവിടുന്ന് വനത്തിലേക്കു പ്രവേശിക്കുമ്പോൾ വനത്തിലെ കല്ലും മുള്ളും ചവിട്ടി മെതിച്ച്, അങ്ങയുടെ പാദങ്ങൾ വേദനിക്കാതിരിക്കാൻ ശ്രദ്ധിച്ച്, മുന്നിൽ നടക്കേണ്ടത് ഞാനാണ്. അങ്ങയുടെ ഈ ധർമ്മപത്നി. ഈ വിധി നിർണയിക്കപ്പെട്ടതാണ്."

സീതയിൽ തനിക്കു മാത്രം കാണാൻ കഴിയുന്ന ഈശ്വരചൈതന്യം രാമൻ നോക്കിനിന്നു. എന്തുപറഞ്ഞാണ് ഇനി ദേവിയെ പിന്തിരിപ്പിക്കാൻ ശ്രമിക്കേണ്ടത്. രാമൻ സംശയിച്ചു.

‘‘ദേവാ...’’ സീത വിളിച്ചു.

തന്റെ മനോഗതം സീത രഘുരാമനെ അറിയിച്ചു. ‘‘കൊട്ടാരത്തിലായാലും വനത്തിലായാലും സീതയില്ലാത്ത രാമൻ അപൂർണനാവും. രാമനെവിടെയോ അവിടെ അദ്ദേഹത്തിന്റെ നിഴലായി സീതയുണ്ടാകണം. ദൃശ്യമായ നിഴലായി, നിർലീനമായ നിഴലായി. അല്ലാതെ എന്നെ ഉപേക്ഷിച്ചു പോകാനാണ് നിശ്ചയിക്കുന്നതെങ്കിൽ ഒരു കാര്യം അറിഞ്ഞോളൂ. അങ്ങ് വനത്തിൽ പ്രവേശിക്കുന്ന ആ നിമിഷം സീത അഗ്നിപ്രവേശം ചെയ്തിരിക്കും. വിവാഹിതയായ ഒരു കുലീന വനിതയ്ക്ക് ഭർത്താവാണ് ദൈവം. ഈ വിവരം എന്റെ ജ്യേഷ്ഠസഹോദരന്മാരെ കൂടി അറിയിച്ചോളൂ.’’

സീതാദേവിയുടെ വാക്കുകൾ കേട്ട് രാമൻ കുഴങ്ങി. താപസനെപ്പോലെ കാട്ടിൽ അലഞ്ഞുതിരിഞ്ഞ്, സീതയെ അവരുടെ തീരുമാനത്തിനു വിടാമെന്ന രാമന്റെ ആഗ്രഹം ആ നിമിഷം പൊലിഞ്ഞു. താൻ മനസാ പൂജിച്ചാരാധിക്കുന്ന ഈ ദിവ്യവിഗ്രഹം ഒരിക്കലും ഇല്ലാതായിക്കൂടാ.

‘‘അങ്ങനെയാണ് ദേവിയുടെ തീരുമാനമെങ്കിൽ... സർവേശ്വരനായ മഹാദേവൻ അങ്ങനെയാണ് നിശ്ചയിച്ചിട്ടുള്ളതെങ്കിൽ അതുതന്നെ നടക്കട്ടെ.’’ സീതയോട് രാമൻ പറഞ്ഞു.

സീത ചില തീരുമാനങ്ങളെടുത്തു. മറ്റു സ്ത്രീകളിൽനിന്നും ക്ഷമചിത്തയായിരിക്കണം സീത. മനസ്സ് വികാരകലുഷിതമാകരുത്. രാമനെ ദേവനായി കാണുക. മറ്റൊരു ചിന്ത മനസ്സിനെ അലട്ടരുത്. അസ്വസ്ഥചിത്തയാകരുത്. ആത്മരോദനങ്ങൾ പാടില്ല. സ്നേഹത്താൽ, കാമത്താൽ, മുഗ്ധതരളിതനായി ഒരു നാൾ അദ്ദേഹം തന്നെ കീഴടക്കും. ആ അഗാധതയിലേക്ക് കൊണ്ടുപോകും. മറ്റെല്ലാം മറന്ന് പരസ്പരം നിർലീനമായ പരമാനന്ദ ചേതസ്സുകളാവും. അതുവരെ ഈ സീത പാതിവ്രത്യത്തോടെ അടക്കിപ്പിടിച്ചതെല്ലാം പ്രാണനാഥന്റെ മുന്നിൽ അർപ്പിക്കും.

സീത രാമപാദം തൊട്ടു വന്ദിച്ചു, ഭക്തിപുരസ്സരം.

‘‘ദേവി അരുത്.’’ രാമൻ കാൽപാദം പെട്ടെന്നു പിന്നോട്ടെടുത്തു.

അപ്പോഴേക്കും ഒരു ദാസൻ വന്ന് വണങ്ങിക്കൊണ്ടു പറഞ്ഞു:

‘‘യുവരാജാവ് വിജയിക്കട്ടെ.’’

പുഞ്ചിരിയോടെ രാമൻ പറഞ്ഞു: ‘‘യുവരാജാവ് ഞാനല്ല സുഗുണാ. വന്ന കാര്യം?’’

‘‘ലക്ഷ്മണകുമാരൻ അങ്ങയെ മുഖം കാണിക്കാനായി കാത്തുനിൽക്കുന്നു.’’

''വരാൻ പറയൂ.''

കോപിച്ച ഘോരസർപ്പത്തെപ്പോലെ ചീറിക്കൊണ്ടാണ് ലക്ഷ്മണൻ കടന്നുവന്നത്.

''ജ്യേഷ്ഠാ, ഞാനെന്താണ് ഈ കേൾക്കുന്നത്? അയോധ്യയുടെ യുവരാജാവാകേണ്ട അങ്ങ് അച്ഛന്റെ ഇംഗിതത്തിനു വഴങ്ങി വനവാസ ത്തിന് പോകുന്നെന്നോ?''

''അതെ കുമാരാ, അതാണ് അച്ഛന്റെ ഇംഗിതം.''

''ആരുടെ കുബുദ്ധിയാണിത്?''

മേഘഗർജനം പോലെയാണ് ലക്ഷ്മണൻ ചോദിച്ചത്.

''അച്ഛന്റെ ഇംഗിതമോ ജ്യേഷ്ഠാ? ഒരു സ്ത്രീയുടെ ഉപദേശം കേട്ട്, ജ്യേഷ്ഠനെ വനത്തിലേക്ക് അയയ്ക്കാൻ തീരുമാനിച്ച അച്ഛന്റെ മനസ്സ് കെട്ടുപോയിരിക്കുന്നു. ശത്രുക്കളോ അസൂയാലുക്കളോ പോലും ജ്യേഷ്ഠനെ ദോഷം പറയാറില്ല. ജ്യേഷ്ഠൻ വൈരികൾക്കുപോലും ദേവതുല്യനാണ്. ഇങ്ങനെയൊരു പുത്രനെ വനത്തിലുപേക്ഷിക്കാൻ സ്വബുദ്ധിയുള്ള ആരെങ്കിലും ചിന്തിക്കുമോ? കാമവികാരത്തിന് അടിമ പ്പെട്ട്, ഒരു സ്ത്രീയുടെ ദുർപ്രേരണയ്ക്കു വഴങ്ങി അധർമം ചെയ്യാൻ പുറപ്പെടുന്ന ഒരാളെ സ്വന്തം പിതാവാണെങ്കിൽ പോലും വധിക്കാൻ ഞാൻ ഒരുക്കമാണ്. വാസ്തവത്തിൽ അതല്ലേ നമ്മൾ ചെയ്യേണ്ടത്? കാര്യകാരണങ്ങളെക്കുറിച്ചു ചിന്തിക്കാതെ ബുദ്ധിഹീനത കാണിക്കുന്ന ദശരഥരാജാവിന് ഇനി ജീവിക്കാൻ അർഹതയില്ല.''

കോപക്കലികൊണ്ടു വിറച്ചു നിൽക്കുന്ന ലക്ഷ്മണനെ സഹതാപ ത്തോടെ നോക്കി രാമൻ പറഞ്ഞു:

''ഉണ്ണീ ലക്ഷ്മണാ, അവിവേകം പറയരുത്. ചിന്തിക്കുകപോലും ചെയ്യരുത്. സർവസംഗപരിത്യാഗികളായ മഹർഷിവര്യന്മാർ പോലും പിതാവിന്റെ ആജ്ഞ അനുസരിക്കുന്നതിൽ വീഴ്ച വരുത്തിയിട്ടില്ല. ധർമജ്ഞനും മഹാതപസ്വിയും പണ്ഡിതനുമായിരുന്ന, കുണ്ഡുമഹർഷി താതാജ്ഞപ്രകാരം ഗോഹത്യപോലും നടത്തിയില്ലേ? നമ്മുടെ വംശ ത്തിലെ തന്നെ മറ്റൊരു മഹാരാജാവിന്റെ ആജ്ഞ പ്രകാരം ഭൂമി കുഴിച്ച് മരണം വരിച്ചില്ലേ പുത്രന്മാർ? അച്ഛന്റെ കൽപനപ്രകാരം സ്വന്തം മാതാ വായ രേണുകയുടെ ശിരസ്സുവെട്ടി വധിച്ചില്ലേ 'ജമദഗ്നി' പുത്രനായ ഭാർഗ്ഗവരാമൻ? ഉണ്ണീ, ധർമം, അർഥം, കാമം എന്നിവയിൽ കൂടി മാത്രമേ മോക്ഷപ്രാപ്തി സാധ്യമാവുകയുള്ളൂ. ധർമമാണ് ഈ മൂന്നു പുരു ഷാർത്ഥങ്ങളെയും ഒരുമിച്ചു നിർത്തുന്നത്. അച്ഛൻ രാജാവാണ്. ഗുരു വാണ്. പോരെങ്കിൽ ചക്രവർത്തിയും. മൂന്നുതരത്തിലും ആ ആജ്ഞ ഞാൻ പാലിക്കണം. രാജാവിന്റെ പ്രജയാണ് ഞാൻ. പ്രജയെ നാടു

കടത്താനുള്ള അധികാരമുണ്ട് രാജാവിന്. കോപിച്ചോ സന്തോഷിപ്പിച്ചോ കാമമോഹിതനായോ എങ്ങനെയായാലും അച്ഛന്റെ കൽപനയാണ്. അത് നിറവേറ്റാതിരിക്കാൻ കഴിയില്ല എനിക്ക്.''

ലക്ഷ്മണൻ മൗനം പാലിച്ചു നിന്നു.

''കുമാരാ ലക്ഷ്മണാ, ഇത് ഒരപമാനമാണെന്ന് നീ കരുതുന്നു. തെറ്റ്, സുഖം ദുഃഖം, ക്ഷമ, കോപം, ലാഭം, വൃദ്ധി, നാശം എന്നതൊക്കെ തോന്നലാണ്. മായക്കാഴ്ചകളായി നമ്മുടെ മുന്നിൽ അവതരിക്കുന്ന വയാണ്, ദൈവത്തിന്റെ ശക്തിയാണ് പരമമായ ശക്തി.''

''ജ്യേഷ്ഠാ, പരാജിതന്റെ വാക്കുകളാണ് അങ്ങിപ്പോൾ പറയുന്നത്. ശക്തനായ ഒരു ക്ഷത്രിയനിൽനിന്ന് ഇങ്ങനെയുള്ള ദുർബലവാക്കുകൾ കേട്ടിട്ട് എനിക്കു ലജ്ജ തോന്നുന്നു. ഞാനിതാ, സത്യം ചെയ്യുന്നു. എനിക്ക് വീരലോകങ്ങളൊന്നും വേണ്ട. അവിടുത്തെ അഭിഷേകം നടന്നു കണ്ടാൽ മതി. ഉഗ്രപരാക്രമിയായ ഏതു രാജാവിനെയും നേരിടാൻ ഈ ഒരുത്തൻ മതി. ഈ വില്ല് വെറും ആഡംബരത്തിനുള്ളതല്ല. ഈ ഖഡ്ഗം അലങ്കാരമല്ല. ഈ നിശിതശരങ്ങൾ വെറുതെ ആവനാഴിയിൽ സൂക്ഷിക്കാനുള്ളതല്ല. ജ്യേഷ്ഠാ, ഈ ഭൂമി മുഴുവൻ അവിടുത്തെ കാൽ ക്കീഴിലാക്കാൻ അവിടുത്തെ കൽപന ഒന്നു മാത്രമേ എനിക്കു വേണ്ടൂ.''

മത്തഗജത്തെപ്പോലെ നിൽക്കുന്ന സൗമിത്രിയെ മാറോടണച്ചു പിടിച്ചുകൊണ്ട് രാമൻ പറഞ്ഞു.

''ലക്ഷ്മണാ, ധൈര്യമുള്ളവനു കോപമുണ്ടാവില്ല; താപവും. നീ സന്തുഷ്ടനാകൂ അനുജാ. എന്റെ വനവാസകാലാവധി പൂർത്തിയാക്കി ഞങ്ങൾ തിരിച്ചെത്തുംവരെ, എന്റെ നന്മയ്ക്കുവേണ്ടി പ്രാർത്ഥിക്കൂ. ദാ, ഈ വൈദേഹിയെക്കൂടി അനുജനായ നിന്നെ ഏൽപിക്കാൻ ഞാൻ സന്നദ്ധനാണ്. ദേവി ഇവിടെ തുടരാൻ ഇഷ്ടപ്പെടുന്നെങ്കിൽ.''

''ജ്യേഷ്ഠാ, അങ്ങ് വനവാസത്തിനു മനസ്സുറപ്പിച്ചുവെങ്കിൽ ഒരു കാര്യം അങ്ങ് മനസ്സിലാക്കിക്കൊള്ളൂ.''

ചുമലിലെ വില്ല് ഇടംകൈയിലെടുത്ത് മുന്നോട്ടു നീട്ടിപ്പിടിച്ചു ലക്ഷ്മണൻ പറഞ്ഞു: ''ഈ വില്ലു സാക്ഷിയാക്കി, സത്യധർമങ്ങളെ സാക്ഷിയാക്കി, ഈ സുമിത്രാതനയനിതാ പ്രതിജ്ഞയെടുക്കുന്നു. ആരണ്യത്തിലേക്കാണെങ്കിലും അഗ്നിയിൽ ദഹിക്കാനാണെങ്കിലും എന്റെ ജ്യേഷ്ഠന്റെ മുന്നിലായി നടക്കാൻ ഞാനുണ്ട്, ഈ ലക്ഷ്മണൻ.''

ദണ്ഡകാരണ്യം

രാമൻ കൊട്ടാരം വിട്ടിറങ്ങി. ഒപ്പം സീതയും. അയോധ്യയിലെ പൗരാവലി മുഴുവൻ വിലാപത്തോടെ അവരെ പിൻതുടർന്നു. എല്ലാ സുഖങ്ങളും ത്യജിച്ച് കാമുകനോടൊപ്പം വീടുവിട്ടിറങ്ങിയ പ്രണയിനിയുടെ മനസ്സായിരുന്നു സീതയുടേത്. ഏതു കാട്ടിലും മുള്ളിലും താൻ തന്റെ രാമനോടൊപ്പമുണ്ടാവും. പറയാതെ പറയുന്ന ചുണ്ടുകളിൽനിന്നും ജനങ്ങൾ അതു വായിച്ചെടുത്തു.

പട്ടുവസ്ത്രങ്ങൾക്കു പകരം പരുപരുത്ത വല്ക്കലം ധരിച്ച് വനയാത്രയ്ക്കിറങ്ങിയ മൂന്നുപേരെയും കണ്ട് അയോധ്യാനിവാസികൾ കണ്ണീർ വാർത്തു.

കോസലത്തിന്റെ അതിർത്തിയിൽ എത്തിയപ്പോൾ രാമൻ മാതൃഭൂമിയുടെ നേർക്കു നോക്കി തൊഴുതുകൊണ്ടു പറഞ്ഞു:

''അമ്മേ, സൂര്യവംശരാജാക്കന്മാർ കാത്തുസൂക്ഷിച്ചും രക്ഷിച്ചും പോരുന്ന മാതൃഭൂമി, രാമചന്ദ്രൻ അവിടത്തോടു വിട ചോദിക്കുന്നു. ഇതിൽ വസിക്കുകയും ഇതിനെ പാലിക്കുകയും ചെയ്യുന്ന ദിക്ദേവതമാരോടും യാത്രാമൊഴി. പിതാവിനു കൊടുത്ത വാക്കു പാലിച്ച് പതിന്നാലു വർഷങ്ങൾക്കുശേഷം തിരിച്ച് ഞാനിവിടെ എത്തിക്കൊള്ളാം. അമ്മേ കൈകേയീ, മാപ്പ്.''

രാമന് യാത്രാമംഗളം നേരും പോലെ നദീതീരത്തെ തരുക്കളും ലതകളും കുറ്റിക്കാടുകൾ പോലും വേപഥു പൂണ്ടു.

സരയൂ നദി കടന്നു അവർ.

ജ്വലിക്കുന്ന ആകാശം.

ഗംഗയുടെ പ്രശാന്ത തീരങ്ങൾ.

പൂത്തുലഞ്ഞ വൃക്ഷങ്ങൾ, പൂക്കളുടെ രൂക്ഷഗന്ധം പരത്തി പാറിക്കളിക്കുന്ന നനവുള്ള കാട്. സുന്ദരിയായ സീതയെക്കണ്ട് അസൂയയോടെ നോക്കുന്ന മുത്തരളികൾ, കൈതപ്പൂക്കൾ. അവർ സീതയുടെ

വരവു കണ്ട് ആർത്തലച്ചു. 'രാമന്റെ പൗരുഷത്തിനു ചേരുന്ന സീത'. അവർ പരസ്പരം മന്ത്രിച്ചു.

ഗംഗാതീരത്തു വച്ചാണ് നിഷാദവംശത്തിന്റെ തോണിക്കാരനായ ഗുഹനെ അവർ കണ്ടത്.

ഗുഹന്റെ ആതിഥ്യം സ്വീകരിച്ച് രാമൻ ലക്ഷ്മണനോടും സീതയോടുമൊപ്പം അന്ന് അവിടെ കഴിച്ചുകൂട്ടുവാൻ തീരുമാനിച്ചു.

അവരുടെ മുന്നിൽ താണുതൊഴുതുകൊണ്ട് ഗുഹൻ പറഞ്ഞു:

''രാമചന്ദ്രപ്രഭോ, ലക്ഷ്മണകുമാരാ, സീതാദേവീ, സുഖമായി, സമാധാനമായി വിശ്രമിച്ചുകൊള്ളൂ. എന്റെ സൈന്യങ്ങൾ സർവ്വസന്നാഹങ്ങളോടെ ചുറ്റും വ്യഗ്രതയോടെ കാവൽ നിൽക്കുന്നുണ്ട്. ഈ കാട്ടിൽ ഞാൻ അറിയാത്തതായി ഒന്നും ഇല്ല. ഒന്നുകൂടി പറയാൻ അടിയൻ ആഗ്രഹിക്കുന്നു. പ്രഭോ, അങ്ങ് അങ്ങയുടെ പിതാവിന് കൊടുത്ത വാക്ക് പതിന്നാലുവർഷം കാട്ടിൽ വസിച്ചുകൊള്ളാം എന്നാണ്. ഇതും വനമാണ്. ഈ ഉപവനത്തിൽ അങ്ങേയ്ക്ക് പതിന്നാലുവർഷം കഴിച്ചുകൂട്ടാം. ദാസനായ ഈ ഗുഹനുണ്ടാവും മൂന്നുപേരെയും നിത്യം പരിചരിക്കാൻ. യാതൊരു കുറവും ഒന്നിനും വരില്ല.''

പുഞ്ചിരിയോടെ രാമൻ പറഞ്ഞു.

''ഗുഹാ, അങ്ങയുടെ വാക്കുകൾ ഉചിതം തന്നെ. നന്ദി. പക്ഷേ, ജനങ്ങൾ ഏറെ താമസിക്കുന്ന ഈ പ്രദേശത്ത് കഴിഞ്ഞുകൂടാനല്ല ഞാൻ ആഗ്രഹിക്കുന്നത്. വിജനമായ നിബിഡവനത്തിലാണ്. അതും സന്ന്യാസവേഷധാരിയായി. അതു മാത്രമല്ല ഈ പതിന്നാലു വർഷം മുനിമാർക്കു യോജിക്കുന്ന വ്രതവും ഞാൻ സ്വീകരിക്കണം. സീതയുടെയും ലക്ഷ്മണന്റെയും അനുവാദത്തോടെ ഞാൻ ഇപ്പോൾത്തന്നെ ജടാധാരിയാകാൻ പോകുന്നു. സീതയും ലക്ഷ്മണനും ഇവിടെ നിൽക്കട്ടെ. ഗുഹന്റെ ആതിഥ്യം അവർക്കു സ്വീകരിക്കാം, താൽപര്യമാണെങ്കിൽ. എനിക്കു സന്തോഷമേയുള്ളൂ. വിജനമായ നിബിഡവനവാസം അവർക്കു കടുത്ത ബുദ്ധിമുട്ടുണ്ടാക്കിയേക്കാം. പക്ഷിമൃഗാദികൾ ഇവർക്കു ഭയം നൽകിയേക്കാം.''

സീത രാമനെ നോക്കി.

വിവാഹം കഴിഞ്ഞ നാൾ തൊട്ട് തന്നെ അകറ്റി നിർത്താൻ രാമചന്ദ്രൻ ആഗ്രഹം പ്രകടിപ്പിക്കുന്നു. ആദ്യം അയോധ്യയിലെ കൊട്ടാരത്തിൽ വസിക്കാൻ ഉരുവിട്ടു. രണ്ടാമത് സ്വന്തം ഗൃഹത്തിലേക്ക് മടങ്ങിപ്പോകാനുള്ള അനുവാദം തന്നു. മൂന്നാമതായി ദാ, ഇപ്പോൾ ഗുഹനോടും ആ ആഗ്രഹം പ്രകടിപ്പിച്ചിരിക്കുന്നു രാമൻ. ലക്ഷ്മണകുമാരനോടൊപ്പം ഇവിടെ നിൽക്കുക എന്ന ആഗ്രഹം.

അതു മാത്രമല്ലല്ലോ മനസ്സിനെ ഉലയ്ക്കുന്ന മറ്റൊന്നുകൂടി ആ തിരുവായിൽനിന്നു വീണിരിക്കുന്നു. മൂന്നുനാൾക്കുള്ളിൽ തന്റെ ഭർത്താവിതാ സന്ന്യാസം സ്വീകരിക്കുന്നു. എങ്കിൽപ്പിന്നെ എന്തിനായിരുന്നു ഈ വിവാഹം? അറിഞ്ഞുകൂടാ. മഹാദേവൻ താൻ മുന്നിൽ വിരിക്കുന്ന ഈ മായാനുഭവങ്ങളുടെ പൊരുളറിയുന്നില്ലല്ലോ.

ഗുഹൻ പേരാലിന്റെ ഭസ്മം കൊണ്ടുവന്നു.

രാമലക്ഷ്മണന്മാർ ജടാധാരികളായി. പിറ്റേന്നു രാവിലെ അലങ്കാരത്തോണികളിൽ ഗംഗയുടെ തെക്കെ തീരത്തേക്ക് ഗുഹൻ മൂന്നു പേരെയും എത്തിച്ചു.

ഗംഗയുടെയും കാളിന്ദിയുടെയും സംഗമസ്ഥാനത്തേക്ക് നടന്നു നീങ്ങുമ്പോഴാണ് എവിടെ നിന്നോ പുക ഉയരുന്നത് അവർ കണ്ടത്.

അവിടേക്ക് ചൂണ്ടി രാമൻ പറഞ്ഞു:

''അനുജാ, ഏതോ മഹർഷിയുടെ ആശ്രമം ഇതിനടുത്ത് ഉണ്ടെന്ന് തോന്നുന്നു. ഹോമകുണ്ഡത്തിൽനിന്ന് ഉയരുന്ന പുകയാണത്.''

അവർ അതിന്റെ നേർക്കു നടന്നു.

ഘോരതപസ്സുകൊണ്ട് സുസ്ഥിരമനസ്സായ മഹർഷിവര്യൻ ഭരദ്വാജന്റെ ആശ്രമത്തിലാണ് അവർ എത്തിച്ചേർന്നത്. ചുറ്റും നിൽക്കുന്ന ശിഷ്യന്മാരുടെ നടുവിലിരുന്ന് ഹോമകർമ്മങ്ങൾ ചെയ്യുകയായിരുന്നു മഹർഷി.

അതു തീരുന്നതിനു കാത്തുനിന്ന രാമനും ലക്ഷ്മണനും സീതയും അടുത്തേക്കു ചെന്നു വന്ദിച്ചപ്പോൾ തീക്ഷ്ണങ്ങളായ കണ്ണുകൾ രാമന്റെ നേർക്ക് ഉയർത്തിക്കൊണ്ട് മുനി ചോദിച്ചു:

''ദശരഥപുത്രനായ രാമൻ അല്ലേ?''

''അതേ മഹർഷേ, അച്ഛന്റെ ആജ്ഞയനുസരിച്ച്, ദണ്ഡകാരണ്യത്തിലേക്കുള്ള യാത്രയിലാണ് ഞാൻ. എന്റെ കൂടെ അനുജൻ ലക്ഷ്മണനുണ്ട്.''

''അപ്പോൾ ധർമ്മപത്നിയോ?''

മഹർഷി ചോദിച്ചു.

''സീതാദേവിയും ഉണ്ട്.''

രാമൻ ശബ്ദം താഴ്ത്തി പറഞ്ഞു.

''അറിഞ്ഞിരിക്കുന്നു നാം. പുണ്യതീർത്ഥങ്ങളായ രണ്ടു നദികളുടെ സംഗമസ്ഥാനമാണിത്. ഇനിയും പതിന്നാലുവർഷം നിങ്ങൾക്ക് സന്ന്യാസദീക്ഷയോടെ ഇവിടെ താമസിക്കാം.''

''ഭഗവാൻ...''

കൈകൾ കൂപ്പിക്കൊണ്ട് രാമൻ പറഞ്ഞു:

“മഹാകോസലം ഇവിടെ നിന്ന് അധികം ദൂരെയല്ല, ഞങ്ങൾ ഇവിടെ ഉണ്ടെന്നറിഞ്ഞാൽ അയോധ്യയിൽനിന്നു പ്രജകൾ ഇവിടേക്ക് വന്നു കൊണ്ടേയിരിക്കും. അങ്ങേയ്ക്കും അത് ഒരു ബുദ്ധിമുട്ടാകും.”

എല്ലാം അറിയുന്നവനെപ്പോലെ ഭരദ്വാജമുനി പുഞ്ചിരിച്ചു.

രാജ്യം ഭരിക്കാൻ താൽപര്യമില്ലാത്തവൻ, ഭാര്യാസമേതം കൊട്ടാരത്തിൽ സുഖഭോഗങ്ങളിൽ മുഴുകാൻ താൽപര്യമില്ലാത്തവൻ, മംഗല്യം ചാർത്തിയ കന്യകയെ ഭാര്യയാക്കാൻ കഴിയാതെ, ദേവീവിഗ്രഹമായി കാണാൻ മാത്രം കഴിയുന്ന രാമൻ. ഇതെല്ലാം അറിയുന്നവനാണ് താനെന്ന് ഭരദ്വാജമുനി പ്രകടിപ്പിച്ചില്ല. എത്രയൊക്കെ പറഞ്ഞാലും രാമന്റെ മനസ്സ് മാറ്റിയെടുക്കാനാവില്ലെന്ന് ഭരദ്വാജമുനിക്ക് അറിയാം.

“ശരി, അങ്ങനെയെങ്കിൽ മറ്റൊരു സ്ഥലം പറഞ്ഞുതരാം ഞാൻ. ഇവിടെനിന്നു പത്തു നാഴിക ദൂരത്താണ് ചിത്രകൂടപർവതം. ശാന്തമായ

തീരമാണ് നിങ്ങളുടെ ലക്ഷ്യമെങ്കിൽ അതിന് ഉത്തമമായ സ്ഥലം ചിത്ര കൂടത്തിന്റെ താഴ്വാരം തന്നെയാണ്.''

മഹർഷിയുടെ ആതിഥ്യം സ്വീകരിച്ച് അന്ന് അവിടെ കഴിച്ചുകൂട്ടിയ അവർ പിറ്റേന്നു രാവിലെത്തന്നെ ഭരദ്വാജമുനിയോടു യാത്ര പറഞ്ഞ് ചിത്രകൂടാചലത്തിലേക്കു പുറപ്പെട്ടു.

അതിശക്തിയോടെ ഒഴുകുന്ന കാളിന്ദിയുടെ തീരംവരെ അവരെ അനുഗമിക്കുകയും ചെയ്തു മുനിപുംഗവൻ.

''രാമാ, ഗംഗാനദി കാളിന്ദിയുമായി സംഗമിക്കുന്ന പുണ്യസ്ഥല മാണിത്. ഇനി യമുനയുടെ തീരത്തുകൂടി പടിഞ്ഞാറു ചെന്നാൽ മുനി ജനങ്ങൾ ഇറങ്ങിയ കാൽപാടുള്ള കടവു കാണാം. അവിടെ ഒരു ചങ്ങാട മുണ്ടാക്കി നിങ്ങൾക്ക് യമുന കടക്കാം.''

ഭരദ്വാജമുനിയെ നമസ്കരിച്ച് അവർ മുന്നോട്ടു നടന്നു.

ചങ്ങാടം കെട്ടി യമുനയുടെ തെക്കെ തീരത്തെത്തിയ രാമനും ലക്ഷ്മണനും വൈദേഹിയും ചിത്രകൂടപർവതത്തിന്റെ പാർശ്വസ്ഥലി യിൽത്തന്നെ താമസമുറപ്പിക്കാൻ നിശ്ചയിച്ചു.

''ലക്ഷ്മണാ, നമുക്കു താമസിക്കാൻ ഉത്തമമായ സ്ഥലം ഇതു തന്നെയാണ്.''

''എനിക്കും അങ്ങനെ തോന്നുന്നു ജ്യേഷ്ഠാ, ഇവിടെ ഞാനൊരു പാർപ്പിടം ഉണ്ടാക്കിത്തരാം. ഇവിടത്തേക്കും ജ്യേഷ്ഠത്തിക്കും താമസിക്കാ നായി.''

സീതയോട് രാമൻ അഭിപ്രായം ചോദിച്ചില്ല. ജ്യേഷ്ഠാനുജന്മാർ ഓരോന്നു നിശ്ചയിക്കുന്നു. ഭർത്താവിന്റെ ആജ്ഞ അനുസരിക്കുക എന്നതാണ് ധർമ്മപത്നിയുടെ കടമ. ഒരഭിപ്രായം പറയുന്നതും ശരിയല്ല. എല്ലാം സഹിക്കാമെന്ന ഉറപ്പിലാണല്ലോ ഇറങ്ങിപ്പുറപ്പെട്ടതും. മൗന മാണ് ഉചിതം. മൗനത്തിന്റെ മഹാവൽക്കലത്തിൽ തന്റെ ചിന്തകളെ പൊതിഞ്ഞുവച്ചു. വൈദേഹി. ഭൂമിപുത്രിയാണ് താൻ. ഭൂമിയോളം ക്ഷമ അനുഷ്ഠിക്കേണ്ട ഭൂമിപുത്രി.

ജ്യേഷ്ഠന്റെ ആജ്ഞയനുസരിച്ച് ലക്ഷ്മണൻ ഉത്തമങ്ങളായ പല തരം വൃക്ഷങ്ങളും മരക്കൊമ്പുകളും ലതകളുംകൊണ്ട് മനോഹരമായ ഒരാശ്രമം തിർത്തു.

വിധിപ്രകാരം നീരാട്ടു കഴിഞ്ഞ് ജപത്തോടെ രുദ്രയജ്ഞം. വിഷ്ണു യജ്ഞം, വിശ്വദേവതാബലി എന്നീ കർമങ്ങൾ വാസ്തുശാന്തിക്കായി നടത്തി. ആശ്രമത്തിനു യോജിക്കും വിധത്തിൽ ദേവാലയവും ചൈത്യവും പണിതീർത്തു. വിവിധ പുഷ്പങ്ങൾ, ചമത എന്നിവയർ പ്പിച്ച്, കായ്കനികളും വേവിച്ച മാംസവും നിവേദിച്ച് തർപ്പണം നടത്തി.

പർണശാലയിലേക്ക് സീതാസമേതനായി പ്രവേശിച്ചുകൊണ്ട് രാമൻ പറഞ്ഞു:

''ഇനിയുള്ള പതിന്നാലു വർഷങ്ങൾ ഈ പർണശാലയിൽ യാഗ ഹോമാദികൾ നടത്തി സന്ന്യാസിയും സന്ന്യാസിനിയുമായി നമുക്കു കഴിഞ്ഞുകൂടാം. മൈഥിലി മൂന്നുനേരം സ്നാനം ചെയ്ത് കായ്കനികൾ ഭക്ഷിച്ച് ദേവിയെ പൂജിച്ചും അനുജൻ ലക്ഷ്മണനോടുമൊപ്പം ശേഷിച്ച ജീവിതകാലം മുഴുവൻ ഇവിടെ കഴിയാൻ ആഗ്രഹിക്കുന്നു ഞാൻ. പതിന്നാലു സംവത്സരങ്ങൾ കഴിഞ്ഞാലും അയോധ്യയിലേക്ക് മടങ്ങിപ്പോകാൻ എനിക്കു തോന്നണമെന്നില്ല.''

ആനന്ദബാഷ്പങ്ങളോടെ, രാമനെ ഒരു ദാസിയെപ്പോലെ സീതാദേവി ഉപചരിക്കുന്നു. ആ നിമിഷം ലക്ഷ്മണൻ ഊർമിളയെപ്പറ്റി ഓർക്കാതിരുന്നില്ല. തന്നെയോർത്ത് ഒരിക്കലും ഊർമിള മനംനൊന്തു കരയില്ല. കാരണം, അവൾക്കും ശ്രീരാമചന്ദ്രജ്യേഷ്ഠൻ ദൈവത്തെപ്പോലെയാണ്. മാത്രമല്ല, സ്ത്രീകളിൽ വച്ച് ഏറ്റവും പക്വതയുള്ളവളാണ് അവൾ.

വിവിധ വർണങ്ങളിലുള്ള പൂക്കൾ നിറഞ്ഞ വലിയൊരു വൃക്ഷക്കൊമ്പിൽ ലക്ഷ്മണൻ കയറിയിരുന്നു; ഒരു കാവൽക്കാരനെപ്പോലെ.

പെട്ടെന്നാണത് കണ്ടത്.

വടക്കൻ ദിക്കിൽ നിന്നു നാനാവിധത്തിലുള്ള ആയുധങ്ങൾ ധരിച്ച് ഒരു ചതുരംഗസൈന്യം വരുന്നു. ഉയർന്നു നിൽക്കുന്ന തേർ കൊടിമരങ്ങളിൽ പാറുന്ന കൊടികളിൽ പാരിജാതവൃക്ഷം ആലേഖനം ചെയ്തിരിക്കുന്നു.

മഹാകോസലത്തിന്റെ കൊടിയടയാളം ലക്ഷ്മണൻ തിരിച്ചറിഞ്ഞു.

പരിഭ്രമവും കോപവും മറച്ചുവയ്ക്കാതെ ലക്ഷ്മണൻ വിളിച്ചു: ''യാഗാഗ്നി കെടുത്തണം. പുക ഉയരരുത്. ജ്യേഷ്ഠത്തി ഗുഹയ്ക്കുള്ളിൽ പോയി മറഞ്ഞ് ഇരിക്കണം, പോർച്ചട്ട ധരിച്ച്, വില്ലും കുലച്ച് ശരങ്ങളുമെടുത്ത് നമ്മൾ തയ്യാറായി നിൽക്കണം.''

''എന്തിന്?''

''ഒരു ചതുരംഗസൈന്യം അകലെനിന്ന് ഇങ്ങോട്ടു വരുന്നതായി കണ്ടു ഞാൻ.''

''ഏതൊരു രാജാവാണ് ഇപ്പോൾ ഇങ്ങോട്ടു വരുന്നത് കുമാരാ?''

''മറ്റാരുമല്ല ജ്യേഷ്ഠാ. അയോധ്യയുടെ അധിപതിയായ കൈകേയീപുത്രനാണ് വരുന്നത്. അഭിഷേകം കഴിഞ്ഞ ഗർവോടെ നമ്മെ ഇല്ലാതാക്കാനുള്ള വരവ്. മാതാവായ കൈകേയി പറഞ്ഞയച്ചതാവാം. അതുറപ്പ്. കൊടിയടയാളം ശ്രദ്ധിച്ചു ഞാൻ.''

ഉഗ്രഭാവത്തോടെ ലക്ഷ്മണൻ പറഞ്ഞു: ''നമ്മെ ദ്രോഹിച്ച, ധർമ്മം ഉപേക്ഷിച്ച ഭരതരാജകുമാരനെ ഈ നിമിഷം വധിക്കുവാൻ ഞാൻ

ആഗ്രഹിക്കുന്നു. ഇതൊരു നല്ല അവസരമാണ്. കൈകേയീപുത്രനെ വധിച്ച ശേഷം അങ്ങ് തിരിച്ചുചെന്ന് അയോധ്യ ഭരിക്കണം.''

രാമൻ ലക്ഷ്മണനെ സശ്രദ്ധം വീക്ഷിച്ചു. പാവം അനുജൻ.

പുഞ്ചിരിയോടെ, സമാശ്വാസ വചനം പോലെ രാമൻ പറഞ്ഞു. സത്യം മറച്ചുപിടിച്ച്:

''യുദ്ധത്തിനൊന്നും ഞാൻ ആഗ്രഹിക്കുന്നില്ല ഉണ്ണീ. ലൗകികം മനസ്സിലില്ലാത്ത ഞാൻ മറ്റുള്ളവരെ ഉപദ്രവിക്കാൻ തയ്യാറല്ല. രാജ്യഭരണവും കുടുംബഭാരവും എന്റെ മനസ്സിലില്ല.''

''ക്ഷത്രിയന്മാർ എപ്പോഴും ആഗ്രഹിക്കേണ്ടതാണ് യുദ്ധം എന്ന് മുൻപ് ഗുരുക്കന്മാർ പഠിപ്പിച്ചത് മറന്നോ ദാശരഥി? അതോ കാട്ടിലെ ഈ അലസവാസംകൊണ്ട്, വെറും സുഖലോലുപനായിക്കഴിഞ്ഞോ അങ്ങ്, ഈ ചെറിയ കാലത്തിനിടയ്ക്ക്?''

''കുമാരാ, ലക്ഷ്മണാ; നീ വല്ലാതെ കോപിച്ചിരിക്കുന്നു. കോപം ബുദ്ധിഭ്രമമുണ്ടാക്കും. അതുകൊണ്ട് ഞാൻ പറയുന്നത് ശാന്തനായി കേൾക്കൂ. ഭരതൻ സ്വമനസ്സാലേ ഇങ്ങോട്ടു വരികയാണ്. എന്റെ അനുജനെ വധിച്ച്, അതിന്റെ ദുഷ്പേരോടെ കിട്ടുന്ന രാജ്യം എനിക്ക് എന്തിനാണ് ലക്ഷ്മണാ? ഇതിനുമുൻപ് എപ്പോഴെങ്കിലും നമുക്ക് അനിഷ്ടമായ എന്തെങ്കിലും ഭരതന്റെ നാവിൽനിന്ന് വീണിട്ടുണ്ടോ? എന്നിട്ടും നീ എന്തിനാണ് ഭരതനെ അധിക്ഷേപിക്കുന്നത്, സംശയിക്കുന്നത്?''

''ജ്യേഷ്ഠാ...''

''ഞാൻ പറയുന്നതു മുഴുവൻ കേൾക്കൂ അനുജാ. അയോധ്യ വേണമെന്ന് നിനക്ക് ആഗ്രഹമുണ്ടോ? എങ്കിൽ ഞാൻ ഭരതനോട് അഭ്യർത്ഥിക്കാം. അയോധ്യ നിനക്കു തരണമെന്ന്. ഭരതൻ അത് സന്തോഷത്തോടെ നിനക്കു തരും. കാഷായവസ്ത്രം നിനക്കു ചേരില്ലെന്നുണ്ടോ? കുടയും നിനക്കു ഭാരമാണെന്നു തോന്നുന്നുണ്ടോ? എങ്കിൽ പറയൂ. എന്നോടൊപ്പം ഗമിക്കണമെന്ന് ഞാനൊരിക്കലും ആവശ്യപ്പെട്ടിരുന്നില്ലല്ലോ. ഇനിയും നിനക്കു തീരുമാനം മാറ്റാം. എല്ലാ തടസ്സങ്ങളും വലിച്ചെറിയൂ.''

ലജ്ജയോടെ മുഖം താഴ്ത്തി ലക്ഷ്മണൻ.

അച്ഛന്റെ മരണവൃത്താന്തവുംകൊണ്ടായിരുന്നു ഭരതന്റെ വരവ്.

ജ്യേഷ്ഠനെ ദൂതൻ വഴി അറിയിക്കാതെ ആ ദുഃഖവാർത്ത നേരിട്ടറിയിക്കാനായിരുന്നു ഭരതന്റെ വരവ്.

''ജ്യേഷ്ഠാ...'' രാമന്റെ പാദങ്ങളിൽ നമസ്കരിച്ചെഴുന്നേറ്റ്, ഭരതൻ ദുഃഖത്തോടെ പറയാൻ തുടങ്ങി.

''ഞാനും ശത്രുഘ്നനും കേകയത്തു താമസിക്കുന്ന കാലത്ത്,

അങ്ങ് ദണ്ഡകാരണ്യത്തിലേക്ക് പുറപ്പെട്ട ഉടനെ അച്ഛൻ സ്വർഗാരോഹണം ചെയ്തു.''

അമ്പരന്ന മുഖവുമായി രാമൻ എല്ലാവരെയും നോക്കി. പിന്നെ ഒരു വന്മരം കടപുഴകി വീഴുംപോലെ മണ്ണിലേക്കു വീണു.

സീത ഓടിച്ചെന്ന് ആ മുഖത്തു വെള്ളം തളിച്ചു. ഭരതൻ ദേഹം താങ്ങിയെടുത്ത് മടിയിൽ കിടത്തി. ലക്ഷ്മണൻ തന്റെ കാഷായവസ്ത്രം എടുത്തു വീശി.

രാമൻ മിഴികൾ തുറന്നു.

കൺമുന്നിൽ സീതാദേവി.

''ദേവീ, ദേവിയുടെ ശ്വശുരൻ അന്തരിച്ചു. ദേവിക്കു വേണമെങ്കിൽ അയോധ്യയിലേക്കു മടങ്ങാം.''

അടുത്തത് ലക്ഷ്മണനോടായിരുന്നു.

''ലക്ഷ്മണാ... നമ്മുടെ പിതാവ് പോയി. അതീവ ദുഃഖിതനായാണ് ഭരതൻ വന്നിരിക്കുന്നത്. കൊട്ടാരത്തിൽ അനുജന് നിന്റെ സഹായം വേണ്ടിവരും. നിനക്കു വേണമെങ്കിൽ... കേൾക്കുന്നുണ്ടോ നിങ്ങൾ?''

സങ്കടപരവശനായ രാമൻ എന്തൊക്കെയോ പുലമ്പുകയാണെന്ന് അവർക്കൊക്കെ തോന്നി.

രാമനെ സമാശ്വസിപ്പിക്കാൻ ശ്രമിച്ചുകൊണ്ട് ഭരതൻ പറഞ്ഞു:

''ജ്യേഷ്ഠാ, സംഭവിക്കേണ്ടത് സംഭവിച്ചു കഴിഞ്ഞു. ജ്യേഷ്ഠനും ലക്ഷ്മണനും അച്ഛന് ഉദകക്രിയ ചെയ്യണം.''

ഓടയ്ക്കാപ്പിണ്ണാക്കുകൊണ്ട് രാമലക്ഷ്മണന്മാർ പിതാവിന് ഉദകക്രിയ ചെയ്തു. അതിനുശേഷമാണ് വസിഷ്ഠനാൽ അനുഗതരായി രണ്ട് അമ്മമാർ അങ്ങോട്ടു വന്നത്. കൗസല്യാദേവിയും സുമിത്രാദേവിയും ആചാര്യനെയും അമ്മമാരെയും കാൽക്കൽ വീണു നമസ്കരിച്ചു, രാമനും ലക്ഷ്മണനും സീതയും.

''ജ്യേഷ്ഠാ.'' രാമന്റെ പാദങ്ങൾ തൊട്ടു വന്ദിച്ചുകൊണ്ട് പ്രതീക്ഷയോടെ ഭരതൻ പറഞ്ഞു:

''ഞങ്ങളെല്ലാവരും കൂടി വന്നിട്ടുള്ളത് ജ്യേഷ്ഠനെ അയോധ്യയിലേക്ക് കൊണ്ടുപോകാനാണ്. രാജാവില്ലാത്ത രാജ്യമായിരിക്കുന്നു അയോധ്യ.''

''രാജാവുണ്ട് ഉണ്ണീ.'' രാമൻ ശാന്തഭാവത്തിൽ പറഞ്ഞു. ''നീയാണ് അയോധ്യയുടെ രാജാവ്.''

''ഒരിക്കലുമല്ല. ഞാൻ ഒരിക്കലും അയോധ്യ ആഗ്രഹിച്ചിട്ടില്ല. നമ്മുടെ അച്ഛൻ ഇരുന്ന സിംഹാസനത്തിൽ ഇരിക്കാൻ സർവഥാ യോഗ്യൻ അങ്ങാണ്, അങ്ങു മാത്രം.''

“ഭരതാ, അച്ഛന്റെ ഇച്ഛയനുസരിച്ചാണ് ഞാൻ വനവാസത്തിനായി ഇറങ്ങിത്തിരിച്ചത്. ആ ഇച്ഛ, തിരുത്താൻ അച്ഛനിന്നില്ല. അതുകൊണ്ട് പതിന്നാലു വർഷം കഴിഞ്ഞേ ഇനി എനിക്ക് അയോധ്യയിലേക്ക് തിരിച്ചു വരാൻ കഴിയൂ. ഉണ്ണീ, നമ്മുടെ കൺകണ്ട ദൈവമായിരുന്നു അച്ഛൻ. അച്ഛന്റെ വാക്കുകൾ അസത്യമായിപ്പോകാൻ ഒരിക്കലും ആഗ്രഹിക്കരുത്.”

സ്ഥിരചിത്തനായ ജ്യേഷ്ഠന്റെ മനസ്സുമാറ്റാൻ കഴിയില്ലെന്ന് തിരിച്ചറിഞ്ഞ ഭരതൻ കുറ്റസമ്മതംപോലെ പറഞ്ഞു. “ജ്യേഷ്ഠാ, കാമത്താലോ ലോഭത്താലോ എന്റെ അമ്മ ജ്യേഷ്ഠനെ കാട്ടിലേക്കയച്ചു. അവർക്കു മാപ്പുകൊടുത്തുകൂടെ?”

“ഭരതാ, കാമത്താലോ ലോഭത്തോലോ അല്ല, എന്റെ അമ്മ അങ്ങനെ പറഞ്ഞതും പിതാവിനോട് ആവശ്യപ്പെട്ടതും. അവർ നിന്റെ മാത്രം അമ്മയല്ല. എന്റെയും അമ്മയാണ്. ഒരുപക്ഷേ, അവർ നിന്നേക്കാൾ സ്നേഹിക്കുന്നതും എന്നെത്തന്നെയാവും. അച്ഛന്റെ വാക്കുകൾ സത്യമാകേണ്ടത് ഇരുവരുടെയും ആവശ്യമാണ്. ലോകനന്മകൂടിയാവും അത്. അതിനു വേണ്ടിയാണ് അതു പറയപ്പെട്ടത്. ഏതുവിധത്തിലായാലും ഇത് നടന്നേ തീരൂ എന്നുള്ളതാണ്. ആ കന്യാശുല്കത്തിന്റെ കഥ ഒരു പക്ഷേ, നിനക്ക് അറിയുകയുണ്ടാവില്ല. എന്റെ അച്ഛന്റെ വാക്കുകൾ പാലിക്കാൻ മകനായ എനിക്കു കടമയുണ്ട്. അതിന് ഈ കന്യകയുടെ മനസ്സും ഉടലും ക്ഷീണിതയാകേണ്ടതില്ല. നീ സീതയോട് കാര്യങ്ങൾ പറഞ്ഞു മനസ്സിലാക്കി കൂടെ കൊണ്ടുപൊയ്ക്കൊള്ളൂ. അവിടെ അമ്മമാർക്ക് ദേവി കൂട്ടായിരിക്കും. സഹായിയാവും ഈ അവസരത്തിൽ.”

രാമനു മുമ്പേ ശിരസ്സു കുമ്പിട്ടു ഭരതൻ പറഞ്ഞു:

“ജ്യേഷ്ഠാ, അതവിടെ നിൽക്കട്ടെ. സീതാദേവി മാത്രമല്ല. അങ്ങും ഉണ്ടാവണം. അയോധ്യ ഭരിക്കുക ശ്രീരാമചന്ദ്രൻ തന്നെയാവും. അങ്ങയുടെ പ്രതിനിധിയായി ഈ പാദുകങ്ങൾ എനിക്കു തന്നാലും. പതിന്നാലു വർഷങ്ങൾ അയോധ്യാ നഗരത്തിനു പുറത്ത് ജടാവൽക്കലങ്ങൾ ധരിച്ച് ഞാൻ കഴിഞ്ഞുകൊള്ളാം. പതിന്നാലാമാണ്ട് കഴിഞ്ഞതിന്റെ പിറ്റേന്ന് അങ്ങയെ കണ്ടില്ലെങ്കിൽ, ജ്യേഷ്ഠാ, ആ കാണുന്ന അഗ്നികുണ്ഡത്തിലാണ് ഈ അനുജൻ പിന്നെ വിശ്രമിക്കുക.”

ഭരതൻ തിരിച്ചുപോയി.

രാമൻ ലക്ഷ്മണനോടു പറഞ്ഞു.

“കുമാരാ, നമ്മുടെ വാസസ്ഥാനം അയോധ്യാവാസികൾ അറിഞ്ഞു കഴിഞ്ഞു. എന്തിനും അവരിനി ഇവിടെ ഓടിയെത്തും. പാടില്ല. സ്വൈര്യതയാണ് എനിക്കാവശ്യം. ഈ സ്ഥലം ഉപേക്ഷിക്കാൻ ഞാൻ തീരുമാനിച്ചു

കഴിഞ്ഞു. ഭരതൻ എന്റെ മറുപടിയിൽ തൃപ്തനായിട്ടല്ല മടങ്ങിയിരിക്കുന്നത്. ഭരതന്റെ ആ ദുഃഖം അവനിലെ അഭിമാനത്തെ ചൊടിപ്പിക്കാതിരിക്കില്ല.''

''ജ്യേഷ്ഠന്റെ ഇംഗിതംപോലെ.''

സീത ഇരുവരെയും പകച്ചു നോക്കി. സങ്കടം വർധിച്ചു വർധിച്ചു വരികയാണ്.

മറുത്തൊന്നും പറയാതെ സീതയും അവരെ അനുഗമിച്ചു.

ഒരു സഹധർമിണി ചെയ്യേണ്ടത് ഇതാണ്. സീത മനസ്സിൽ പറഞ്ഞു. എങ്കിലും സീതയുടെ മനം ഇരുണ്ടു. അദ്ദേഹത്തോടൊപ്പം ഏതു കാട്ടിലും കല്ലിലും മുള്ളിലുമൊക്കെ കയറിയിറങ്ങാൻ സന്നദ്ധയാണ്. അവയെല്ലാം തനിക്ക് പുഷ്പപരവതാനികളാണ്. അത് അദ്ദേഹത്തെ അറിയിച്ചിട്ടും അദ്ദേഹത്തിനെന്തേ എന്നെ കൂടെക്കൂട്ടാൻ ഈ വൈമനസ്യം? ഭരതനോടെന്തേ അദ്ദേഹം ആ ആവശ്യം ഉന്നയിച്ചു, തന്നെ അയോധ്യയിലേക്ക് കൂട്ടിക്കൊണ്ടുപോകാൻ?

രാവണനിശ്ചയം

ദക്ഷിണസമുദ്രത്തിലെ അതിമനോഹരമായ ലങ്കാനഗരത്തിലെ മന്ഥര പർവതംപോലെ തലയെടുപ്പോടെ നിൽക്കുന്ന പ്രധാന രാജധാനിയുടെ സ്വർണപ്പടവുകൾ പതുക്കെ കയറുകയാണ് രാക്ഷസേന്ദ്രനായ രാവണൻ. ആ ധീരശൂരചക്രവർത്തിയുടെ മുഖം അസ്വസ്ഥതകൊണ്ട് കരുവാളിച്ചിരിക്കുന്നു. അതിശക്തന്മാരായ ആറ് അമാത്യന്മാർ മഹാദേവൻ, പ്രശസ്തൻ, മാരീചൻ, ശൂകൻ, സാരണൻ, ധുമ്രാക്ഷൻ എന്നീ അതിസാഹസിക പരാക്രമികളും രാവണമഹാമഹനെ അനുഗമിക്കുന്നുണ്ട്.

ചക്രവർത്തിയുടെ അസ്വസ്ഥതയുടെ കരിമേഘക്കറ സന്നിഹിതരായിരുന്ന ആറ് സചിവമുഖ്യന്മാരിലേക്കും പടർന്നു. എന്തുപറ്റി തങ്ങളുടെ രാജാവിന്? ഒരിക്കലും മുഖം ഇങ്ങനെ ഇരുണ്ടു കണ്ടിട്ടില്ലല്ലോ.

പടിക്കെട്ടുകളുടെ ഏറ്റവും മുകളിലെത്തിയപ്പോൾ, ഒരു കൈയാംഗ്യത്തോടെ മന്ത്രിപുംഗവന്മാരെ പറഞ്ഞയച്ചു രാവണൻ. തങ്ങളുടെ പ്രഭുവിന്റെ അസ്വസ്ഥതയ്ക്കു കാരണമെന്തെന്ന ആശയക്കുഴപ്പത്തോടെയും അമ്പരപ്പോടെയും അവർ പരസ്പരം നോക്കി ഒന്നും മനസ്സിലാകാതെ പിരിഞ്ഞുപോയി.

രാവണൻ വരാന്തയിലേക്കു കയറി.

നവരത്നങ്ങൾ പതിച്ച, സ്വർണനിർമിതമായ, ആയിരം തൂണുകളുള്ള നീണ്ട വരാന്ത. ഓരോ തൂണിനോടും ചേർന്ന് ഓരോ രാക്ഷസസുന്ദരിമാർ നിൽക്കുന്നു. ദശഗ്രീവനെ വരവേൽക്കാനെന്നപോലെ അകിലിന്റെയും ചന്ദനത്തിന്റെയും കസ്തൂരിയുടെയും വിവിധ പരിമളപുഷ്പങ്ങളുടെയും സുഗന്ധം അവിടെയൊക്കെ പരന്നിരിക്കുന്നു.

വരാന്തയുടെ ഇരുവശത്തും വിവിധ മന്ദിരങ്ങളാണ്. ചിത്രശാലാമന്ദിരങ്ങൾ, ക്രീഡാഗൃഹങ്ങൾ, രതിമന്ദിരങ്ങൾ തുടങ്ങി അനവധി അലങ്കാരഗൃഹങ്ങൾ. ഓരോ ഗൃഹത്തിനും മുന്നിൽ നിൽക്കുന്ന തരുണിമാർ.

ചക്രവർത്തി ഏതു മന്ദിരത്തിലേക്കാണ് വരിക എന്ന കുതൂഹലത്തോടെയും ഉത്കണ്ഠയോടെയും മോഹം കലർന്ന പ്രതീക്ഷയോടെയും നിൽക്കുന്നു. പ്രാസാദങ്ങൾക്കുള്ളിൽനിന്ന് അരഞ്ഞാണങ്ങളുടെയും കാൽച്ചിലങ്കകളുടെയും നാദവും മൃദംഗധ്വനിയും മുഴങ്ങുന്നു.

പിന്നിട്ടുപോന്ന ഓരോ മുഖത്തും നിരാശ പരത്തിക്കൊണ്ട് ഒന്നിലും ശ്രദ്ധിക്കാതെ ചക്രവർത്തി സ്വന്തം ശയ്യാഗൃഹത്തിലേക്കു നടന്നു. തനിത്തങ്കംകൊണ്ട് നിർമ്മിച്ച പള്ളിക്കട്ടിലിൽ വിവശതയോടെ ഇരുന്നു രാവണൻ.

രത്നഖചിതമായ വിവിധ ഭരണികളിൽനിന്നും പകർന്ന മദ്യം കൈയിലേന്തി ചിലങ്ക കിലുക്കി നടക്കുന്ന നാലു പരിചാരികമാരുടെ അകമ്പടിയോടെ, മണ്ഡോദരി അങ്ങോട്ടു കടന്നുവന്നു. സ്വർണപീഠങ്ങളിൽ മദ്യചഷകം നിരത്തിയ താലങ്ങൾ വച്ച് പരിചാരികമാർ പിന്നാക്കം അടി വച്ച് നടന്നുപോയി. നൂപുരധ്വനി അന്തരീക്ഷത്തിലെവിടെയോ അലിഞ്ഞില്ലാതായി.

രാവണന്റെ തൊട്ടടുത്തായി മഞ്ചത്തിൽ വന്നിരുന്നുകൊണ്ട് മണ്ഡോദരി തന്റെ ഭർത്താവിനെ ശ്രദ്ധിച്ചൊന്നു നോക്കി.

തെല്ലു ശങ്കയോടെ മണ്ഡോദരി പറയാൻ തുടങ്ങി: ''പ്രഭോ, എല്ലാ വിധത്തിലുമുള്ള ഐശ്വര്യങ്ങളുടെയും അടിസ്ഥാനം ഉത്സാഹമാണ്. സൂര്യതേജസ്സുപോലെ ആ ഉത്സാഹം എപ്പോഴും അങ്ങയുടെ മുഖത്ത് ഉണ്ടാവാറുമുള്ളതാണ്. പക്ഷേ, ഇന്നെന്തേ ഈ മുഖം വാടാൻ കാരണം?''

ചെമ്പഞ്ഞിച്ചാറ് വീണതുപോലെ കലങ്ങിച്ചുവന്ന കണ്ണുകൾ ഉയർത്തി മണ്ഡോദരിയെ ഒന്നു നോക്കി രാക്ഷസേന്ദ്രൻ.

മണ്ഡോദരിയോട് മൗനം പാലിക്കാനായില്ല. തമ്മിലിന്നുവരെ ഒരു കാര്യവും ഒളിച്ചുവച്ചിട്ടുമില്ല.

''നാം അസ്വസ്ഥനാണ് മണ്ഡോദരീ.''

ഘനഗംഭീരമായ ആ ശബ്ദത്തിന് ഒരു കമ്പിപൊട്ടിയ തന്ത്രിവാദ്യത്തിന്റെ നേർത്ത വിറയൽ സംഭവിച്ചിരിക്കുന്നുവല്ലോ എന്ന് ആധിപ്പെട്ടു മണ്ഡോദരി.

''അങ്ങയുടെ വാക്കുകൾ കേട്ട് ആശ്ചര്യം തോന്നുന്നു. ലക്ഷോപലക്ഷം വീരരാക്ഷസന്മാർ കാവൽ നിൽക്കുന്ന ഈ ലങ്കാപുരിയിൽ, കുബേരപുരിയേക്കാൾ സമൃദ്ധമായ ഈ കൊട്ടാരക്കെട്ടിൽ, ദേവന്മാരുടെ മുഴുവൻ രാജാവായ ഇന്ദ്രന്റെ അമരാവതിയേക്കാൾ ശ്രേഷ്ഠമായ ഈ അരമനയിൽ, അങ്ങേയ്ക്ക് അസ്വസ്ഥതയ്ക്കുള്ള കാരണം എന്താണെന്ന് മനസ്സിലാവുന്നില്ല. ഇനി അഥവാ അങ്ങനെ വല്ല കാരണവും ഉണ്ടെങ്കിൽ

ത്തന്നെ അതിനു തക്കതായ പരിഹാരവും ഉണ്ടാവില്ലേ പ്രഭോ? അങ്ങയെക്കൊണ്ട് അസാധ്യമായി എന്താണുള്ളത്? ഇവിടുത്തെ സന്തോഷമാണ് എന്റെയും സന്തോഷം.''

''ഉണ്ടാവണം എനിക്കും ഭവതിക്കും. ഒരിക്കൽ രാജ്യത്തിനുവേണ്ടി ചെയ്തുപോയ ദുഷ്കർമത്തിന്റെ പ്രകമ്പനം കാണുന്നു ഞാൻ. എന്റെ സന്തോഷത്തിനുവേണ്ടി നാളിതുവരെ ഒരു വാക്കുപോലും പരിഭവം പറയാതെ എന്നോടൊപ്പം രാപകൽ കഴിഞ്ഞവളാണ് ഭവതി. അതിനുള്ള പരിഹാരങ്ങളെക്കുറിച്ച് ഓർത്തിട്ടാണ് എന്റെ ഈ അസ്വസ്ഥത.''

''എന്താണങ്ങു പറഞ്ഞുവരുന്നത്. എനിക്കൊന്നും മനസ്സിലാവുന്നില്ല നാഥാ?''

''ദണ്ഡകാരണ്യത്തിൽ വസിക്കുന്ന നമ്മുടെ പ്രജകൾ അശുഭകരമായ ഒരു വാർത്ത കൊണ്ടുവന്നിരിക്കുന്നു മണ്ഡോദരീ.''

''എന്തു വാർത്ത, ആരെക്കുറിച്ചുള്ള വാർത്ത?''

''എനിക്കും നിനക്കും ഒരുപോലെ മനഃസ്താപം നൽകിക്കൊണ്ടിരിക്കുന്ന എന്റെ പൂർവകർമ്മം. നമുക്കു ഓർമ്മിക്കാനിഷ്ടപ്പെടാത്ത... നമ്മുടെ മകളെ കിങ്കരന്മാർക്കു വിട്ടുകൊടുത്ത അഭിശപ്ത മുഹൂർത്തം. ഭവതിയെ അറിയിക്കാത്ത ഒരു രഹസ്യമുണ്ട്.''

പെട്ടെന്ന്, വളരെനാൾ കൊണ്ട് അലോസരപ്പെടുത്തുന്ന ഒരു ഓർമ്മയുടെ നിലമേഘത്തുണ്ട് മണ്ഡോദരിയുടെ മുഖത്തേക്കു വീണു.

''ഓർമ്മയില്ലേ ദേവിക്ക്, വർഷങ്ങൾക്കു മുൻപ് ഒരു കൈക്കുഞ്ഞിനെ സ്വർണപേടകത്തിലാക്കി ഞാൻ വധിക്കാൻ കൊണ്ടുപോയത്?''

''ഇന്നലെ കഴിഞ്ഞതുപോലെ ഓർക്കുന്നു പ്രഭോ. ഒരമ്മയ്ക്കു മറക്കാൻ പറ്റുന്നതാണോ അങ്ങ് ചെയ്തത്? സ്വന്തം രക്തത്തിൽ പിറന്ന കുഞ്ഞിനെ വധിക്കുക. പക്ഷേ, അന്ന് ഞാൻ അങ്ങയെ വല്ലാതെ അധിക്ഷേപിച്ചു. കൂടാതെ കേഴുകയും ചെയ്തപ്പോൾ എന്റെ സഹധർമ്മിണി ദണ്ഡപതനത്തിന് ഇടയാവുമെന്ന് ഒരു ജ്യോതിഷപ്രവചനം ദേവി കേട്ടതല്ലേ എന്നരുളിയതു മാത്രമല്ല, ലങ്ക കത്തിനശിക്കുമെന്നും ജ്യോതിഷ പ്രവചനം?''

''ഇത്ര കാലമായിട്ടും ഒരേ ഒരു കുത്സിത പ്രവൃത്തിയോട് ഇപ്പോഴും യോജിക്കാനാവുന്നില്ല. സഹതാപമുണ്ട്. ആദ്യത്തെ കുഞ്ഞ്, എന്റെ പകുതി രക്തം, എന്റെ ഓമന മകൾ, അവളെവിടെയാണ്? അങ്ങ് ഈ ചോദ്യത്തിനുത്തരം തന്നിട്ടില്ല ഇതുവരെ.''

''കുറ്റബോധമുണ്ട് ഇപ്പോഴും ദേവീ. ഞാനവളെ ഉപേക്ഷിക്കുകയായിരുന്നു. വിദേഹരാജ്യത്തിന്റെ പരിസരത്ത്, ഞാനതു മറച്ചുവച്ചു നിന്നോട്.''

മണ്ഡോദരി ആപാദചൂഡം വിറങ്ങലിച്ചു. ഒരിടിനാദം മനസ്സിലും ശരീരത്തിലും ഒരുപോലെ. പലപ്പോഴും വിമാനത്തിൽ അതിലൂടെ കടന്നുപോകുമ്പോൾ അറിയാതെ ദീർഘനിശ്വാസമുതിർത്തിട്ടുണ്ട്. അവിടെ എന്റെ പ്രിയപുത്രി രാജകുമാരിയായി ജീവിക്കുന്നുണ്ടെന്നറിയുമ്പോൾ ആഹ്ലാദിക്കുകയും ചെയ്തിട്ടുണ്ട്. ആരെയുമറിയിക്കാതെ. പക്ഷേ ഇപ്പോൾ...''

''ഇപ്പോൾ, എന്തുപറ്റി നമ്മുടെ കുഞ്ഞിന്? അതും ദണ്ഡകാരണ്യവുമായി അവൾക്ക് എന്താണു ബന്ധം പ്രഭോ?''

''അവൾ ഇപ്പോൾ ദണ്ഡകാരണ്യത്തിലുണ്ട് മണ്ഡോദരീ.''

''എങ്ങനെ, എന്റെ മകൾ?''

മണ്ഡോദരി ക്ഷമയോടെ ഇരിപ്പിടത്തിൽനിന്നും എഴുന്നേറ്റു.

''അവൾ സുഖമായിരിക്കുന്നോ രാജൻ? സുന്ദരിയാണോ എന്റെ മകൾ? ആരോഗ്യവതിയാണോ? തുടുത്തിട്ടാണോ, വെളുത്തിട്ടാണോ? എനിക്കവളെ കാണാൻ കൊതിയായി. എല്ലാം തുറന്നു പറഞ്ഞ് നമുക്കവളെ ഇവിടേക്കു കൂട്ടിക്കൊണ്ടു വന്നാലോ?''

''അരുത് മണ്ഡോദരീ, സമാധാനമായിരിക്കൂ. ഇപ്പോൾ നമ്മൾ രണ്ടുപേരും അവൾക്കന്യരാണ്. അത്ര എളുപ്പമുള്ളതല്ല, ഭവതി ചിന്തിക്കുന്നത്.''

"എനിക്കെല്ലാം അറിയണം പ്രഭോ. എല്ലാം." മണ്ഡോദരി കണ്ണീർ തുടച്ചു.

"ഞാൻ പറയാം, എല്ലാം വിശദമായി പറയാം."

"അവളുടെ കുട്ടിക്കാലം തൊട്ടുള്ള കാര്യങ്ങൾ വിശദീകരിക്കാൻ അങ്ങേയ്ക്ക് കടമയുണ്ട്."

"വിദേഹത്തിലെ രാജാവായ ജനകൻ യാഗഭൂമി ഉഴവുന്ന അവസരത്തിൽ ഒരു സ്വർണപേടകം കണ്ടെടുത്തെന്നത് ഒരു നുണക്കഥയായിരുന്നു. ജനകനെപ്പറ്റി എനിക്കറിയാമായിരുന്നു. അതുകൊണ്ടാണ് കൊട്ടാരവളപ്പിലെ കൃഷിയിടത്തിൽ കൈക്കുഞ്ഞിനെ ഞാൻ ഉപേക്ഷിച്ചത്. ജനകൻ അവളെ കണ്ടെത്തി കൊട്ടാരത്തിലേക്കു കൊണ്ടുപോയി 'സീത' എന്നു നാമകരണവും ചെയ്തു."

ഉത്കണ്ഠയുടെ ഇരമ്പത്തോടെ മണ്ഡോദരി വീണ്ടും ചോദിച്ചു; വിശ്വാസമില്ലാത്ത മട്ടിൽ.

"അവൾ തന്നെയാണോ സീത, അവിടത്തേക്ക് ഉറപ്പുണ്ടോ?"

"മഹാകോസലത്തിലെ ദശരഥ രാജാവിന്റെ സീമന്തപുത്രൻ അവളെ ധർമ്മപത്നിയാക്കി, ഒരു ശൈവചാപം രണ്ടു കഷ്ണം ആക്കിയതിന്റെ നിറവിൽ."

ചുണ്ടൊന്നു കോട്ടിയിട്ട് കടുത്ത പുച്ഛത്തോടെ രാവണൻ പറഞ്ഞു: "ഒരു വെറും ശൈവചാപം. കൈലാസമാകെ എടുത്ത് അമ്മാനമാടിയ ഒരാളുടെ പുത്രി വെറും ഒരു ശൈവചാപം എടുത്തു കുലച്ചതിന്റെ പേരിലാണ് അയാളുടെ പത്നിയായത്. ദേവിക്കറിയുമോ കുട്ടിക്കാലത്ത് മരക്കൊമ്പുകളിലെ പൂക്കൾ എയ്തുവീഴ്ത്താൻ ഒരു ശൈവചാപമായിരുന്നു നമ്മുടെ മകൾ, കളിപ്പാട്ടംപോലെ ഉപയോഗിച്ചിരുന്നതെന്ന്. ദേവിയോട് അക്കാര്യങ്ങളൊന്നും ഞാൻ വിവരിച്ചിട്ടില്ല. പക്ഷേ, എന്റെ മകളെപ്പറ്റി ഞാൻ അന്വേഷിച്ചറിയുന്നുണ്ടായിരുന്നു."

സംശയം വീണ്ടും ബാക്കി.

"മഹാകോസലത്തിലെ രാജകുമാരൻ വിവാഹം കഴിച്ചുവെങ്കിൽ അവളെങ്ങനെ ദണ്ഡകാരണ്യത്തിലെത്തി?"

"വൃദ്ധനായ രാജാവ് ദശരഥൻ തന്റെ പുത്രനായ രാമനെ നാടു കടത്തി. നിർദ്ദയം വനവാസത്തിനയച്ചു എന്നാണ് ജനസംസാരമെങ്കിലും വാസ്തവം അതല്ലെന്നാണ് ചാരന്മാർ നല്കിയ വിവരം. രാജ്യഭരണത്തിന് തൽപരനല്ല, രാമചന്ദ്രൻ. ചുമതലകൾ ഏറ്റെടുക്കാനിഷ്ടമില്ലാതെ അദ്ദേഹം വനവാസം ഏറ്റെടുക്കുകയായിരുന്നു.

സീതയോടൊപ്പം ഒരു അർദ്ധനാരീശ്വരനായി കഴിയാനുള്ള മന സ്സാന്നിധ്യവും ഇല്ല. സീത വനവാസത്തിന് ഒപ്പം പോകുമെന്നു നിർ ബന്ധം പിടിച്ച് കൂടെ കൂടിയിരിക്കുകയാണ്. എപ്പോഴെങ്കിലും തന്റെ ഭർത്താവിന്റെ മനസ്സു മാറി തന്നെ സഹധർമ്മിണിയായി അംഗീകരിക്കും എന്ന പ്രതീക്ഷ. അതവൾ ഓരോ വല്ലിയോടും പുഴയോടും ദൈവങ്ങ ളോടും കരഞ്ഞു പ്രാർത്ഥിക്കാറുണ്ടത്രെ. ഒരിക്കൽ ഞാനുമതു കാണു വാനിടയായി. അവളുടെ ധർമ്മസങ്കടം അവരുടെ കൂടെയുള്ള രാമ രാജന്റെ അനുജൻ ലക്ഷ്മണനോടുപോലും അവൾ സൂചിപ്പിച്ചിട്ടില്ല.''

''കഷ്ടം... കഷ്ടം. പാവം കുട്ടി.''

''അതിനേക്കാൾ വലിയ കഷ്ടം മറ്റൊന്നാണ് ദേവി. എന്റെ വലിയ ദുഃഖവും അതാണ്. ഏറ്റവും പ്രതീക്ഷയോടെ ഭർത്താവിനെ മണിയറ യിൽ കാത്തിരിക്കുന്ന സീതയുടെ പൂർത്തീകരിക്കാത്ത വിവാഹജീവിതം. ആ ദുഃഖം, സ്വന്തം പിതാവ് അവളറിയാതെ അവളിൽനിന്നു തന്നെ അറിയുക. രാമൻ വനത്തിലേക്കു പുറപ്പെടും മുൻപ് ഉപവാസത്തിലാ യിരുന്നത്രെ. ബ്രഹ്മചര്യവ്രതത്തിൽ. വനത്തിൽ എത്തിയതോടെ സന്ന്യാ സവും സ്വീകരിച്ചുവത്രെ. ഒക്കെ കരുതിക്കൂട്ടിയല്ലേ? നമ്മുടെ മകളെയും സന്ന്യാസിയാക്കാനുള്ള ശ്രമത്തിലാണയാൾ. അതിനുവേണ്ടി 'അത്രി' മഹർഷിയുടെ ആശ്രമത്തിൽ ചെന്ന് സീതയെ അത്രിയുടെ പത്നി യായ അനസൂയയെ ഏൽപിച്ചിരുന്നുവത്രെ.''

''നമ്മുടെ മകളുടെ വിധി ഇത്രയ്ക്കും ദാരുണമായല്ലോ. ദശരഥ രാജാവിന്റെ ആ പുത്രൻ പുരുഷനാണോ എന്നുപോലും നാം സംശ യിക്കുന്നു. ഋഷ്യശൃംഗൻ നൽകിയ പയോഘൃതം ഭുജിച്ചിട്ടാണത്രെ മഹാരാജന്റെ മാതാവ് അയാളെ ഗർഭം ധരിച്ചത്. ചിലപ്പോൾ അതിന്റെ ഫലമാകാം.''

''അയാൾ, ആ ദശരഥൻ പുരുഷനാണെങ്കിൽ അല്ലേ ഈ പ്രയത്ന ങ്ങളൊക്കെ വേണ്ടൂ.''

രാവണൻ ക്രോധം കലർന്ന പുച്ഛരസത്തോടെ പുരികങ്ങളുയർത്തി ക്കൊണ്ടു പറഞ്ഞു.

''അങ്ങേയ്ക്കതിൽ സംശയമുണ്ടോ?''

''തീർച്ചയായും. ഇല്ലെങ്കിൽ എന്റെ സുന്ദരിയായ മകളോടൊപ്പം കഴിയാതെ സന്ന്യാസം സ്വീകരിക്കുമോ? എനിക്ക് ആ സംശയം തീർ ക്കണം.''

''അങ്ങേയ്ക്ക് കഴിയാത്തതായി ഒന്നുമില്ല പ്രഭോ. വിശേഷായൊരു പദ്ധതി അങ്ങേയ്ക്ക് ആസൂത്രണം ചെയ്യാനുള്ള കഴിവുണ്ട്.''

രാവണന്റെ അസ്വസ്ഥത തീർക്കാനായി മണ്ഡോദരി പ്രശംസാവചന ങ്ങൾ ചൊരിയാൽ തുടങ്ങി.

''ദേവാസുരയുദ്ധത്തിൽ ഇന്ദ്രന്റെ വജ്രായുധം ഏറ്റിട്ടും ഒരു പോറലു പോലും ഏൽക്കാത്തവനാണ് അങ്ങ്. ഐരാവതത്തിന്റെ കൊമ്പു തട്ടിയ തഴമ്പ് ഇപ്പോഴും ഈ മാറിലുണ്ട്. സുരാസുരയുദ്ധത്തിൽ അനേകം തവണ വിഷ്ണുചക്രം പോലും ഏറ്റിട്ടുണ്ട് അങ്ങേയ്ക്ക്. മഹാസാഗര ങ്ങളെ കലക്കിമറിച്ചവനാണങ്ങ്. ദിവ്യാസ്ത്രങ്ങളെല്ലാം പിഴയ്ക്കാതെ പ്രയോഗിക്കുന്നതിൽ അതിചതുരൻ. ഭോഗവതിപുരിയിൽ നിർഭയം കടന്നുചെന്ന് അത്യുഗ്രമഹാസർപ്പമായ തക്ഷകന്റെ പത്നിയെ കൂടെ ക്കൂട്ടിക്കൊണ്ടുപോന്നു. അവിടുന്ന്, നാഗരാജാവായ വാസുകിയെ പരാ ജിതനാക്കി, കുബേരനെ ജയിച്ച് പുഷ്പകവിമാനം എടുത്തുകൊണ്ടു പോന്നു. ചൈത്രരഥത്തേരും നന്ദനോദ്യാനത്തെയും ഛിന്നഭിന്നമാക്കി. ഉദിച്ചുയരുന്ന സൂര്യചന്ദ്രന്മാരെ ഉള്ളംകൈയിലെടുത്ത് കൊണ്ടുപോന്നു. ഈ അരമനകൾക്കുള്ളിൽ പോറ്റിവളർത്താനുള്ള ശക്തി ഈ ഇരുപതു കൈകൾക്കുണ്ട്. വേണ്ടിവന്നാൽ ദണ്ഡകാരണ്യത്തിലേക്ക് ചെന്ന് ആ സീതാരാമന്മാരെ ഇങ്ങോട്ടു പിടിച്ചുകൊണ്ടുവരാം അങ്ങേയ്ക്ക്.''

പ്രശംസാവചനങ്ങളുടെ ചടുലതയിൽ രാവണന്റെ മുഖം പതുക്കെ പ്പതുക്കെ പ്രസന്നമാകുന്നതും മാറും ശരീരവും പതിവിലും കൂടുത ലായി വിരിഞ്ഞു വീര്യം കൊള്ളുന്നതും മണ്ഡോദരി കണ്ടു.

''വിവാഹം കഴിഞ്ഞ ഉടനെ ബ്രഹ്മചര്യം സ്വീകരിക്കുന്നത് ക്രൂരത തന്നെയാണ്, സംശയമില്ല.'' രാവണൻ വീണ്ടും ഉരുവിട്ടു.

''ചിലപ്പോൾ അതൊരു മൂടുപടമാകാം. അല്ലെങ്കിൽ കാമവികാരം നശിച്ചവരോ നശിപ്പിക്കപ്പെട്ടവരോ ആണ് സന്ന്യാസവും ബ്രഹ്മചര്യ വ്രതവും സ്വീകരിക്കുക. ഇനി അയാളുടെ പുരുഷത്വത്തെ എങ്ങനെ പരീക്ഷിച്ചറിയണം എന്ന ചിന്തയിലാണ് ഞാൻ. പുരുഷനല്ലെങ്കിൽ അവളവനെ ഉപേക്ഷിച്ച് മിടുക്കനായ ഒരു രാക്ഷസകുമാരനെ വിവാഹം കഴിക്കട്ടെ. അതല്ല പുരുഷനായിട്ടും രാമൻ അവളെ മനപ്പൂർവം അവ ഗണിക്കുകയാണെങ്കിൽ ആ അവഗണന മാറ്റാൻ ഒരു അവസരമുണ്ടാ ക്കണം. ഉടനെ അവളുടെ കാത്തിരിപ്പിന് ഒരവസാനമുണ്ടാക്കണം.''

''എനിക്ക് ഒരുപായം തോന്നുന്നു പ്രഭോ.''

''എന്തുപായമാണ് മണ്ഡോദരി?''

''ഞാൻ പറയാം. രാക്ഷസസുന്ദരിമാരിൽ വെച്ച് ഏറ്റവും അഴകുള്ള വളാണ് അങ്ങയുടെ ചെറിയമ്മയുടെ മകൾ ശൂർപ്പണഖ. സുന്ദരിമാരിൽ സുന്ദരിയാണവൾ. ഒരുപക്ഷേ, കേട്ടറിവു വച്ച് നമ്മുടെ മകളേക്കാൾ

അവളെ വെല്ലാൻ പെൺവർഗ്ഗത്തിൽ മറ്റാർക്കും കഴിയില്ല. ദേവലോകത്തുപോലും ആരുമില്ല. കാമകോമളങ്ങളായ അവളുടെ അവയവങ്ങൾ ഒരു പുരുഷനെയും ഭ്രാന്തുപിടിപ്പിക്കാതിരിക്കില്ല.

''അതുകൊണ്ട്?''

''അങ്ങെന്നെ തെറ്റിദ്ധരിക്കരുത്, പെട്ടെന്ന് മനസ്സിൽ തോന്നിയ ഒരുപായം. അവളെ ദണ്ഡകാരണ്യത്തിലേക്ക് അയയ്ക്കാം നമുക്ക്. അതിസുന്ദരിയായ ആ രാഗനന്ദിനിയാണ് ഇപ്പോൾ നമുക്ക് സഹായിയായി വേണ്ടത്.''

''എങ്ങനെ?''

''രാമൻ ഏതെങ്കിലും ഒരു പെണ്ണാൽ വശീകരിക്കപ്പെടുമോ എന്നറിയണം. എങ്കിൽ രാമനെ അവൾ വശീകരിച്ചു കൊണ്ടുവരണം ലങ്കയിലേക്ക്. പിന്നീട് നമ്മുടെ മകളെയും ഇങ്ങോട്ട് എത്തിക്കാം. ലങ്കയുടെ മനോഹരമായ ഈ അന്തരീക്ഷത്തിൽ അവർ ഭാര്യാഭർത്താക്കന്മാരായി കഴിയട്ടെ. കാടും മേടും ഉപേക്ഷിക്കുമ്പോൾ ആ ദാശരഥിയുടെ മനസ്സിൽ ഒരു കുടുംബജീവിതത്തിന് ആഗ്രഹം ജനിക്കും. ആ ദശരഥപുത്രൻ ഇവിടത്തെ കൊട്ടാരത്തിൽ രാജകുമാരനായി വാഴട്ടെ. അയോധ്യാധിപനു പകരം ലങ്കാധിപനാകട്ടെ, നമ്മുടെ മകൾക്കും മരുമകനും സർവ്വ ഐശ്വര്യങ്ങളും ഉണ്ടാകും. ഉറപ്പ്. പക്ഷേ പ്രഭോ, നിസ്സാരനായ ഒരു മനുഷ്യന്റെ നേർക്ക് അങ്ങയുടെ മനോവീര്യവും അംഗബലവും പ്രകടമാക്കേണ്ട ആവശ്യമില്ല. മാത്രമല്ല, നമുക്കറിയേണ്ടത്, യുദ്ധം ചെയ്യാൻ അവർ പ്രാപ്തരാണോ എന്നല്ലല്ലോ. മറിച്ച് മകളുടെ ഭർത്താവായിരിക്കാൻ രാമൻ യോഗ്യനാണോ എന്നല്ലേ? അപ്പോൾ എന്റെ മനസ്സിൽ തോന്നിയ ഒരു വഴി നടപ്പാക്കിയാലോ?''

''എന്താണ് ഭവതീ. തുറന്നു പറയൂ. എന്തായാലും എന്റെ മകൾക്കു വേണ്ടി എനിക്കിതെങ്കിലും ചെയ്തുകൊടുക്കണം. ഒരു പിതാവായ എനിക്ക് മറ്റൊന്നും ചെയ്യാനായിട്ടില്ല. അവളോട് ഇനിയെങ്കിലും നീതി പുലർത്തണം. ഇല്ലെങ്കിൽ എന്റെ ആത്മാവ് ഗതികിട്ടാതെ അലഞ്ഞു നടക്കും.''

''ഞാൻ ശൂർപ്പണഖയെ വിളിച്ചുകൊണ്ടുവരാം. വിദ്വിജ്ജിഹ്വന്റെ മരണശേഷം അവൾക്ക് ഒരു വരവും കൊടുത്തിട്ടുണ്ടല്ലോ അങ്ങ്.''

മണ്ഡോദരി മഞ്ചത്തിൽ നിന്ന് എഴുന്നേറ്റ് പുറത്തേക്കു പോയി.

നിമിഷങ്ങൾക്കുള്ളിൽ, സർവാഭരണവിഭൂഷിതയായ ശൂർപ്പണഖയെയും കൊണ്ട് മണ്ഡോദരി രാവണസന്നിധിയിലെത്തി.

രാവണൻ തന്റെ സഹോദരിയെ ഒന്നു നോക്കി. മണ്ഡോദരി പറഞ്ഞത് അക്ഷരംപ്രതി ശരിയാണ്. അതിചതുരനായ ഏതോ ശിൽപി കൊത്തിയെടുത്ത വിഗ്രഹത്തിന്റെ അംഗലാവണ്യമാണ് ശൂർപ്പണഖയ്ക്ക്. കറുത്തു നീണ്ട് ഇടതൂർന്ന തലമുടി. പ്രകാശം ചൊരിയുന്ന മുഖം. ആരോ തഴുകാൻ മറന്ന ഉടൽ. നീണ്ടിടംപെട്ട കണ്ണുകളിൽ പതഞ്ഞു നിൽക്കുന്ന മദം വിടർന്ന ചുണ്ടുകളിൽ ഒളിഞ്ഞിരിക്കുന്ന മദനബാണങ്ങൾ.

രാമനെ വശീകരിക്കാൻ ഇവൾ ധാരാളം. അതാണല്ലോ മണ്ഡോദരി പറഞ്ഞുതന്ന ബുദ്ധി. സീതയല്ലാതെ മറ്റൊരു സ്ത്രീയുടെ സാമീപ്യം രാമനിൽ മനംമാറ്റം ഉളവാക്കുമെങ്കിൽ സീതയെ ദണ്ഡകാരണ്യത്തിൽ നിന്നു രക്ഷപ്പെടുത്തുക ആവശ്യമാണ്.

രാവണൻ നിശ്ചയിച്ചു.

തന്റെ മകളായ സീതയോടു തോന്നാത്ത കൗതുകം, ഒരിഷ്ടം, കാമം, ഒരുപക്ഷേ, മറ്റൊരു സ്ത്രീയോടു രാമന് ജനിക്കുന്നുണ്ടോ എന്നറിഞ്ഞേ മതിയാകൂ. എത്രയും വേഗം. അങ്ങനെയാണെങ്കിൽ സർവവികാരവുമുള്ള ഒരു പുരുഷൻ തന്നെയാണ് രാമൻ എന്നുറപ്പിക്കാം. സന്തതി പരമ്പര രാമനിലൂടെ തന്നെ തന്റെ കുടുംബത്തിൽ നിലനിർത്താം. പരീക്ഷണം പിഴയ്ക്കില്ല. രാമനെ പരീക്ഷിക്കാനാണ് ഇവളെ അയയ്ക്കുന്നതെന്ന് മറ്റാരുമെന്നപോലെ ശൂർപ്പണഖയും അറിയരുത്.

എന്തോ ആലോചിച്ചു തന്നെത്തന്നെ നോക്കിയിരിക്കുന്ന ജ്യേഷ്ഠന്റെ നേർക്ക് അമ്പരപ്പും അത്ഭുതവും കലർന്ന ശബ്ദത്തിൽ ശൂർപ്പണഖ പറഞ്ഞു.

''ജ്യേഷ്ഠത്തി പറയുന്നു അങ്ങ് എന്നെ കാണാൻ ആഗ്രഹിക്കുന്നുവെന്ന്.''

''ശരിയാണ് ശൂർപ്പണഖേ. ത്രിലോകങ്ങളിൽ സഞ്ചരിച്ച് ഇഷ്ടമുള്ള പുരുഷനെ വരിച്ചുകൊള്ളുവാൻ നാം നിനക്ക് അനുവാദം തന്നിരുന്നല്ലോ. നിന്നെപ്പോലെ ഒരു സുന്ദരിയെ സ്വന്തമാക്കാൻ ആഗ്രഹിക്കാത്ത ഏതു പുരുഷനുണ്ടാകും ഈ ഭൂമിയിൽ? ശൂർപ്പണഖേ ഒരു വർത്തമാനം കിട്ടിയിരിക്കുന്നു എനിക്ക്.''

''എന്താണു ജ്യേഷ്ഠാ?''

''നമ്മുടെ ജനസ്ഥാനമായ ദണ്ഡകാരണ്യത്തിൽ സുന്ദരനായ ഒരു യുവരാജാവ് എത്തിയിട്ടുണ്ട്. 'രാമൻ' എന്നു പേര്. നിനക്ക് ചേർന്നവനാണ് ആ രാജാവെന്ന് ചാരവൃത്തികളിൽനിന്നും നാം മനസ്സിലാക്കുന്നു. അത്രിമഹർഷിയുടെ ആശ്രമപരിസരത്ത് എവിടെയോ ഉണ്ട്. ചെന്നു

കണ്ടുകൊള്ളുക. ആ രാജനെ മോഹിപ്പിച്ച് ലങ്കയിലേക്കു കൂട്ടിക്കൊണ്ടു വരാം. എന്തെങ്കിലും അപ്രിയം ആ യുവകോമളൻ ചൊല്ലുകയാണെങ്കിൽ വിവരം എന്നെ ധരിപ്പിക്കുക. ഞാൻ വന്നു നടത്തിത്തരുന്നുണ്ട്, നിങ്ങളുടെ വിവാഹം.''

ജ്യേഷ്ഠനെ കൃതാർത്ഥതയോടെ നോക്കി ശൂർപ്പണഖ. സന്തോഷത്തിന്റെ താമരപ്പൂക്കൾ അവളുടെ മുഖത്തു ഒന്നിച്ചു വിരിഞ്ഞു.

ജ്യേഷ്ഠനെ താണുതൊഴുത് അവൾ അപ്പോൾത്തന്നെ യാത്രയായി.

രാവണന്റെ ചുണ്ടിൽ ഒരു ചിരി പൊടിഞ്ഞു, ചതിയുടെ.

രാമന്റെ പുരുഷത്വത്തെ തെളിയിക്കാൻ താൻ പ്രയോഗിച്ച മാർഗം തെറ്റായെന്നോ, അതിരുവിട്ട പ്രവൃത്തിയായെന്നോ ഒരു പിതാവെന്ന നിലയിൽ രാവണനു തോന്നിയില്ല, പിതാവിന്റെ സഹജസ്വാർത്ഥതയാൽ.

ശൂർപ്പണഖാ വിരൂപണം

ജനസ്ഥാനത്ത് പരിവാരസമേതം വസിക്കുന്ന തന്റെ ഇരട്ടപിറന്ന സഹോദരന്റെ അടുത്തേക്കാണ് ശൂർപ്പണഖ നേരെ ചെന്നത്.

അതിശക്തന്മാരായ രാക്ഷസന്മാരുടെ നടുവിൽ സിംഹാസനതുല്യമായ ഇരിപ്പിടത്തിൽ ഇരിക്കുകയായിരുന്ന ഖരൻ, ശൂർപ്പണഖയെ കണ്ട് ആനന്ദം കലർന്ന ആശ്ചര്യത്തോടെ പറഞ്ഞു:

''ലങ്കയിൽ നിന്നൊരു വിരുന്നുകാരി. ഹാ നന്നായി. വരൂ വരൂ... സഹോദരീ. ഈ സഹോദരനെ സന്ദർശിക്കാനുള്ള സന്മനസ്സ് നിനക്കുണ്ടായല്ലോ. എങ്ങനെയാണ് ഞാൻ നിന്നെ സ്വീകരിക്കേണ്ടത്?''

കുശലപ്രശ്നാദികൾക്കൊന്നും നിൽക്കാതെ നേരെ കാര്യത്തിലേക്കു കടന്നു ശൂർപ്പണഖ.

''ദശരഥപുത്രനായ രാമൻ എന്നൊരാൾ ഈ ദണ്ഡകാരണ്യത്തിൽ താമസമുണ്ടത്രെ. എനിക്ക് ആ സുന്ദരനെ കാണണം. അദ്ദേഹത്തിനു ചുറ്റും എപ്പോഴും പടരുന്ന സുഗന്ധം നുകരണം. അതിനാണ് ഞാൻ വന്നത്. അത്രിമഹർഷിയുടെ ആശ്രമപരിസരത്തെവിടെയോ ആണ് അദ്ദേഹം താമസിക്കുന്നതെന്ന് ജ്യേഷ്ഠൻ ദശഗ്രീവൻ പറയുന്നു.''

കറുത്ത പുരികങ്ങൾ ഒന്നുയർത്തി മന്ദഹസിച്ചുകൊണ്ട് ഖരൻ പറഞ്ഞു.

''ഓഹോ, ഭർത്താവിനു വേണ്ടിയുള്ള അന്വേഷണത്തിന്റെ ഭാഗമാണോ അപ്പോൾ ഈ സന്ദർശനം, അതോ?''

''ആണെന്നും അല്ലെന്നും പറഞ്ഞുകൂടാ. ആദ്യം രാമനെ കാണട്ടെ ഞാൻ, എന്നിട്ട് എന്റെ തീരുമാനം പറയാം. നമുക്ക് വിശദമായി സംസാരിക്കാനുള്ളതാണ്.''

സഹോദരിയുടെ ഏതാവശ്യവും ഉടനെ സാധിപ്പിച്ചുകൊടുക്കാൻ ഉത്സുകനായി ഖരൻ. അവൾക്ക് അത്രയ്ക്കു വേണ്ടപ്പെട്ട ഒരു കാരണത്തിനല്ലാതെതന്നെ ബുദ്ധിമുട്ടിക്കില്ലെന്ന് ഖരന് നന്നായറിയാം. അയാൾ

അപ്പോൾത്തന്നെ നാലു ദൂതന്മാരെ നാലു ഭാഗത്തേക്കായി പറഞ്ഞയയ്ക്കാൻ തീരുമാനിച്ചു. ഖരന്റെ മുന്നിൽ പഞ്ചപുച്ഛമടക്കി നിന്ന ദൂതന്മാർ ഖരനുവേണ്ടി എന്തും ചെയ്യാൻ തയ്യാറായവരായിരുന്നു.

''അന്വേഷിച്ചു വരുവിൻ. 'അത്രി' എന്ന ഒരു മഹർഷി എവിടെയാണ് ആശ്രമം സ്ഥാപിച്ചിരിക്കുന്നതെന്ന് അന്വേഷിച്ചു വരുവിൻ. അവിടെ രാമൻ എന്ന ഒരാളുണ്ടോ എന്നും അറിഞ്ഞു വരുവിൻ.''

പിന്നെ ശൂർപ്പണഖയോട്: ''അനിയത്തി വിശ്രമിച്ചോളൂ. ചണ്ഡവേഗന്മാരായ ദൂതന്മാരാണ് അന്വേഷിക്കാൻ പോയിട്ടുള്ളത്.''

ശൂർപ്പണഖയ്ക്ക് ആശ്വാസമായി. തന്റെ സഹോദരന്റെ ദൂതന്മാർ നിസ്സാരക്കാരല്ല.

കുളിയും ജപവും മൃഷ്ടാന്നഭോജനവും കഴിഞ്ഞ് സഹോദരന്റെ അടുത്തു ശൂർപ്പണഖ എത്തിയപ്പോഴേക്കും ദൂതന്മാരിൽ ഒരുവനായ 'ദീപകർണ്ണൻ' എത്തി. ഖരന്റെയും ശൂർപ്പണഖയുടെയും മുന്നിൽ താണു തൊഴുതുകൊണ്ട് പറഞ്ഞു:

''അങ്ങ് ആവശ്യപ്പെട്ട ദൗത്യം ഞാൻ നിറവേറ്റി പ്രഭോ.''

''ഇത്ര വേഗമോ?''

''അതേ പ്രഭോ.''

''എന്നാൽ പറയൂ, രാമലക്ഷ്മണന്മാർ എവിടെയുണ്ടെന്ന്.''

''അവർ 'അത്രി' എന്ന മഹർഷിയുടെ ആശ്രമത്തിലല്ല.''

''പിന്നെ?''

ശൂർപ്പണഖ ഉത്കണ്ഠയോടെ ചോദിച്ചു.

''നീയെന്താ ദീപകർണ്ണാ, രാമലക്ഷ്മണന്മാർ എന്നു പറയുന്നത്? രാമൻ മാത്രമല്ലേയുള്ളൂ. ലക്ഷ്മണൻ എന്നുകൂടി പറയുന്നല്ലോ?''

''അല്ല ദേവീ. അവർ ജ്യേഷ്ഠാനുജന്മാരാണ്. അവരോടൊപ്പം ഒരു സുന്ദരിയായ സ്ത്രീയും ഉണ്ട്.''

ശൂർപ്പണഖ മുഖം ചുളിച്ചു.

''സ്ത്രീയോ, ആ കാര്യം പറഞ്ഞില്ലല്ലോ ജ്യേഷ്ഠൻ?''

''സീത എന്നാണ് ആ സ്ത്രീയുടെ പേര്.''

''ആവട്ടെ, അവർ എവിടെയുണ്ടെന്ന് വിശദമായി പറഞ്ഞുതരൂ.''

തന്നേക്കാൾ മീതെ ഒരു സുന്ദരിയോ? എന്റെ മുന്നിൽ അവർക്കെന്തു സൗന്ദര്യം എന്നുകൂടി രാമനു കാണിച്ചുകൊടുക്കണം എന്ന വാശികൂടി ശൂർപ്പണഖയുടെ മനസ്സിൽ ഉടലെടുത്തു, വളരെ രഹസ്യമായി.

''അത്രിയുടെ ആശ്രമത്തിൽ നിന്ന് അവർ ദ്വാരകാന്തരത്തിലേക്ക് പുറപ്പെട്ടു. വിരാധൻ എന്നൊരു രാക്ഷസനെ വധിച്ചു ആ സഹോദരന്മാർ.''

''വിരാധനെയോ? അവധ്യനാണല്ലോ വിരാധൻ?'' ഖരൻ തെല്ലൊരമ്പരപ്പോടെ ചോദിച്ചു.

''വധിച്ചു എന്നാണറിഞ്ഞത്. അതു കഴിഞ്ഞ് അവർ ശരഭംഗൻ, സുതീഷ്ണൻ, അഗസ്ത്യൻ എന്നീ മുനിമാരെയും സന്ദർശിച്ചിരിക്കുന്നു. പ്രഭോ, ഓർമ്മയില്ലേ നമ്മുടെ... ഇല്വലനേയും ഇല്ലാതാക്കിയ അഗസ്ത്യമുനിയെ...?''

''ഇപ്പോൾ എവിടെയുണ്ടെന്ന് പറയ്.'' ശൂർപ്പണഖയുടെ സ്വരത്തിൽ അമർഷമുണ്ടായിരുന്നു.

''പഞ്ചവടിയിലുണ്ട്. ഗോദാവരിയുടെ തെക്കേതീരത്താണ് പഞ്ചവടി. അഞ്ചു വൃക്ഷങ്ങൾ ഒരു രൂപത്തിൽ, ഒരേ വലുപ്പത്തിൽ വൃത്താകാരത്തിൽ പന്തലിച്ചു നിൽക്കുന്ന സ്ഥലം. രാമനും അനുജനും അഞ്ചു പേരാലുകളുടെ മധ്യത്തിലായി പർണശാല തീർത്തിരിക്കുന്നു. നല്ല തണുപ്പുള്ള കുടീരം. അവിടെയാണ് അവർ ഇപ്പോഴുള്ളത്. ഒരു കഴുകനെ കാവലിന് നിർത്തിയിട്ടുണ്ടത്രെ.''

ഇരിപ്പിടത്തിൽ നിന്നു ചാടി എഴുന്നേറ്റുകൊണ്ട് ശൂർപ്പണഖ പറഞ്ഞു:

''സീതയെയും കൊണ്ട് സുഖവാസത്തിനിറങ്ങിയിരിക്കയാണോ? അതോ വനങ്ങൾ കണ്ട് ആസ്വദിക്കാൻ സീത അവരെ കൂട്ടിനു കൂട്ടിയതാണോ? എന്തായാലും എനിക്കുള്ളതാണ് രാമൻ. ഞാനങ്ങോട്ട് പുറപ്പെടുകയായി. രാമനപ്പറ്റി കേട്ടറിഞ്ഞിടത്തോളം എനിക്ക് രാമനെ ഭർത്താവായി നേടണം, കൂടെ ആരുണ്ടെങ്കിലും.''

സഹോദരിയുടെ തിടുക്കവും തുറന്ന സംസാരവും കണ്ടും കേട്ടും ഉറക്കെയൊന്നു ചിരിച്ചു ഖരൻ. ഭർത്താവ് നഷ്ടപ്പെട്ട ശൂർപ്പണഖ ഒറ്റയ്ക്കായിട്ട് കുറച്ചുകാലമായി. എങ്കിലും രാമനെ ഇവൾക്കു ലഭിക്കുമോ?

''അത്രയ്ക്ക് തിടുക്കമായി അല്ലേ നിനക്ക്? ഏതായാലും കേട്ടറിഞ്ഞിടത്തോളം ആ രാമൻ നിസ്സാരക്കാരനല്ല ശൂർപ്പണഖേ. സുന്ദരിയായ ആ സ്ത്രീയുടെ മുന്നിൽ കാഷായവസ്ത്രവും അണിഞ്ഞാണ് കഴിച്ചുകൂട്ടുന്നത് എന്നോർക്കണം. ഏതായാലും നിനക്ക് അകമ്പടിയായി ഒരു ചതുരംഗ സൈന്യവും അനുഗമിക്കട്ടെ.''

ചിരിച്ചുകൊണ്ട് ശൂർപ്പണഖ കൈയുയർത്തി തടഞ്ഞു: ''വേണ്ട വേണ്ട. രാമനോട് യുദ്ധം ചെയ്യാനല്ല സഹോദരാ, ഞാൻ പോകുന്നത്. അയാളെ വിവാഹം കഴിക്കാനാവുമോ എന്നറിയാനുമല്ല. അയാൾക്ക് എന്നോട് കാമവും പ്രണയവും ശൃംഗാരവും ജ്വലിക്കുമോ എന്ന് പരീക്ഷിക്കാനാണ്. അത് പരിശോധിക്കാനാണ്, എന്റെ ജ്യേഷ്ഠൻ, ലങ്കാധിപൻ എന്നെ നിയോഗിച്ചത്. എന്നോട് എന്റെ ജ്യേഷ്ഠൻ അതു തുറന്നു വെളിപ്പെടുത്തിയില്ലെങ്കിലും ആ മനസ്സിന്റെ ഉദ്ദേശ്യം ഞാൻ തീർത്തും മനസ്സിലാക്കി. ഞാനതു പുറമേ പ്രകടിപ്പിച്ചില്ല. അല്ലാതെ യുദ്ധം എന്റെ

ലക്ഷ്യമല്ല. എന്റെ സഹോദരനെ സഹായിക്കേണ്ടത് എന്റെ കടമയാണ്.''

''അല്ല, അയാളുടെ ഭാഗത്തുനിന്നും എന്തെങ്കിലും പ്രകോപനമുണ്ടായാൽ നിനക്ക് തുണയായി ആരും ഉണ്ടാവില്ല ശൂർപ്പണഖേ.''

''വേണ്ടവിധത്തിൽ ഒരു പുരുഷനെ കൈകാര്യം ചെയ്യാൻ ഈ ശൂർപ്പണഖയ്ക്ക് അറിയില്ലേ സഹോദരാ?''

ആത്മവിശ്വാസത്തിന്റെ പ്രകാശം പോലെ ശൂർപ്പണഖയുടെ തടിച്ച്ചുകന്ന ചുണ്ടുകളിൽ ഒരു പുഞ്ചിരി വിരിഞ്ഞു.

''എനിക്കു തുണയായി ഈ അംഗലാവണ്യം ധാരാളം മതി. പലയിടത്തും ഞാനതു തെളിയിച്ചതല്ലേ സഹോദരാ? ഏതു ധീരനും വീരനും പതറിപ്പോകുന്ന ഒരസ്ത്രമുണ്ട് എന്റെ കൈവശം. പുഷ്പനായകന്റെ നീലോൽപലം, സമ്മോഹനമാണതിന്റെ കർമ്മം.''

അമ്പരപ്പോടെ ഖരൻ നോക്കിനിൽക്കേ, ശൂർപ്പണഖ നടന്നുനീങ്ങി. അവളുടെ ആടിയുലഞ്ഞ നടപ്പു കണ്ട് ദീപകർണ്ണൻ ഖരനോടായി പറഞ്ഞു: ''ആ പോക്കു കണ്ടില്ലേ. വിചാരിച്ച കാര്യം നടത്തും. തുണ പോകേണ്ടതില്ല. ധൈര്യമാണ് സമ്പത്ത് എന്ന ഭാവം.''

പർണശാലയ്ക്കു പുറത്ത് പേരാൽച്ചുവട്ടിലിരുന്ന്, സീതയ്ക്കും ലക്ഷ്മണനും ഹേമന്ത ഋതുവിന്റെ മഹത്വത്തെക്കുറിച്ചുള്ള കഥകൾ പറഞ്ഞു കൊടുക്കുകയായിരുന്നു; രാമൻ. ശൂർപ്പണഖ അവരുടെ അടുത്തേക്കു മന്ദം മന്ദം നടന്നു ചെന്നു നിന്നു.

രാമചന്ദ്രന്റെ മുഖത്തേക്ക് ഇമവെട്ടാതെ ശൂർപ്പണഖ നോക്കിക്കൊണ്ടു നിന്നു. മുഖത്തെ മാംസപേശികളുടെ ചലനങ്ങളിൽ അവൾ ആകൃഷ്ട യായി. സൗന്ദര്യം വെട്ടിത്തിളങ്ങുന്ന മുഖം, നീണ്ട, വിശാലമായ കണ്ണു കൾ, പുരുഷലക്ഷണം തികഞ്ഞ മൂക്ക്, പവിഴമല്ലിത്തണ്ടിന്റെ നിറത്തി ലുള്ള പവിഴച്ചുണ്ടുകൾ. പരിതുല്യമായ ബാഹുക്കൾ. ശിരോലങ്കാരം വിളങ്ങുന്ന ജടാമകുടം. ഗദപോലുള്ള ആയുധം.

രാമനെ കണ്ട മാത്രയിൽത്തന്നെ മദനശരാ പരവശയായിത്തീർന്നു ശൂർപ്പണഖ.

അടുത്തിരിക്കുന്ന രണ്ടുപേരെയും തെല്ലു പുച്ഛത്തോടെ ശ്രദ്ധിച്ചു അവൾ. ഒന്നൊരു കൃശാംഗി. ഇതുതന്നെയാണ് ദീപകർണ്ണൻ പറഞ്ഞ പെണ്ണ്. ഒട്ടിയ വയറുമായി പരിമിതഭക്ഷണത്തിനു വിധിക്കപ്പെട്ട ഒരു ദുർദേവതാരൂപം പോലെ ഇരിക്കുന്നവൾ. മറ്റേ ആൾ വിൽത്തഴമ്പുള്ള കൈകളുമായി ഒരു ജടാധാരി. അതാവണം അനുജൻ ലക്ഷ്മണൻ.

തന്റെ കറുത്ത, നീണ്ട, ഇമ തുടിക്കുന്ന കണ്ണുകൾകൊണ്ട് രാമനെ ത്തന്നെ പാനം ചെയ്തുകൊണ്ട് ശൂർപ്പണഖ പർണശാലയ്ക്കു പുറത്തു നിന്നു. അവളെ കണ്ട് മൂവരും മുഖമുയർത്തി. രാമൻ എന്തോ അത്ഭുതം കണ്ടപോലെ ഇരിപ്പിടത്തിൽനിന്നും ചാടി എഴുന്നേറ്റു പർണശാലയ്ക്കു പുറത്തിറങ്ങി മലർതാലമേന്തിയ താഴ്‌വാരത്തിലേക്കു നീങ്ങിനിന്നു. ഇടയ്ക്കു ശൂർപ്പണഖയെ ഒന്നു നോക്കി. മറ്റാരുടെയും ശ്രദ്ധയിൽപ്പെടാതെ രാമന്റെ കണ്ണുകൾ തിളങ്ങിയത് ശൂർപ്പണഖ കണ്ടു. ആ കമനീയമുഖ ത്തേക്കു പിന്നെയും പിന്നെയും നോക്കി ആർത്തിയോടെ. പ്രണയമന്ദ സ്മിതം ചൂടി. സ്വന്തം ശരീരകാന്തിയിൽ അഭിമാനം ഇരട്ടിച്ചു ശൂർ പ്പണഖയ്ക്ക്.

‘‘ഭവതി ആരാ?’’

ശൂർപ്പണഖയുടെ കാതുകളിൽ ആ സ്വരം വീണു ചിതറി.

വശ്യമായി പുഞ്ചിരിച്ച്, സമൃദ്ധമായ ശരീരം ഒന്നുലച്ച് പ്രേമാമൃതം നിറച്ച മധുരനാദത്തിൽ അവൾ രാമനോടു ചോദിച്ചു:

‘‘പ്രഭോ, ഇത്രയും തേജസ്വിയായ അവിടുന്ന് ആരാണ്? ഞാൻ ശങ്കിച്ചതുപോലെ ദശരഥപുത്രനായ രാമൻ തന്നെയാണോ? മഹർഷി യെപ്പോലെ ജടാവൽക്കലങ്ങൾ ധരിച്ച്; അങ്ങ് യോദ്ധാവിനെപ്പോലെ ചാപബാണങ്ങളും ധരിച്ചിരിക്കുന്നു. ഈ ദണ്ഡകാരണ്യത്തിലേക്ക് വരാൻ എന്താണു കാരണം? ഒരുപക്ഷേ, അതെന്റെ ഭാഗ്യമാകാം. രാ മനാണെങ്കിൽ...

രാമന്റെ കണ്ണുകൾ വീണ്ടും തിളങ്ങുന്നതുപോലെ ശൂർപ്പണഖയ്ക്കു തോന്നി. തന്റെ ഭംഗിയുള്ള മൂക്കിലേക്കാണ് അദ്ദേഹം നോക്കുന്നത്. ഭംഗിയുള്ള നീണ്ട മൂക്കുള്ളവൾ ശൂർപ്പണഖ എന്ന് ലങ്കാരാജ്യത്തു മുഴുവൻ പ്രസിദ്ധമാണ്.

''ഭവതി ഊഹിച്ചതു ശരിയാണ്. അയോധ്യാനഗരി ഭരിച്ചിരുന്ന കോസലേന്ദ്രനായ ദശരഥന്റെ സീമന്തപുത്രനാണ് ഞാൻ, 'രാമൻ'. ഇത് എന്റെ അനുജൻ ലക്ഷ്മണൻ. അപ്പുറത്ത് കാവി ഉടുത്ത് ഇരിക്കുന്ന താണ് എന്റെ ധർമ്മപത്നി. അച്ഛന്റെ വാക്കനുസരിച്ച്, ആ ആജ്ഞ പാലിക്കാനായി എനിക്ക് കോസലം വിടേണ്ടി വന്നു. ഇവർ രണ്ടു പേരും എന്നോടൊപ്പം പോരുകയും ചെയ്തു.''

എവിടേക്കോ ശ്രദ്ധ തിരിച്ചിരിക്കുന്ന സീത. പുച്ഛത്തോടെ സീതയുടെ നേർക്ക് നോക്കി ശൂർപ്പണഖ.

ഒട്ടിയ വയറും ഒട്ടിയ കവിളുമുള്ള ഈ പെണ്ണ് എന്തിനാണാവോ ഈ ഗംഭീര തേജസ്വിയുടെ കൂടെ വന്നത്? എന്നിട്ട് കാഷായവസ്ത്രവും ധരിച്ച് കൂനിക്കൂടിയിരിക്കുന്നു.

''വേണ്ടിയിരുന്നില്ല പ്രഭോ.''

മനസ്സിൽ തോന്നുന്നത് അപ്പോഴപ്പോൾ പറയുന്ന സ്വഭാവക്കാരി യായ ശൂർപ്പണഖ പറഞ്ഞു:

''ഇവർ അങ്ങയോടൊപ്പം വരേണ്ടിയിരുന്നില്ല.''

''അതെന്താ ഭവതി അങ്ങനെ പറഞ്ഞത്?''

''എങ്കിൽ മനോഹരമായ ഈ വനാന്തരീക്ഷത്തിൽ നമുക്ക് ഏകാ ന്തതയിൽ സന്ധിക്കാമായിരുന്നു.'' കണ്ണുകളിൽ ശൃംഗാരത്തിന്റെ മദ ജലം നിറച്ച് ശൂർപ്പണഖ വീണ്ടും പറഞ്ഞു. ''പൂത്തുലഞ്ഞു നിൽക്കുന്ന മാമരങ്ങൾക്കു ചുവട്ടിൽ യഥേഷ്ടം വിഹരിക്കാമായിരുന്നു.''

സീതയുടെയും ലക്ഷ്മണന്റെയും നേർക്ക് നോക്കി രാമൻ. സീത മുഖം കുനിച്ചിരിക്കയാണ്. ലക്ഷ്മണന്റെ മുഖം കോപംകൊണ്ട് ചുവ ക്കുന്നതും രാമൻ കണ്ടു. ശൂർപ്പണഖയെ സഹതാപത്തോടെ നോക്കി രാമൻ ചോദിച്ചു:

''വളരെ പതുക്കെ. ഇവരുടെ രണ്ടുപേരുടേയും മുന്നിൽവച്ച് ഇങ്ങ നെയൊക്കെ പറയാമോ സുന്ദരീ?''

കൂർത്തുയർന്ന മാറിടത്തിൽ അലസം പിടിക്കുന്ന മുത്തുമാലകളിൽ വിരലോടിച്ചു ശൂർപ്പണഖ.

''എനിക്ക് ഒന്നും മനസ്സിൽ ഒളിപ്പിച്ചുവയ്ക്കാൻ കഴിയില്ല. രാമാ. അത്രയ്ക്ക് ശുദ്ധഹൃദയമാണെന്റേത്.''

''അതിരിക്കട്ടെ, സുന്ദരിയായ ഭവതി ആരാണെന്ന് മനസ്സിലായില്ല. അതീവസുന്ദരിയായ ഭവതി ഈ ഘോരവനത്തിൽ തുണയില്ലാതെ ഏകയായി സഞ്ചരിക്കുന്നതെന്തിനെന്നും പറഞ്ഞില്ല.''

''ഒറ്റയ്ക്കല്ല ഞാൻ രാമാ. എന്റെ മൂന്നു സഹോദരങ്ങൾ ഇവിടെ നിന്ന് കുറച്ചകലെയായി വസിക്കുന്നുണ്ട്. ഞാൻ ആരാണെന്നു പറയാം.

അതിമനോഹരവും വിപുലവുമായ ലങ്കാപുരി എന്നൊരു രാജ്യമുണ്ട് തെക്കെ സമുദ്രത്തിൽ. കേട്ടിരിക്കും അങ്ങ്. ദേവേന്ദ്രൻ പോലും ആദരിക്കുന്ന രാവണനാണ് അതിന്റെ ചക്രവർത്തി. പ്രതാപശാലിയായ ആ ലങ്കേശ്വരന്റെ സഹോദരിയാണ് ഞാൻ. വിശദീകരിക്കാം.''

''കേൾക്കട്ടെ.'

''വിശ്രവസ്സിന്റെ പുത്രനാണ് രാവണൻ. മഹർഷിവര്യനായ വിശ്രവസ്സിന് 'കൈകസി' എന്ന പുഷ്പോല്ക്കടയിൽ രണ്ടു സന്താനങ്ങളുണ്ടായി. രാവണൻ എന്നും കുംഭകർണ്ണൻ എന്നും പേരായ രണ്ടു വീരപുത്രന്മാർ. അദ്ദേഹത്തിന്റെ തന്നെ മാലിനി എന്ന പത്നിയിൽ വിഭീഷണൻ എന്ന ഒരു മകനും പിറന്നു. മഹാനാണ് അദ്ദേഹം. 'ശാക' എന്ന ഭാര്യയിൽ ജനിച്ചവളാണ് ഞാൻ. എന്നോടൊപ്പം ഇരട്ട പിറന്ന ഖരനും എന്റെ അനുജന്മാരായ ദൂഷണൻ, ത്രിശിരസ്സ് എന്നിവരും ഈ ആരണ്യത്തിൽ തന്നെയുണ്ട്.

''പ്രതാപിയായ ചക്രവർത്തിയുടെ സുന്ദരിയായ സഹോദരിയെ കണ്ടതിൽ വളരെ സന്തോഷം.'' രാമൻ പറഞ്ഞു.

''എന്റെ കുലമഹിമ മുഴുവൻ വിസ്തരിച്ചതിൽ മറ്റൊരു ഉദ്ദേശ്യം കൂടിയുണ്ട് മഹാശയാ.''

''എന്താണത്?''

''ലോകം മുഴുവൻ ചുറ്റി സഞ്ചരിച്ച് ഇഷ്ടമുള്ള വരനെ സ്വീകരിച്ചുകൊള്ളുവാൻ എന്റെ ജ്യേഷ്ഠൻ എനിക്ക് അനുമതി തന്നിരിക്കുന്നു. അങ്ങയെ എനിക്ക് ഇഷ്ടപ്പെട്ടു.'' മദനശരങ്ങൾ തുരുതുരെ ഏറ്റ് വേപഥുഗാത്രിയായ ശൂർപ്പണഖയുടെ സ്വരം ഒന്നുകൂടി തരളിതമായി.

''അങ്ങ് എന്റെ ഭർത്താവാകണമെന്ന് ഞാൻ ആഗ്രഹിക്കുന്നു. അങ്ങയെ കണ്ട മാത്രയിൽത്തന്നെ ഞാൻ അനുരാഗവിവശയായിരിക്കുന്നു. മറ്റാരോടും തോന്നാത്തവിധം.''

രാമന്റെ കണ്ണുകളിൽ ഒരു മിന്നലാട്ടം കൂടി ശൂർപ്പണഖ കണ്ടു. നേരത്തെ കണ്ടതിൽനിന്ന് അൽപം കൂടി തേജസ്സോടെ. ഇത്ര കാലവും ഒരു സ്ത്രീയിൽ നിന്നും കേൾക്കാത്തതും എന്നും കേൾക്കാൻ കൊതിച്ചിരുന്നതും കേട്ടതുപോലായിരുന്നു ആ ഭാവം.

''ഭദ്രേ...'' അവളെ നോക്കി മന്ദഹസിച്ചുകൊണ്ട് രാമൻ പറഞ്ഞു. ''ഞാൻ വിവാഹിതനാണ്. ഏകപത്നിക്കാരനുമാണ്. പക്ഷേ...''

''ഛെ...'' ശൂർപ്പണഖ അല്പം ശുണ്ഠിയോടെ മുഖം കോട്ടി പറഞ്ഞു: ''ക്ഷത്രിയന്മാർ ഏകപത്നീവ്രതക്കാരോ? അങ്ങയുടെ പിതാവായ ദശരഥന് എത്ര പത്നിമാരുണ്ടായിരുന്നു? പ്രധാനികൾ മൂന്നെങ്കിലും

ആകെ മുന്നൂറ്റി അൻപത് എന്നു കേട്ടിരിക്കുന്നു. അങ്ങനെയുള്ള ദശരഥന്റെ മകൻ ഏകപത്നീവ്രതക്കാരനോ? മാത്രമല്ല അങ്ങ് പത്നിയായി സീതയെ സ്വീകരിച്ചിട്ടുമില്ലല്ലോ?''

''അങ്ങനെയാണ് എന്റെ നിശ്ചയം. സീതയെ ഞാൻ ദേവിയായാണ് കണ്ടിരിക്കുന്നത്. എങ്കിലും ഉപേക്ഷിക്കുന്നതു ശരിയല്ല. ഒരു സപത്നിയുണ്ടാവുന്നത് ഭവതിക്കും ഇഷ്ടപ്പെടില്ലല്ലോ.''

''ഭവാന്റെ തെറ്റിദ്ധാരണയാണത്. ഒരു വിരോധവും ഇല്ല എനിക്ക്.'' രാമന്റെ കൈ കടന്നുപിടിച്ചുകൊണ്ട് ശൂർപ്പണഖ വിവശയായി പറഞ്ഞു. ''ഇവൾ ഈ അനുജൻ ലക്ഷ്മണന്റെ സംരക്ഷണത്തിൽ ഇരിക്കട്ടെ. ഇവിടെ നമുക്ക് രണ്ടുപേർക്കും പ്രകൃതിരമണീയമായ ഈ പ്രദേശത്ത്, ഈ ഇളംകാറ്റിൽ, ഈ ഇളംതണുപ്പിൽ കുറേ നേരം സ്വച്ഛന്ദം വിഹരിക്കാം, വരൂ പ്രിയ രാമാ... എന്റേതാവൂ.''

ശൂർപ്പണഖ തന്റെ സഹോദരന്റെ കൈപിടിച്ച് പ്രേമപൂർവവും ആവേശപൂർവവും വലിച്ചടുപ്പിക്കുന്നതും അദ്ദേഹം മനോനിയന്ത്രണം വിട്ടതുപോലെ നിൽക്കുന്നതും കണ്ട് ലക്ഷ്മണന്റെ സർവനിയന്ത്രണങ്ങളും ഇല്ലാതായി.

''ഛീ കുലടേ, മാറി നിൽക്ക്.''

ലക്ഷ്മണൻ അവർക്കു മുന്നിൽ ചാടി വീണു.

''കുലട ഞാനല്ല.'' സീതയെ ചൂണ്ടിക്കൊണ്ട് ശൂർപ്പണഖ അലറി. ''ഇതാ ഇവളാണ്.''

''എടീ...'' കോപംകൊണ്ട് ലക്ഷ്മണന്റെ ഉടലാകെ വിറച്ചു. ''അധികപ്രസംഗീ, മാറി നിൽക്കുന്നുണ്ടോ? എന്റെ ജ്യേഷ്ഠന്റെ കൈവിടുന്നോ അതോ?''

''അനുജാ ലക്ഷ്മണാ...'' ആജ്ഞാസ്വരത്തിൽ ശൂർപ്പണഖ പറഞ്ഞു: ''നിന്റെ ജ്യേഷ്ഠന്റെ സ്നേഹം ഒരു നിമിഷമെങ്കിലും കൊണ്ടവളാണ് ഞാൻ. അപ്പോൾ അദ്ദേഹത്തിന്റെ ഭാര്യയാണ് ഞാൻ. എന്നോട് അൽപം കൂടി ബഹുമാനത്തോടെയും മര്യാദയോടെയും സംസാരിക്ക്.''

കോപാകുലനായ ലക്ഷ്മണൻ ആ നിമിഷം അരയിൽ ബന്ധിച്ചിരുന്ന ഖഡ്ഗം ഊരിയെടുത്ത് ശൂർപ്പണഖയുടെ നേർക്ക് ആഞ്ഞുവെട്ടി. അവളുടെ ഭംഗിയുള്ള നീണ്ട മൂക്കിനും മനോഹരസ്തനങ്ങൾക്കും ആഴത്തിലുള്ള മുറിവുണ്ടായി.

മാരീചാഗമനം

രത്നഖചിതമായ, സൂര്യശോഭയാർന്ന സ്വർണസിംഹാസനത്തിൽ, ആറ് അമാത്യന്മാരുടെ അകമ്പടിയോടെ ആസനസ്ഥനായിരിക്കുകയാണ് രാവണൻ. പുകയില്ലാതെ കത്തുന്ന നെയ്‌വിളക്കുപോലെ. ഹോമകുണ്ഡത്തിൽ ജ്വലിക്കുന്ന യാഗാഗ്നിപോലെ, മഹാഭാഗനായ ആ രാക്ഷസേന്ദ്രന്റെ മുഖത്തുനിന്നു പ്രകാശത്തിന്റെ തീക്ഷ്ണമായ രശ്മികൾ പ്രഭാമണ്ഡലം പോലെ ചുറ്റും പ്രസരിക്കുന്നു.

മുറിവേറ്റ വ്യാഘ്രിയുടെ അലർച്ചപോലെ പെട്ടെന്ന് ഒരു ഘോരനാദം രാജസദസ്സിലേക്കു വീണു പരന്നു.

സഭയാകെ ഒന്നിളകി. ഏതോ മഹാവിപത്ത് വരുന്നുവെന്ന ഭയത്തോടെ എല്ലാവരും പ്രാസാദദ്വാരത്തിലേക്കു കണ്ണയച്ചു.

അമ്പരപ്പോടെ നോക്കിയ രാവണൻ കണ്ടത് നിണമൊലിച്ചുകൊണ്ട് സഭയിലേക്ക് ഓടിവരുന്ന പ്രിയ സഹോദരി ശൂർപ്പണഖയെയാണ്. അവളുടെ കണ്ണുകൾ തുറിച്ചിരിക്കുന്നു. മുഖമാകെ ഭയംകൊണ്ട് കരുവാളിച്ചിരിക്കുന്നു.

സിംഹാസനത്തിൽ നിന്നു ചാടിയെഴുന്നേറ്റു ദശകണ്ഠരൻ. നാസികയും കുചകുംഭങ്ങളും നഷ്ടപ്പെട്ട് വിരൂപയാക്കപ്പെട്ട നിലയിൽ സഭയിൽനിന്നു വിറയ്ക്കുകയാണ് ശൂർപ്പണഖ. സഭയെ ആകെ വിറപ്പിക്കുകയാണ് ആ ദാനവപ്പെൺകൊടി.

തന്റെ സഹോദരിയുടെ അവസ്ഥയിൽ ദുഃഖപ്പെടേണ്ടതിനു പകരം രാവണന്റെ മുഖത്തേക്കു കോപത്തിന്റെ ചെന്തീജ്വാലകൾ ഒരഗ്നിപർവതത്തിന്റെ വിസ്ഫോടനശക്തിയോടെ ഇരച്ചുകയറി.

‘‘പറയൂ പറയൂ ശൂർപ്പണഖേ. ആരാണ്, ആരാണ് നിന്നെ ഈ അവസ്ഥയിലാക്കിയത്?’’

‘‘ഹും...’’ കോപത്തോടെയും പുച്ഛത്തോടെയും വെറുപ്പോടെയും ശൂർപ്പണഖ പറഞ്ഞു:

''ലങ്കാപുരിയുടെ അരമനയിൽ, ശിഷ്ടഭോജ്യങ്ങളും കഴിച്ച് മദിച്ചിരിക്കുന്ന അങ്ങുണ്ടോ വല്ലതും അറിയുന്നു? ഇപ്പോൾ എന്നോടു ചോദിക്കുന്നു ആരാണീ കടുംകൈ ചെയ്തതെന്ന്, ഒന്നുമറിയാത്തതുപോലെ. ഞാനിവിടെ എത്തുന്നതിനു മുൻപേ അറിയേണ്ടതായിരുന്നു അങ്ങിത്. ചാരചക്ഷുസ്സാവണം രാജാവ് എന്നു കേട്ടിരിക്കുന്നു. ഹേ, രാക്ഷസരാജാവേ, അറിയേണ്ടത് അറിയാതെ പോകുന്ന അങ്ങ് രാജാവ് എന്ന പേരിനുപോലും അർഹനല്ല. എന്നിട്ട് ചക്രവർത്തിയാണെന്ന് സ്വയം പ്രഖ്യാപിച്ച് ഞെളിഞ്ഞിരിക്കുന്നു സിംഹാസനത്തിൽ.''

അമാത്യന്മാരുടെ നേർക്കു കൈവീശിക്കൊണ്ട് വിഷക്കായ്ക്കൾ കടിച്ചു തുപ്പുംപോലെ ശൂർപ്പണഖ പറഞ്ഞു.

''ക്ഷുദ്രന്മാരായ ഈ സചിവന്മാരുമൊത്ത് കൂത്തടിച്ചു നടക്കുന്ന അങ്ങ് ഒന്നും കേൾക്കുന്നില്ല, ഒന്നും അറിയുന്നുമില്ല.''

''ഇങ്ങനെ ക്ഷുഭിതയാവാതെ എന്താ ഉണ്ടായതെന്നു പറയൂ സഹോദരീ.''

അനുനയഭാവത്തിൽ വാത്സല്യത്തോടെ രാവണൻ പറഞ്ഞു.

''എന്താണുണ്ടായതെന്ന് എന്റെ നാവിൽ നിന്നുതന്നെ കേൾക്കണം ജ്യേഷ്ഠന് അല്ലേ? എന്നാൽ കേട്ടോളൂ, ജ്യേഷ്ഠൻ പറഞ്ഞതനുസരിച്ച് ഞാൻ ദണ്ഡകാരണ്യത്തിലേക്കു പോയി; രാമനെ കാണാൻ.''

''എന്നിട്ട് നിനക്കിഷ്ടപ്പെട്ടില്ലേ രാമനെ, അതോ രാമന് നിന്നെ ഇഷ്ടപ്പെട്ടോ?''

''രണ്ടാമതു ചോദിച്ചത്, അതറിയലായിരുന്നല്ലോ ഉദ്ദേശ്യം. ജ്യേഷ്ഠന്റെ ഉദ്ദേശ്യം മറച്ച് വേണ്ടിയിരുന്നില്ല. ജ്യേഷ്ഠനു വേണ്ടി എന്തും ചെയ്യാൻ ഞാനൊരുക്കമായിരുന്നല്ലോ. എന്നിട്ടും എന്തിനീ ചതി?''

ശൂർപ്പണഖ ചീറി.

''പിന്നെന്തുണ്ടായി?''

''ജ്യേഷ്ഠന്റെ അറിവിനുവേണ്ടി പറയാം. ഒന്നിലധികം തവണ എന്നെ സുന്ദരീ എന്ന് വിളിച്ചിരിക്കുന്നു രാമൻ. മാത്രമല്ല അങ്ങയുടെ സംശയം ശരിയാണ്. രാമന് സീതയോട് അനുരാഗമില്ല. പക്ഷേ, അദ്ദേഹം ആരെയോ ഭയക്കുന്നു. മറ്റാരോടോ അനുരാഗിതനാകാൻ മോഹിക്കുന്നുണ്ടെന്ന് എനിക്ക് തോന്നുന്നു.''

''പിന്നെ ഇങ്ങനെയൊക്കെ?''

''അവൻ, രാമന്റെ ആ അനുജൻ! ലക്ഷ്മണൻ. അവനാണ് എന്നെ ഈ അവസ്ഥയിലെത്തിച്ചത്.''

''നീചൻ. ഈ ക്ഷണം വൻപടയോടുകൂടിച്ചെന്ന് ആ ലക്ഷ്മണനെ വധിക്കുന്നുണ്ട് ഞാൻ.''

''വീരവാദം മുഴക്കേണ്ട ജ്യേഷ്ഠാ. എന്റെ ഈ സ്ഥിതി കണ്ട് വൻ രാക്ഷസപ്പടയോടുകൂടിച്ചെന്ന ഖരദൂഷണത്രിശ്ശിരാക്കളെ, മൂന്നേമുക്കാൽ നാഴികനേരം കൊണ്ടാണ് രാമൻ കൊന്നൊടുക്കിയത്. എന്റെ സഹോദരങ്ങളുടെ കൂടെയുണ്ടായിരുന്ന പതിന്നാലായിരം രാക്ഷസന്മാരിൽ ഒരെണ്ണം പോലും ഇപ്പോൾ ബാക്കിയില്ല.''

ശൂർപ്പണഖയുടെ ശബ്ദം പടലകളായി പരക്കുന്ന ഇടിനാദത്തിനു തുല്യം ഉയർന്നു.

രാവണൻ തെല്ലുനേരം ആലോചിച്ചു നിന്നു. വീരൻ തന്നെയാണ് രാമൻ. മഹാപരാക്രമിയും. തന്റെ മകൾക്ക് അനുയോജ്യനായ ഭർത്താവ്. പക്ഷേ, എന്തുകൊണ്ടാണ് സീതയെ അയാളുടെ പാണിജാവത്തിൽ കാണാത്തത്? ശൂർപ്പണഖ പറഞ്ഞതു കേട്ടിട്ട് സ്ത്രീകളോടു പ്രണയ വൈരിയില്ലാത്ത പുരുഷനല്ല രാമൻ. ശൂർപ്പണഖയോടു സംസാരിച്ചപ്പോൾ ഒന്നുരണ്ടു തവണ ദുർബലനോട്ടങ്ങൾക്ക് സന്ദർഭമുണ്ടായി എന്നും കേട്ടല്ലോ. സീതയോടു രാമനുള്ള മനോഭാവവും അവ്യക്തമായെങ്കിലും സൂചിപ്പിച്ചതായും ശൂർപ്പണഖ പറഞ്ഞു കേട്ടു. എന്താണ് രാമന്റെ മനസ്സിനെ കടിഞ്ഞാണിട്ടു പിടിച്ചിരിക്കുന്നത്?

''ശൂർപ്പണഖേ.'' രാവണൻ ഒരു തന്ത്രജ്ഞന്റെ സൗമ്യഭാവത്തിൽ വിളിച്ചു. ''അന്തപ്പുരത്തിലേക്ക് പൊയ്ക്കൊള്ളുക. ഈ ജ്യേഷ്ഠൻ എല്ലാറ്റിനും വഴി കണ്ടെത്തുന്നുണ്ട്.''

''രാമലക്ഷ്മണന്മാരെ അങ്ങ് വധിക്കുമോ ജ്യേഷ്ഠാ? അതാണെനിക്കറിയേണ്ടത്, പകരത്തിനു പകരം ഞാനങ്ങയോട് ആവശ്യപ്പെടുന്നത് അതൊന്നാണ്.''

''ഈ പ്രശ്നത്തിന്മേൽ നയപരമായ ഒരു സമീപനമാണ് വേണ്ടത്?''

തന്റെ മകളെ വിധവയാക്കുന്നതെങ്ങനെ എന്ന ചിന്തയിൽ രാവണൻ ഉണർന്നു.

''അതും ആലോചിക്കുന്നുണ്ട് നാം. സന്ധി, നിഗ്രഹം, അസുരം, ദ്വൈതിഭാവം, യാനം, ആശയം എന്നു തുടങ്ങി ഷഡ്നയങ്ങളിൽ, ഏതെങ്കിലും ചെയ്തുകൊള്ളാം. പൊയ്ക്കൊള്ളുക, സമാധാനമായി പൊയ്ക്കൊള്ളുക.''

ചവിട്ടിക്കുതിച്ചുകൊണ്ട് ശൂർപ്പണഖ സഭ വിട്ടുപോയി.

രാത്രിയിൽ പള്ളിമഞ്ചത്തിലിരുന്നുകൊണ്ട്, ഉണ്ടായ കാര്യം മുഴുവൻ

വിസ്തരിച്ചുകഴിഞ്ഞ് രാവണൻ നുരയിട്ടു പരക്കുന്ന അസ്വസ്ഥതയോടെ മണ്ഡോദരിയോടു ചോദിച്ചു:

''ഇനിയെന്താണ് നമ്മൾ ചെയ്യേണ്ടത്? പരീക്ഷണം ഒന്നു കഴിഞ്ഞു മണ്ഡോദരീ. ഒരു സ്ത്രീയിൽ ലയിക്കാനുള്ള ആർത്തിയും വെമ്പലും ആ ഞരമ്പുകളിൽ പൂത്തുനിൽക്കുന്നു എന്ന് ശൂർപ്പണഖയുടെ ചില വെളിപ്പെടുത്തലുകളിൽനിന്നു നമുക്ക് മനസ്സിലായിക്കഴിഞ്ഞു.''

ഒരു നിമിഷനേരം ആലോചിച്ചു മണ്ഡോദരി. എന്നിട്ടു പറഞ്ഞു:

''കൊടുംകാട്ടിലിട്ട് നമ്മുടെ മകളെ ഇങ്ങനെ കഷ്ടപ്പെടുത്താൻ അയാളെ അനുവദിച്ചുകൂടാ പ്രഭോ.''

''ഭാര്യയുടെ വിരഹത്തിൽ ഏതൊരു ഭർത്താവിനെയും വിരഹദുഃഖം ഭരിക്കും. പ്രത്യേകിച്ചും ഏകപത്നീവ്രതക്കാരായവർക്ക്. ദശരഥപുത്രനെ ആ കണക്കിൽപ്പെടുത്താനാവും. സീതയെ പിരിഞ്ഞിരിക്കുന്നതിനു ശേഷമുള്ള കണ്ടുമുട്ടലിൽ രാമന് നമ്മുടെ മകളോട് നാലിരട്ടി സ്നേഹം, പ്രണയം, ആസക്തി എന്നിവ വർധിക്കും. പൂർവ്വാധികം വികാരവായ്പു മുണ്ടാകും. അതിനെന്താണ് നാം ചെയ്യേണ്ടത്?''

‘‘എന്ത് ഉപായമാണ് മണ്ഡോദരിയുടെ മനസ്സിൽ തെളിയുന്നത്?’’

‘‘ഏതു വിധേനയും സീതയെ രക്ഷപ്പെടുത്തണം. ആ കൊടുംകാട്ടിൽ നിന്ന്.’’

‘‘എങ്ങനെ?’’

‘‘ഒരു ചതി.’’

‘‘എങ്ങനെയായാലും എനിക്കപ്രിയമില്ല മണ്ഡോദരീ. ഒരു പിതാവായ എനിക്കിപ്പോൾ അവളുടെ ഭാവിയെപ്പറ്റിയേ ചിന്തയുള്ളൂ. എവിടേക്ക് അവളെ കൂട്ടിക്കൊണ്ടുവരും. എവിടെ മാറ്റി പാർപ്പിക്കും? ഭവതി തന്നെ കണ്ടെത്തൂ; അതിനും ഒരു മാർഗവും.’’

‘‘നമ്മുടെ മകളെ ഇവിടെ ജീവിക്കാൻ അനുവദിക്കണം. അതിനു സമ്മതിക്കാതിരിക്കരുത്. ഒരു പ്രായശ്ചിത്തമെന്നോണം ഇവിടേക്ക്, ഈ ലങ്കയിലേക്കു തന്നെ നമ്മുടെ മകളെ കൂട്ടിക്കൊണ്ടു വരണം. അവൾക്കവകാശപ്പെട്ട ഈ ലങ്കയിലേക്കല്ലാതെ മറ്റെവിടെ പാർപ്പിക്കാനാണ്?’’

‘‘ഭവതി നല്ലവണ്ണം ആലോചിച്ചോ?’’

തെല്ലു സംശയിച്ചു നിന്നു രാവണപ്രഭു.

‘‘സുരക്ഷിതമായ സ്ഥലം ഇവിടെ മാത്രമാണ് പ്രഭോ. പിതാവും മാതാവും വസിക്കുന്നിടത്തല്ലാതെ ഒരു മകൾക്ക് മറ്റെവിടെയാണ് ആശ്രയം? അതും ഭർതൃവീട് ഇല്ലാത്ത അവസ്ഥയിൽ. അവളെ അന്വേഷിച്ച് ദാശരഥി ഇവിടേക്കു വരട്ടെ. ദാശരഥിയും ഇവിടെ വസിക്കട്ടെ. അതല്ലേ നമുക്കാവശ്യവും? ബാക്കിയൊക്കെ അതിനുശേഷം നിശ്ചയിക്കാം. ഇനി മറ്റൊന്നും ആലോചിച്ചു സമയം പാഴാക്കണ്ട. എനിക്കവളെ കാണാൻ തിടുക്കമായി.’’

രാവണൻ ദീർഘമായ ഒരാലോചനയുടെ മൗനവാല്മീകത്തിലേക്കു മനസ്സിനെ മൂടിവച്ചു.

ശൂർപ്പണഖയെക്കൊണ്ട് മോഹിപ്പിച്ച് രാമനെ ലങ്കയിലേക്ക് കൊണ്ടു വരാം എന്ന വിദ്യ ഇനി നടക്കാനിടയില്ല.

രാവണൻ മണ്ഡോദരിയെ നോക്കി പകുതി സ്വയമായും പകുതി മണ്ഡോദരിയോടായും പറഞ്ഞു:

‘‘ഇനി ഞാൻ ചെയ്യേണ്ടത് ഇങ്ങനെയൊക്കെയാണ്?’’

‘‘എങ്ങനെയൊക്കെ പ്രഭോ?’’ ഉദ്വേഗത്തോടെ ആരാഞ്ഞു മണ്ഡോദരി.

രാവണനിൽ നിന്ന് അതിന് ഒരു മറുപടി ഉണ്ടായില്ല.

പുലരും മുൻപുതന്നെ ഉണർന്ന് വാഹനശാലയിലേക്കു നടന്നു രാവണൻ. സൂതനെ വിളിച്ചുണർത്തി.

‘‘അതിവേഗത്തിൽ തേരൊരുക്ക്.’’

രാവണൻ ആജ്ഞാപിച്ചു.

പരിഭ്രമിച്ച സൂതൻ ഉടൻതന്നെ തേരൊരുക്കി.

പൊൻകോപ്പുകളണിഞ്ഞ, പവനവേഗതയാർന്ന രഥം തയ്യാറാക്കി. ചെകുത്താന്റെ മുഖമുള്ള കറുത്ത കുതിരകൾ മാരീചഗൃഹത്തെ ലക്ഷ്യം വച്ച് സാഗരതീരത്തേക്കു രത്നഖചിതമായ തേരും വലിച്ചുകൊണ്ട് പറന്നു.

രാവണന്റെ വരവു കണ്ട് മാരീചൻ വല്ലാതെ പരിഭ്രമിച്ചു.

‘‘ഹേ ചക്രവർത്തീ.’’ അർഘ്യപാദ്യാദികളാലുള്ള ഉപചാരങ്ങൾക്കു ശേഷം മാരീചൻ ചോദിച്ചു: ‘‘ലങ്കാരാജ്യത്ത് എല്ലാവർക്കും ക്ഷേമം അല്ലേ? മുൻകൂട്ടി അറിയിക്കാനുള്ള ഈ വരവിനു കാരണം?’’

‘‘മഹാദേവന്റെ അനുഗ്രഹം കൊണ്ട്, ലങ്കാലക്ഷ്മി കാവൽ നിൽക്കുന്ന നമ്മുടെ രാജ്യം സുഭദ്രമായിത്തന്നെ ഇരിക്കുന്നു. മാരീചാ, ഇപ്പോൾ ഇങ്ങോട്ടു വന്നതിനു പ്രത്യേകിച്ച് ഒരു കാരണമുണ്ട്.’’

‘‘ആജ്ഞാപിച്ചാലും ദശഗ്രീവചക്രവർത്തീ.’’

‘‘മാരീചാ, കേൾക്കൂ യുദ്ധവൈദഗ്ധ്യം, പരാക്രമം, ഉപായം, ശൗര്യം എന്നിവയൊക്കെ ഒത്തിണങ്ങിയ ഒരാൾ ദാനവവംശത്തിലുണ്ടെങ്കിൽ അത് അങ്ങാണ്.’’

പ്രശംസയുടെ പൊൻകിലുക്കം കൊണ്ട് മാരീചനെ പ്രലോഭിക്കാനെന്ന പോലെ രാവണൻ പറഞ്ഞു:

‘‘എന്നാൽ അതിനേക്കാളൊക്കെ സവിശേഷമായ ഒരു സിദ്ധിയും അങ്ങേയ്ക്കുണ്ട്. അപാരമായ മായാജ്ഞാനം. ആ കഴിവുകൊണ്ട് പ്രഭാവശാലികളായ അനേകം മഹർഷിമാരെപ്പോലും ഭയപ്പെടുത്തിയിരിക്കുന്നു അങ്ങ്.’’

പ്രശംസകളിൽ ചഞ്ചലചിത്തനാവാതെ മാരീചൻ എല്ലാം ശാന്തഭാവത്തോടെ കേട്ടിരുന്നു.

‘‘ദശരഥപുത്രനായ രാമൻ അയാളുടെ ഭാര്യയോടും അനുജനോടുമൊപ്പം ദണ്ഡകാരണ്യത്തിൽ എത്തിയിരിക്കുന്നു. നമ്മുടെ ഖര, ദൂഷണ ത്രിശ്ശിരാക്കളെയും അവരുടെ പതിന്നാലായിരം സൈന്യത്തെയും മൂന്നേമുക്കാൽ നാഴികകൊണ്ട് വധിച്ചിരിക്കുന്നു രാമൻ.’’

മലഭം, കരുഷം എന്നീ പേരുകളിൽ അറിയപ്പെട്ടിരുന്ന താടകാവനത്തിൽവച്ച് രാമന്റെ പരാക്രമം നേരിൽ കണ്ടവനാണ് മാരീചൻ. ആ ഓർമ്മയിൽ മാരീചന്റെ മുഖം ഒന്നു വിളറി. എങ്കിലും സാവധാനം പറയാൻ തുടങ്ങി.

‘‘അതൊക്കെ ചെയ്യാൻ കഴിവുള്ള വില്ലാളിവീരനാണു രാമൻ. ഇത്രയും ധീരനും സമർത്ഥനുമായ ഒരു യോദ്ധാവിനെ മഹാകോസല മെന്നല്ല ഈ ഭൂമിപോലും ഇതിനു മുൻപ് കണ്ടിട്ടുണ്ടാവില്ല പ്രഭോ.’’

‘‘രാമന്റെ യുദ്ധവൈദഗ്ധ്യത്തിന് ദൃക്സാക്ഷിയായി നിന്ന നമ്മുടെ സഹോദരി അതൊക്കെ നമുക്കു വിശദീകരിച്ചു തന്നിരിക്കുന്നു.’’

തന്റെ കണ്ണുകളിൽ നിന്ന് ഒഴുകുന്ന അക്ഷമയുടെ അഗ്നിപ്രവാഹത്തെ കഴിയുന്നതും തടയാൻ ശ്രമിച്ചുകൊണ്ട് രാവണൻ പറഞ്ഞു:

‘‘അതിനെക്കുറിച്ച് സംശയം എനിക്കു തോന്നിയിട്ടുമില്ല.’’

‘‘പിന്നെന്താണ് അങ്ങയുടെ സംശയം?’’

‘‘മാരീചാ, സംശയനിവാരണത്തിനല്ല, ഈ പ്രഭാവത്തിൽ നാം നിങ്ങളുടെ സമീപത്തേക്കു വന്നിരിക്കുന്നത്. നിങ്ങളുടെ സഹായം അഭ്യർത്ഥിക്കാനാണ്.’’ അൽപം ക്ഷുഭിതഭാഷയിൽ രാവണൻ ഉരുവിട്ടു.

‘‘എന്തു സഹായമാണ് ഞാൻ അങ്ങേയ്ക്കു ചെയ്തു തരേണ്ടത്?’’

‘‘പഞ്ചവടിയിൽ പാർക്കുന്ന രാമലക്ഷ്മണന്മാരിൽനിന്നു സീതയെ കുറച്ചു സമയത്തേക്ക് അകറ്റണം. അതിനുള്ള ഉപായവും ഞാൻ പറഞ്ഞു തരാം.’’

‘‘എന്താണു പ്രഭോ അത്?’’

‘‘സ്വർണവർണത്തിൽ ഇടയ്ക്കിടെ വെള്ളിപ്പുള്ളികളോടു കൂടിയ ഒരു മാനിന്റെ രൂപത്തിൽ നിങ്ങൾ പഞ്ചവടിയിലെത്തണം. ആ മായാമൃഗത്തെ കണ്ട് സീതയ്ക്ക് കൗതുകം തോന്നണം. അതിനെ പിടിച്ചു തരാൻ സീത രാമനോട് അഭ്യർത്ഥിക്കും. ആ അഭ്യർത്ഥന രാമൻ കേൾക്കുമോ എന്ന് ഇപ്പോൾ എനിക്ക് ഉറപ്പു പറയാനാവില്ല. ഇതൊരു പരീക്ഷണമാണ്. മാരീചാ, ഒരുപാടു പരീക്ഷണങ്ങളുടെ തുടക്കം മാത്രമാണിത്. രാമലക്ഷ്മണന്മാർ മാനിന്റെ പിന്നാലെ പുറത്തേക്കു പോയാൽ, അതോടെ നിങ്ങളുടെ ദൗത്യം അവസാനിക്കുന്നു. പിന്നെ നിങ്ങൾക്കു തിരിച്ചുപോകാം. ഈ സാഗരതീരം വരെ വേണമെങ്കിൽ അവരെ മോഹിപ്പിച്ച് കൊണ്ടുപോരുകയുമാവാം. അതെല്ലാം നിങ്ങളുടെ യുക്തിപോലെ.’’

സംശയത്തിന്റെ കരിന്തേളുകൾ രണ്ടെണ്ണം മാരീചന്റെ മുഖത്തു നിന്നും പുറത്തേക്കു പറന്നു.

‘‘സീതാദേവിയെ അപഹരിച്ചുകൊണ്ടുവരാനാണോ, ഹേ, ദാനവചക്രവർത്തീ, അങ്ങയുടെ ഉദ്ദേശ്യം?’’

‘‘എനിക്കു പലതുണ്ട് ലക്ഷ്യം. അറിയേണ്ടത് ഒന്നേയുള്ളൂ. എന്നെ സഹായിക്കാൻ തയ്യാറാണോ നിങ്ങൾ?’’

‘‘രാമചന്ദ്രനോട് എതിർക്കാൻ പോകുന്നതു സൂക്ഷിച്ചുവേണം പ്രഭോ.’’

‘‘അക്കാര്യത്തിൽ നിങ്ങളുടെ സഹായം ഞാൻ ആവശ്യപ്പെട്ടില്ല. പിതാവ് ഉപേക്ഷിച്ചവനും കഠിനസ്വഭാവമുള്ളവനുമായ രാമനെ എങ്ങനെ കൈകാര്യം ചെയ്യണമെന്ന് എനിക്ക് നല്ലതുപോലെ അറിയാം.’’

‘‘രാക്ഷസേശ്വരാ, നിഷ്ഫലമായ ഈ പ്രവൃത്തിയിൽ നിന്ന് അങ്ങ് പിന്മാറണം. അതാണ് എന്റെ അപേക്ഷ.’’

‘‘ഹേ മാരീചാ, നിങ്ങളെന്താണു കരുതിയത്? മഹാതന്ത്രശാലിയായ രാമനോട്, സ്വന്തം പത്നിയോടുപോലും കരുണ കാണിക്കാത്ത രാമനോട്, ഒരു വെറും മനുഷ്യനായ രാമനോട് ഞാൻ യുദ്ധത്തിനു തയ്യാറാവുമെന്നോ? മാരീചാ, ഇന്ദ്രനെ ജയിച്ച എന്റെ പുത്രന്റെ മുൻപിൽ മുട്ടുമടക്കി നിൽക്കും ആ രാമൻ. സ്വന്തം മാതാപിതാക്കളെയും ബന്ധുജനങ്ങളെയും സ്വന്തം രാജ്യത്തെയും ഒരു സ്ത്രീയുടെ വാക്കുകേട്ട് ഉപേക്ഷിച്ചവനാണ് വിഡ്ഢിയായ രാമൻ. എന്തൊക്കെയാണെങ്കിലും സീതയുടെ ഭർത്താവ് എന്ന നിലയിൽ രാമനെ സ്നേഹിക്കുന്നു. എന്റെ പുത്രസ്ഥാനത്താണ് ഞാൻ കാണുന്നത്. വഴിപിഴച്ചുപോകുന്ന വത്സലപുത്രനെ ഉപദേശിക്കേണ്ടത് ഒരച്ഛന്റെ കടമയാണ്. അത്രയേ ഞാൻ ഉദ്ദേശിച്ചിട്ടുള്ളൂ. ഈ വഴി സ്വീകരിക്കാൻ മനസ്സു പ്രേരിപ്പിക്കുന്നതും അതുകൊണ്ടു മാത്രം.’’ മാരീചൻ സംശയഭാവത്തോടെ ലങ്കാധിപനെ നോക്കിനിന്നു.

‘‘എന്താണങ്ങു വിചാരിക്കുന്നത്?’’

‘‘കാനനവാസം അവസാനിപ്പിക്കണം രാമൻ. എന്റെ മകളുടെ അനുയോജ്യനായ ഭർത്താവാകണം രാമൻ. സത്സന്തതികൾക്ക് ജന്മം കൊടുക്കണം. സത്കർമ്മപരവശനായാണ് ഞാൻ വന്നിരിക്കുന്നത്. അതിനു വഴികൾ പലതുണ്ട്. അതിലൊന്നാണ് ഞാൻ നിങ്ങളോട് ഇപ്പോൾ ആവശ്യപ്പെടുന്നത്. തെറ്റല്ല, ചതിയല്ല, ഇതിന്റെ ഉദ്ദേശ്യം. സദുദ്ദേശ്യം മാത്രം. തയ്യാറായിക്കൊള്ളുക. ഞാനും വരുന്നുണ്ട് അവിടേക്ക്.’’

ആ ആജ്ഞയ്ക്കു വിരുദ്ധമായി മാരീചന് ഒന്നും ചെയ്യാൻ കഴിയില്ലെന്ന പരിപൂർണവിശ്വാസത്തോടെ രാവണൻ പുറത്തെ ഉദ്യാനത്തിലേക്കിറങ്ങി.

മായാമൃഗം

പൂത്തുലഞ്ഞു നിൽക്കുന്ന ചെടികൾ നിറഞ്ഞ പർണശാലാങ്കണത്തിലെ താമരക്കുമ്പിളിലേക്ക് മഹാദേവപൂജയ്ക്കുള്ള പൂക്കൾ ഇറുത്തിടുകയായിരുന്നു സീത. പതിവാണിത്.

പ്രഭാതങ്ങളിൽ ഈ പിച്ചകസുഗന്ധത്തിനു നടുവിൽ നിൽക്കുമ്പോൾ ത്തന്നെ കൗമാരത്തിന്റെ ഉത്സാഹം തോന്നും. കുട്ടിക്കാലത്ത് മിഥിലയിലെ ഉദ്യാനത്തിൽ തോഴിമാരോടൊപ്പം പൂവിറുത്ത ദിവസങ്ങളെക്കുറിച്ച് അവൾ ഓർത്തു. ഉയരത്തിലുള്ള ചില്ലയിലെ പൂക്കളെ ശരമയ്താണ് വീഴ്ത്തിയിരുന്നത്. പിന്നീടാണറിഞ്ഞത് അതൊരു ശൈവചാപമായിരുന്നു എന്ന്. നിസ്സാരപ്പെട്ട ഒരാൾക്ക് എടുത്തുപയോഗിക്കാനുള്ള ചാപമായിരുന്നില്ല അതെന്ന്.

രാത്രിയിൽ പെയ്ത മഞ്ഞിന്റെ ചെറുതുള്ളികളിലേക്കു വീഴുന്ന സൂര്യകിരണങ്ങൾ പല വർണങ്ങളിൽ തിളങ്ങുന്നു. ഓരോ തിളക്കം കാണുമ്പോഴും ശ്രീരാമചന്ദ്രന്റെ മുഖത്ത് ഒരിക്കൽ തനിക്ക് നേരെ വരാനിടയുള്ള കൊതിയൂറി വരുന്ന കണ്ണുകളുടെ ജ്വലനമാണ് കണ്ടത്. സീത പെട്ടെന്നു സ്വയമെടുത്ത ശപഥത്തിലേക്കു മനസ്സിനെ പൂജിതയാക്കി. എവിടെ നിന്നോ മൈഥിലിയുടെ കണ്ണുകളിലേക്ക് ഒരു വെളിച്ചം വന്നു പതിച്ചു. അനേകം വെള്ളിത്താലങ്ങളിൽ സൂര്യപ്രകാശം തട്ടി പ്രതിഫലിക്കുന്നതുപോലെയുള്ള വെൺപ്രസാദം. അതെന്ത്, ഇതെന്ത്, എന്നമ്പരന്ന് അപ്പുറത്തേക്കു നോക്കി സീത. അധികം അകലെയല്ലാതെ പൂത്തുലഞ്ഞു നിൽക്കുന്ന ദേവദാരുവൃക്ഷത്തിന്റെ മറവിൽ, കുറ്റിക്കാട്ടിൽ, ഒരത്ഭുതമൃഗം. അതെന്തു മൃഗമാണ്?

ഇന്ദ്രനീലം കൊണ്ട് ഉണ്ടാക്കിയ പോലെയുള്ള കൊമ്പുകൾ വെളുത്തതും കറുത്തതുമായ വരകളോടുകൂടിയ നീണ്ട മുഖം.

നീലോൽപലശോഭയുള്ള ചെവി. അല്പം നീണ്ട മിന്നുന്ന കഴുത്ത്, വൈഡൂര്യംപോലെ പ്രഭ ചൊരിയുന്ന കുളമ്പുകൾ. മഴവില്ലിന്റെ അഴകിനെ

തോൽപിക്കുന്ന നീണ്ട വാൽ. തനിത്തങ്കവർണത്തിൽ വെള്ളിത്തുള്ളി കളുള്ള ശരീരം, നീണ്ടു തിളങ്ങുന്ന കണ്ണുകൾ. ഒരതിശയ ഹരിണി.

പുല്ലുമേഞ്ഞുകൊണ്ട് നിൽക്കുകയായിരുന്നു പൊൻമാൻ. കഴുത്തു യർത്തി ജാനകിയെ ഒന്നു നോക്കി. പിന്നെ ഭയന്നിട്ടെന്നപോലെ കുറച്ച പ്പുറത്തേക്ക് ഓടിപ്പോയി.

മനസ്സിൽ നാമ്പിട്ടുവന്ന കുതൂഹലത്തോടെ, സീത ആ മായാമൃഗത്തെ ത്തന്നെ കണ്ണെടുക്കാതെ നോക്കിക്കൊണ്ടു നിന്നു. പൊന്മാനാകട്ടെ, ചാടിത്തുള്ളിക്കൊണ്ട് അടുത്തേക്കും അകലേക്കുമായി വരികയും പോകുകയും ചെയ്യുന്നു. കടൽത്തിരപോലെ.

ഉത്തമയായ സ്ത്രീക്ക് ഒന്നിലും അമിതമായ ആഗ്രഹം ജനിക്കുന്നത് ശരിയല്ലെന്ന് അറിയാമെങ്കിലും തനിക്ക് ആ കനകമൃഗത്തോട് അതി യായ അഭിനിവേശം തോന്നുന്നുവെന്ന് സീതയ്ക്ക് മനസ്സിലായി. ദേവേന്ദ്രന്റെ നന്ദനോദ്യാനത്തിലോ ചൈത്രരഥവാടിയിലോ പോലും കാണാനിടയില്ലാത്ത കനകമൃഗം, അതിനെ ഒന്നു സ്പർശിക്കണ മെന്നും തോന്നി. സ്പർശിച്ചാൽ മാത്രം പോരാ. തഴുകിത്തലോടി ആശ്രമ ത്തിൽ ഒപ്പം വളർത്തുക കൂടി വേണം.

പതുക്കെ മാനിന്റെ നേർക്കു നടന്നു സീത. ഭയന്നതുപോലെ മാൻ ദൂരേക്ക് ഓടിപ്പോയി. നിരാശയോടെ നിന്ന അവളുടെ മുന്നിലേക്കു വീണ്ടും ഒരു പ്രലോഭനം പോലെ ആ മാൻ വന്നു. ആശ്രമപരിസരത്ത് മേഞ്ഞുകൊണ്ടു നിന്ന മറ്റു മാനുകളുടെ കൂട്ടത്തിൽ കുറച്ചു നേരം നിന്നിട്ട് അത് പിന്നെയുമൊറ്റപ്പെട്ട് ഒരിടത്തു നിൽപായി.

മാനിൽ നിന്നു കണ്ണുകൾ എടുക്കാതെ സീത പർണാശ്രമത്തിന്റെ നേർക്ക് ആഹ്ലാദത്തിന്റെ കിതപ്പു പുരട്ടിയ ശബ്ദത്തിൽ വിളിച്ചു പറഞ്ഞു:

"പ്രഭോ, ആര്യപുത്രാ ഇതു കണ്ടോ?"

സീതയുടെ ശബ്ദം കേട്ട് പർണാശ്രമത്തിനകത്തുനിന്ന് രാമനും കൂടെ ലക്ഷ്മണനും ഇറങ്ങിവന്നു.

ഹിരൺമയമൃഗത്തിന്റെ നേർക്ക് വലതുചൂണ്ടുവിരൽ നീട്ടിക്കൊണ്ട് സീത പറഞ്ഞു:

"കണ്ടില്ലേ ആര്യപുത്രാ, ശ്രേഷ്ഠമായ ഒരു മാൻ. നോക്കൂ, ഈ ആശ്രമപരിസരത്ത് ഏതെല്ലാം തരത്തിലുള്ള മാനുകൾ മേയാറുള്ള താണ്. പക്ഷേ, ഇത്തരത്തിലുള്ള ഒന്നിനെ ഞാൻ ആദ്യമായി കാണു കയാണ്. കണ്ണഞ്ചിപ്പിക്കുന്ന അത്ഭുതതേജസ്സുള്ള ഈ മൃഗം എന്റെ മനം വല്ലാതെ കവർന്നിരിക്കുന്നു. നമുക്കതിനെ പിടിച്ചു വളർത്തി യാലോ?"

രാമലക്ഷ്മണന്മാർ മാനിന്റെ നേർക്കു നോക്കി. ആശങ്ക കലർന്ന ശബ്ദത്തിൽ ലക്ഷ്മണൻ പറഞ്ഞു:

''ജ്യേഷ്ഠാ, ജ്യേഷ്ഠത്തി പറഞ്ഞത് തികച്ചും ശരിയാണ്. ഇതു പോലുള്ള ഒരു മാനിനെ ഞാനും ഇതുവരെ കണ്ടിട്ടില്ല. കാണാത്തത്, രത്നമയമായ ഒരു മാൻ ഈ ഭൂമിയിൽ ഇല്ല എന്നതുകൊണ്ടുതന്നെ യാണ്. എനിക്ക് എന്തോ പന്തികേടു തോന്നുന്നു. ഏതെങ്കിലും രാക്ഷ സന്റെ മായയാവുമോ ഇത്?''

''അനുജന് എല്ലാ കാര്യങ്ങളിലും സംശയമാണ്.'' വാത്സല്യം കലർന്ന കുറ്റപ്പെടുത്തലോടെ സീത വീണ്ടും പറഞ്ഞു.

''അനുജൻ കണ്ടിട്ടില്ല എന്നതുകൊണ്ട് ഇതുപോലൊരു മാൻ ഈ ഭൂമിയിൽ ഇല്ല എന്നൊക്കെ പറയുന്നത് ഭോഷ്കാണ്.''

''അല്ല ജ്യേഷ്ഠത്തി.'' വിനയം കലർന്നതെങ്കിലും ദൃഢസ്വരത്തിൽ ലക്ഷ്മണൻ പറഞ്ഞു:

''അഗസ്ത്യമഹർഷി പറഞ്ഞ ഒരു കഥ ഓർമ്മയില്ലേ ഇവിടുത്തേക്ക്. വാതാപി എന്ന ഒരസുരൻ ആടിന്റെ രൂപത്തിൽ മഹർഷിമാരുടെ ഭക്ഷണമായി ഉദരത്തിൽ പ്രവേശിച്ച് അവരെ വധിച്ച കഥ.''

''ഒരിക്കൽ അങ്ങനെ സംഭവിച്ചു എന്നുവച്ച് എല്ലായ്പ്പോഴും അങ്ങനെ വേണമെന്നുണ്ടോ?'' സീത രാമന്റെ നേർക്കു നോക്കി വീണ്ടും അപേ ക്ഷിച്ചു.

''നിങ്ങൾ രണ്ടുപേരും കൂടി വിചാരിച്ചാൽ കനകമൃഗത്തെ നിഷ് പ്രയാസം പിടിക്കാൻ കഴിയും. ഞാൻ വല്ലാതെ ആകൃഷ്ടയായിപ്പോയി.''

നേർത്ത പരിഭവത്തോടെ സീത തുടർന്നു. ''ഞാനെന്റെ ആഗ്രഹം പറഞ്ഞു. രണ്ടുപേർക്കും ഇഷ്ടപ്പെട്ടില്ലെങ്കിൽ... സാരമില്ല ഞാനതു മറ ന്നേക്കാം. ഇല്ലെങ്കിൽ എന്റെ ആഗ്രഹങ്ങൾ ഇവിടെ ആരു മാനിക്കുന്നു? എന്റെ ആഗ്രഹത്തെ മനസ്സിൽ തന്നെ കുഴിച്ചുമൂടിക്കൊള്ളാം മറ്റാഗ്രഹ ങ്ങളെപ്പോലെ. ആശ്രമത്തിലിരിക്കുമ്പോൾ ഞാനതിനെയെങ്കിലും സന്തോഷിപ്പിച്ചിരിക്കാമെന്ന് ആഗ്രഹിച്ചുപോയി. ആര്യപുത്രനോടല്ലാതെ മറ്റാരോടാ ഞാനെന്തെങ്കിലും ആവശ്യപ്പെടുക?''

അവൾ നിരാശ കനം വയ്പിച്ച ചുവടുകളോടെ ആശ്രമത്തിനക ത്തേക്കു നടക്കാൻ തുടങ്ങി.

രാമന്റെ മനസ്സിൽ പെട്ടെന്നൊരു ആശ ജനിച്ചു; സ്വാഭാവികമായ ബുദ്ധിയും. സ്ത്രീകൾ സ്വതവേ ആഗ്രഹപ്രിയരാണ്. ഈ ആഗ്രഹം സാധിച്ചുകൊടുത്താൽ കുറേക്കാലം ഈ ഇന്ദ്രനീല രത്നത്തിന്റെ പ്രഭ യേറുന്ന മാനുമായി വിളയാടി സ്വസ്ഥത നേടിക്കൊള്ളും. കൊച്ചുകുട്ടി കളെപ്പോലെ. മറ്റു ചിന്തകളൊക്കെ മാറി നിൽക്കുകയും ചെയ്യും.

''നിൽക്കൂ സീതേ.''

രാമൻ അവളെ വിളിച്ചു നിർത്തി. പിന്നെ ലക്ഷ്മണനോടു പറഞ്ഞു. ''കണ്ടില്ലേ ലക്ഷ്മണാ, സീതയ്ക്ക് ഈ മൃഗത്തോടുള്ള ഭ്രമം? ഞാനും

കണ്ടിട്ടില്ല ഇതുപോലെ സൗന്ദര്യമുള്ള ഒരു മൃഗത്തെ. കണ്ണഞ്ചിപ്പിക്കുന്ന പ്രഭ. ഈ രാമന്റെ മനസ്സിനെയും മാൻ മോഹിപ്പിച്ചു, തുള്ളിക്കളിച്ചുകൊണ്ട്. ഒരുപക്ഷേ, അനുജൻ പറഞ്ഞതുപോലെ ഭൂമിയിൽ ഇങ്ങനെ ഒരു മാൻ ഇല്ലാത്തതുകൊണ്ടാവാം. ഇനി അഥവാ ഏതെങ്കിലും രാക്ഷസന്റെ മായയാണെങ്കിൽത്തന്നെ, ആ രാക്ഷസനെ വധിക്കേണ്ടത് എന്റെ കടമയാണ്.''

സീതയുടെ മുഖം പ്രസന്നമായി. രാമൻ ആ പ്രസന്നത കണ്ട് ഉള്ളിൽ ചിരി ഒതുക്കിപ്പിടിച്ചു.

''എനിക്കു സന്തോഷമായി പ്രഭോ. രണ്ടുപേരും കൂടിച്ചെന്ന് ആ മൃഗത്തെ പിടിച്ചു കൊണ്ടുവരൂ. എങ്ങനെയും എനിക്കതിനെ സ്വന്തമാക്കിത്തരൂ.''

''ലക്ഷ്മണൻ ഇവിടെ ദേവിക്ക് കാവൽ നിൽക്കട്ടെ. പക്ഷീന്ദ്രനായ ജടായുവും സമീപത്ത് എവിടെയോ ഉണ്ടല്ലോ. രണ്ടുപേരും ചേർന്ന് സംരക്ഷിച്ചുകൊള്ളും സീതയെ.'' രാമൻ പറഞ്ഞു.

''ജടായുവിനെ ഇന്ന് ഇതുവഴി കണ്ടിട്ടില്ല ജ്യേഷ്ഠാ.''

രാമന്റെ ഉദ്യമം അനാവശ്യമാണ് എന്ന ഭാവത്തോടെ ലക്ഷ്മണൻ പറഞ്ഞു.

‘‘എവിടെയെങ്കിലും പോയതാവും. ഏതായാലും അനുജനുണ്ടല്ലോ. വൈദേഹി പർണാശ്രമത്തിനകത്തിരിക്കട്ടെ. ലക്ഷ്മണൻ ധനുർബാണ പാണിയായി പുറത്തു കാവൽ നിൽക്കട്ടെ. ലക്ഷ്മണാ, ഇതിനു മുമ്പൊരിക്കലും സീത ഇങ്ങനെ ഒരാവശ്യം എന്നോടു പറഞ്ഞിട്ടില്ല. ഈ അപേക്ഷ നിരസിക്കാൻ കഴിയില്ല എനിക്ക്. അതിനൊരു കാരണവുമുണ്ട് അനുജനറിയാത്തത്. വേണ്ടത് വേണ്ടപ്പോൾ വേണ്ട സമയത്തു ചെയ്തു തീർക്കണം. ഈ ക്ഷണം ഞാനാ മാനിനെ കൊണ്ടുവരുന്നുണ്ട്. ജീവനോടെയോ അല്ലാതെയോ?’’

പൊൻപിടിയുള്ള ഖഡ്ഗം അരയിൽ കെട്ടിമുറുക്കി, അസ്ത്രപൂർണമായ ആവനാഴി ചുമലിൽ തൂക്കി, മൂന്നളവുള്ള കോദണ്ഡം ഇടംകൈയിൽ പിടിച്ച് മാനിന്റെ നേർക്കു നടന്നു രാമൻ. ഇടയ്ക്കു മറയുകയും ഇടയ്ക്കു വെളിപ്പെടുകയും ചെയ്യുന്ന മാനിനോട് ദേഷ്യം വർധിച്ച് രാമന്റെ കണ്ണുകൾ ചുവന്നു. പെട്ടെന്ന് മാൻ രാമനെ ഭയന്ന് ഓടി എവിടെയോ പോയി ഒളിച്ചു. രാമൻ പിൻതുടർന്നു. ചീറുന്ന സർപ്പംപോലെ ഒരു ബാണം രാമൻ മാനിന്റെ നേർക്കു തൊടുത്തു.

പൊന്മാനിനെ താലോലിച്ചു കളിപ്പിച്ചുകൊണ്ട് ആശ്രമത്തിനു ചുറ്റും ഉല്ലാസത്തോടെ നടക്കുന്നതു സ്വപ്നം കണ്ടിരിക്കയായിരുന്ന സീതയുടെ ചെവികളിലേക്ക് ശ്രീരാമചന്ദ്രന്റെ ദയനീയമായ നിലവിളി വന്നു പതിച്ചു.

‘‘ഹാ സീതാ.... ഹാ ലക്ഷ്മണാ.’’

സീത ഞെട്ടി എഴുന്നേറ്റു. ആശ്രമാങ്കണത്തിനു നേർക്ക് ഓടുമ്പോൾ അവൾ വീണ്ടും കേട്ടു.

‘‘ഹാ സീതേ... ഹാ ലക്ഷ്മണാ... രാക്ഷസന്മാരിലാരോ എന്നെ കൊല്ലുന്നു. രക്ഷിക്കണേ, രക്ഷിക്കണേ...’’

ചാപബാണങ്ങൾ കൈയിൽ ധരിച്ച് ഒരു പ്രതിമപോലെ മുറ്റത്തു നിൽക്കുന്നുണ്ട് ലക്ഷ്മണൻ. തുടിക്കുന്ന മനസ്സോടെ വിക്കിവിക്കിക്കൊണ്ട് സീത ചോദിച്ചു:

‘‘അനുജാ, ലക്ഷ്മണാ കേട്ടില്ലേ ആര്യപുത്രന്റെ വിലാപം? ആ ദയനീയ ശബ്ദം ഞാൻ വ്യക്തമായി കേട്ടു. അദ്ദേഹം ആപത്തിൽപ്പെട്ടിരിക്കുന്നു.’’

അകലെ എവിടെയോ നോക്കിക്കൊണ്ട് ദൃഢഭാവത്തിൽ യാതൊരു കുലുക്കവുമില്ലാതെ ലക്ഷ്മണൻ പറഞ്ഞു:

‘‘ജ്യേഷ്ഠന്റേതെന്ന് തോന്നിക്കുംവിധത്തിൽ ഒരു വിലാപം കേട്ടു ഞാനും.’’

അമ്പരപ്പും ഭയവും അസ്വസ്ഥതയും കലർന്ന സ്വരത്തിൽ സീത ചോദിച്ചു:

''തോന്നിക്കുംവിധത്തിലോ? ആര്യപുത്രന്റെ ശബ്ദം തന്നെയാണത്. എനിക്കു തെറ്റുപറ്റില്ല.''

ഭയാശങ്കയോടെ, കമ്പിതഗാത്രിയായി കണ്ണീരൊഴുക്കിക്കൊണ്ടു നിൽക്കുന്ന മൈഥിലിയോട് വിനയത്തോടെ ലക്ഷ്മണൻ പറഞ്ഞു:

''ദേവീ, അവിടുത്തെ ആര്യപുത്രനായ എന്റെ മാന്യജ്യേഷ്ഠനെ സുരന്മാർക്കോ അസുരന്മാർക്കോ ഉപദ്രവിക്കാൻ സാധ്യമല്ല. ഇവരെല്ലാം കൂടി ഒന്നിച്ചുകൂടിയാലും ജ്യേഷ്ഠനെ ജയിക്കാൻ സാധിക്കില്ല. ഇവിടുന്ന് സമാധാനമായിരിക്കൂ. ജ്യേഷ്ഠന് ഒന്നും സംഭവിച്ചിട്ടില്ല. അദ്ദേഹം ഉടനെ തിരിച്ചെത്തും.''

അതുകേട്ട സീത പ്രകോപിതയായി പറഞ്ഞു:

''സമാധാനമായി ഇരിക്കാനോ? ആര്യപുത്രന്റെ ദീനവിലാപം കേട്ട് ഞാൻ സമാധാനിക്കാനോ? ചെല്ലൂ, ചെന്ന് വേഗം ജ്യേഷ്ഠനെ സഹായിക്കൂ.''

സീതയുടെ ശബ്ദത്തിലേക്ക് ഒരാത്മരോദനത്തിന്റെ യജ്ഞധൂമം പിറന്നു. ''അതിന് എനിക്ക് അനുവാദമില്ല. ജ്യേഷ്ഠൻ എന്നെ ഇവിടെ കാവൽ നിർത്തിയിട്ടാണ് പോയത്.''

''അനുവാദമുണ്ട്, എന്റെ അനുവാദം, ലക്ഷ്മണന്. ചെല്ലൂ. ഉടനെ ചെല്ലൂ. തെല്ലും അമാന്തിക്കണ്ട.''

''ജ്യേഷ്ഠത്തിയുടെ അനുവാദം മാത്രം പോരാ എനിക്ക്.''

''മഹാരണ്യത്തിൽ ആപത്തിൽപ്പെട്ടു കിടക്കുന്ന നിന്റെ ജ്യേഷ്ഠനെ രക്ഷിക്കാനാണ് ഞാൻ പറയുന്നത്. ലക്ഷ്മണാ...'' അക്ഷമയോടെയും പരിഭവത്തോടെയും സീത പറഞ്ഞു.

''ജ്യേഷ്ഠത്തി എന്തൊക്കെപ്പറഞ്ഞാലും ഘോരരാക്ഷസന്മാർ വിഹരിക്കുന്ന ഈ ആരണ്യമധ്യത്തിൽ ജ്യേഷ്ഠത്തിയെ തനിച്ചാക്കി പോവില്ല ഞാൻ.''

സീതയുടെ കണ്ണുകൾ കോപംകൊണ്ടു ചുവന്നു.

''എന്താ നീ പറഞ്ഞത്? പോവില്ലെന്നോ? ഹേ ലക്ഷ്മണാ, അധമനാണു നീ. ബന്ധുരൂപത്തിലും ഭാവത്തിലും പെരുമാറുന്ന ശത്രു. നിന്റെ സഹോദരനോട് നിനക്കു സ്നേഹത്തിന്റെ കണികപോലും ഇല്ല. ആപത്തിൽപ്പെട്ട ജ്യേഷ്ഠന്റെ രക്ഷയ്ക്കെത്താൻ തോന്നുന്നില്ലല്ലോ. എന്താ എന്നെ കൊതിക്കുന്നുണ്ടോ നീ? ജ്യേഷ്ഠന്റെ അന്ത്യം കണ്ടിട്ടാവാം ആഗ്രഹസാഫല്യം നടത്തേണ്ടത് എന്ന് കരുതുന്നുണ്ടോ? അതുകൊണ്ടാണോ സ്വന്തം ജ്യേഷ്ഠനെ രക്ഷിക്കാൻ ഈ അലംഭാവം?''

ചെവികൾ രണ്ടും പൊത്തിക്കൊണ്ട് ലക്ഷ്മണൻ പറഞ്ഞു: ''ദേവീ, ഇവിടുന്ന് എനിക്ക് ഈശ്വരിയാണ്. എന്നോട് ഇങ്ങനെയൊന്നും പറയരുതേ. ഇവിടുത്തെ ഭക്തനാണ് ഞാൻ.''

ലക്ഷ്മണന്റെ വാക്കുകൾ കേട്ടപ്പോൾ സീതയുടെ കോപം വർധിക്കുകയാണുണ്ടായത്. സീതയുടെ കണ്ണുകളിൽ ശോണിമ പരന്നു.

''ഹും! ഭക്തൻ, നിന്റെ ജ്യേഷ്ഠനും ഇതുതന്നെ എന്നോട് ഉരുവിടുന്നു. അതുകേട്ട് നീയും അതുപോലെ ആവർത്തിക്കുകയാണോ? കപടതയുണ്ട് നിങ്ങൾക്ക് രണ്ടുപേർക്കും. നിർദ്ദയനാണ് നീ. രാമനില്ലാതെ സീതയില്ല. അതു മനസ്സിലാക്കിക്കൊള്ളുക. ആര്യപുത്രനെ സഹായിക്കാൻ പോകുന്നില്ല എന്നാണ് നിന്റെ നിശ്ചയമെങ്കിൽ ഉടനെ, എനിക്കു വേണ്ടി ആശ്രമമുറ്റത്ത് ഒരഗ്നികുണ്ഡം ഒരുക്കിത്തരിക. അമാന്തിക്കണ്ട. വനവാസികളായ പക്ഷിമൃഗാദികളും എന്റെ വചസ്സുകൾക്ക് സാക്ഷികളാണ്.''

വീണ്ടും വീണ്ടും അതുതന്നെ പുലമ്പിക്കൊണ്ട് സീത നെഞ്ചത്തടിച്ച് നിലവിളിക്കാൻ തുടങ്ങി.

അസ്വസ്ഥതയോടെ ലക്ഷ്മണൻ പറഞ്ഞു:

''ദേവീ, ഘോരതരങ്ങളായ ദുർനിമിത്തങ്ങൾ പലതും ഞാൻ കാണുന്നു. പക്ഷേ, ദേവിയുടെ ആജ്ഞയനുസരിച്ച്, ഇതാ ഞാൻ ജ്യേഷ്ഠന്റെ അടുത്തേക്കു പോകുന്നു. ദേവി ആശ്രമത്തിനകത്ത് അടച്ചിരുന്നു കൊള്ളുക, ദേവതകൾ ദേവിയെ കാക്കട്ടെ.''

ദേവിയെ പർണാശ്രമത്തിലേക്കയച്ച് ചുറ്റും നോക്കി ലക്ഷ്മണൻ പറഞ്ഞു:

''ദണ്ഡകാരണ്യത്തിലെ വനദേവതമാരേ, ജനകനന്ദിനിയായ സീതാദേവിയെ, ശ്രീരാമചന്ദ്ര ധർമ്മപത്നിയായ വൈദേഹി രാജകുമാരിയെ, ഇതാ ഞാൻ നിങ്ങളെ ഏൽപിക്കുന്നു. ആ ദേവിക്ക് ആപത്തൊന്നും കൂടാതെ പരിരക്ഷിച്ചുകൊള്ളണേ.''

ഒരു വൃത്തം വരച്ച് അതിനകത്തു നിർത്തിയ സീതയെ ദേവതമാരുടെ സംരക്ഷണത്തിൽ വിട്ട് ലക്ഷ്മണൻ ആശ്രമം വിട്ടു നടന്നകന്നു.

ആശ്രമപരിസരത്തുതന്നെ തക്കം നോക്കി കാത്തുനിന്നിരുന്ന ലങ്കേശ്വരൻ (പംക്തികണ്ഠൻ) ഒരു സന്ന്യാസിയുടെ രൂപത്തിൽ ആ സന്ദർഭത്തിൽ അങ്ങോട്ടു ചെന്നു. കാവിവസ്ത്രം, കമണ്ഡലു, മെതിയടി എന്നിവ ധരിച്ച് ആശ്രമാങ്കണത്തിൽ നിന്നുകൊണ്ട് അകത്തേക്കു നോക്കി വിളിച്ചു.

''ആശ്രമവാസികളേ ഒരു ഭിക്ഷാംദേഹി വന്നിരിക്കുന്നു.''

ശബ്ദം കേട്ട് സീത വാതില്ക്കലേക്കു വന്നു.

സ്വർണവർണനിറമാർന്ന്, പത്മമാല ചാർത്തി സാക്ഷാൽ ത്രിപുരസുന്ദരിയെപ്പോലെ നിൽക്കുന്ന വൈദേഹിയെ, സ്വന്തം പുത്രിയെ കണ്ണുനിറയെ കണ്ടു; രാവണൻ. മണ്ഡോദരി പ്രസവിച്ചിട്ടപ്പോൾ കണ്ടതാണ്. അന്നും ഈ തേജസ്സ് കണ്ടമ്പരന്നിരുന്നു. പാവം കുട്ടി.

രാവണന്റെ മനസ്സിലൂടെ അനേകം ചിന്തകൾ കടന്നുപോയി. ഇവൾ തന്റെ മകളാണെന്ന് ഇപ്പോൾ പറയാനാവില്ല. പറഞ്ഞാൽ ജാനകി വിശ്വസിക്കില്ല. തന്റെ കൂടെ ലങ്കയിലേക്കു വരാൻ നിർബന്ധിച്ചാൽ അനുസരിക്കുമോ? ലങ്കയിൽ കൊണ്ടെത്തിച്ചശേഷം എല്ലാ സത്യങ്ങളും പറയുന്നതായിരിക്കുമോ കാമ്യം. എല്ലാറ്റിനും ഒരു സമാധാനം ആവശ്യ മാണ്. താൻ സീതയെ മോഷ്ടിച്ചു കൊണ്ടുപോകുന്നത് അവൾക്കു വേണ്ടിയാണെന്ന് അവൾ തിരിച്ചറിയണമെങ്കിൽ അതെല്ലാം സാവകാശം ധരിപ്പിക്കുന്നതാവില്ലേ ബുദ്ധി. അങ്ങനെയായാലേ സീതയോട് അനുകമ്പ തോന്നി, വിരഹദുഃഖമേറി ശ്രീരാമചന്ദ്രന്റെ മനസ്സിൽ ആവേശം പകരുക യുള്ളൂ.

ഒരു തീരുമാനം എടുക്കാൻ കഴിയാതെ, ഒരു നിമിഷം പകച്ചു നിന്നു രാവണൻ. പിന്നെ പതുക്കെ ചോദിച്ചു.

“ഭവതി ആരാണ്?”

സ്വന്തം പുത്രിയോട് അങ്ങനെ ഒരു ചോദ്യം ചോദിക്കേണ്ടി വന്നതിൽ ജാള്യം തോന്നി.

തന്റെ നേർക്കു നോക്കി സ്തബ്ധനായി നിൽക്കുന്ന രാവണനോട്, അമ്പരപ്പോടെ സീത പറഞ്ഞു:

“ഹേ മുനീന്ദ്രാ, മഹാനുഭാവനായ വിദേഹരാജാവിന്റെ പുത്രിയാണ് ഞാൻ.’

അല്ല ദേവീ, വിദേഹരാജാവിന്റെ പുത്രിയല്ല. ലങ്കാധിപനായ എന്റെ ഓമന സന്തതിയാണ് നീ എന്നു പറയാൻ രാവണന്റെ മനസ്സു വെമ്പി. ലങ്കാധിപന്റെ കണ്ണുകൾ കലങ്ങി. തനിക്ക് ആകെയുണ്ടായ ഒരു പെൺ സന്തതിയാണ് നീ. അതും കന്നിജന്മം. തന്റെ മുന്നിൽ നിൽക്കുന്നത്, അവകാശം പറയാനാവാത്ത അവസ്ഥയിൽ. ഇവൾവഴി മാത്രമേ തന്റെ കുലത്തിൽ സന്തതിപരമ്പര നിലനിർത്താനാകുകയുള്ളൂ. രാവണന്റെ കണ്ണുകളിൽ നീർ പൊടിഞ്ഞു. രാമനോടൊപ്പം കഴിഞ്ഞാൽ മകളും പേരക്കുട്ടികളും അടങ്ങിയ ഒരു ജീവിതം തന്റെ മകൾക്കും തനിക്കും ലഭിക്കുകയില്ല.

സീത തുടർന്നു:

“അങ്ങ് ശ്രദ്ധിക്കുന്നുണ്ടോ? അയോധ്യാധിപനായിരുന്ന ദശരഥ ചക്രവർത്തിയുടെ സീമന്തപുത്രൻ ശ്രീരാമചന്ദ്രന്റെ പത്നി സീതയാണ് ഞാൻ.”

“പിന്നെ എന്തിനാണു കുഞ്ഞേ നീ ഈ കാനനത്തിൽക്കിടന്ന് കഷ്ടപ്പെടുന്നത്?”

“അതൊരു വലിയ കഥയാണ് മഹാമുനേ. എന്റെ ആര്യപുത്രന്റെ അച്ഛൻ നൽകിയ ഒരു വരത്തിന്റെ അനന്തരഫലമാണീ വനവാസം.

ഇതുകൊണ്ട് എനിക്ക് പ്രത്യേകിച്ച് കഷ്ടപ്പാടൊന്നും ഇല്ല. പിന്നെ സന്ന്യാസജീവിതം. അത് സഹിക്കാവുന്നതേയുള്ളൂ.''

''കുഞ്ഞേ, നീ ജനകരാജാവിന്റെ സമീപത്തേക്കു മടങ്ങിപ്പോവുകയാണ് വേണ്ടത്. ഉഗ്രന്മാരും കാമരൂപികളുമായ രാക്ഷസന്മാർ വസിക്കുന്ന ഈ കാട്ടിലേക്ക് നിന്നെ നിന്റെ ഭർത്താവ് കൂട്ടിക്കൊണ്ടു വന്നതേ തെറ്റ്. വിവാഹദിവസം തന്നെ അയാൾ വ്രതം തുടർന്നതും പിന്നെ, സന്ന്യാസം സ്വീകരിച്ചെന്നു കേട്ടറിഞ്ഞു. അതു കൊടുംതെറ്റ്.''

സീത മുഖം കുനിച്ചു. ഈ മഹർഷിവര്യൻ ഇതൊക്കെ അകക്കണ്ണു കൊണ്ട് കണ്ടിരിക്കുന്നു. എന്തു മറുപടി പറയണമെന്ന് നിശ്ചയമില്ലാതായി. കുറച്ചു നേരത്തെ മൗനത്തിനു ശേഷം പതുക്കെ, സീത പറയാൻ തുടങ്ങി.

''ഇതെന്റെ വിധി, അങ്ങനെയല്ലാതെ മറ്റൊന്നും ഞാൻ കരുതുന്നില്ല. മഹർഷിവര്യാ, അതിരിക്കട്ടെ, അങ്ങയുടെ ഗോത്രമേതാണ്, ഈ ഘോര കാനനത്തിൽ ഒറ്റയ്ക്ക് സഞ്ചരിക്കാൻ കാരണമെന്താണ്?''

''കുഞ്ഞേ.'' ശാന്തഭാവത്തിൽ രാവണൻ പറഞ്ഞു: ''എല്ലാ സത്യവും ഞാൻ പറയാം. എല്ലാ കാരണങ്ങളും പറഞ്ഞുതരാം, സന്ദർഭം വരുമ്പോൾ. ഇപ്പോൾ ഈ കൊടുംകാട്ടിൽ നിന്ന് നിന്നെ രക്ഷപ്പെടുത്തുക മാത്രമാണ് എന്റെ ലക്ഷ്യം. ഒരിക്കൽ ഞാൻ ചെയ്ത തെറ്റുകൾ തിരുത്താൻ ഒരവസരം കിട്ടിയിരിക്കുന്നു. എന്നോടു ക്ഷമിക്കൂ. നിന്റെ രക്ഷ മാത്രമാണ് എന്റെ ലക്ഷ്യമെന്നു മനസ്സിലാക്കുക.''

ലക്ഷ്മണരേഖയെപ്പറ്റി ചിന്തിക്കവേ രാക്ഷസരാജൻ ഒരു ചുവടുകൂടി മുന്നോട്ടുവച്ചു.

എന്താണീ മഹർഷിവര്യൻ പറയുന്നതെന്നു ചിന്തിച്ച് അസ്ത്രപ്രജ്ഞയായി നിൽക്കുകയായിരുന്ന സീതയെ കൈക്കുഞ്ഞിനെയെന്ന വണ്ണം, പെട്ടെന്നു പൊക്കിയെടുത്തുകൊണ്ട് രാവണൻ പുഷ്പകവിമാനത്തിലേറി, ആകാശത്തേക്കുയർന്നു. ഒരു നിലവിളി സീതയുടെ കണ്ഠത്തോളം വന്ന് അവിടെ തടഞ്ഞുനിന്നു.

ജടായുമോക്ഷം

പൊന്മാനിന്റെ രൂപത്തിൽ വന്ന മാരീചനെ പിടിക്കാൻ കഴിയില്ല എന്നു ബോധ്യമായപ്പോൾ അവനെ വധിക്കുകതന്നെ ചെയ്തു രാമൻ. അതു തന്റെ നിയോഗമാണെന്നു ദശരഥപുത്രനറിയാമായിരുന്നു. മരിക്കുന്ന തിനു മുൻപേ അവൻ ഉറക്കെ അലറിയെങ്കിലും അവന്റെ ശബ്ദത്തി നേക്കാൾ ഉച്ചത്തിൽ താനും ലക്ഷ്മണനെ വിളിച്ചു.

രാക്ഷസന്മാർ എന്തൊക്കെ കപടപദ്ധതികൾ തയ്യാറാക്കിയിട്ടുണ്ടെന്നും അതെല്ലാം അവർ നടപ്പാക്കിയെങ്കിലേ തന്റെ ജന്മോദ്ദേശ്യം സഫല മാകൂ എന്നും അദ്ദേഹത്തിന് തികച്ചും ബോധ്യമായി.

കുറച്ചുദൂരം ചെന്നപ്പോൾ തന്റെ നേർക്കു കിതച്ച് ഓടിയടുക്കുന്ന ലക്ഷ്മണനെ കണ്ടു രാമൻ. ലക്ഷ്മണന്റെ മുഖം വല്ലാതെ വിളറിയിരി ക്കുന്നു. താൻ മനസ്സിൽ കണ്ടതൊക്കെ അതുപോലെ നടന്നു കഴിഞ്ഞിരി ക്കുന്നു. ങും... ഇനി സീതാന്വേഷണത്തിന്റെ കാലം. അതുകഴിഞ്ഞ് ദീർഘതപസ്സിന്റെയും കാലം.

''നീ എന്തവിവേകമാണ് ചെയ്തത് ലക്ഷ്മണാ?''

ജീവിതത്തിൽ ഒരിക്കലും കോപിച്ചിട്ടില്ലാത്ത രാമൻ അനുജന്റെ നേർക്ക് നോക്കി കയർത്തു.

''വൈദേഹിയെ തനിച്ചാക്കിയിട്ട് പോന്നത് ഒട്ടും ശരിയായില്ല. നിന്നെ കാവലേൽപിച്ചിട്ടല്ലേ ഞാൻ പോന്നത്. ലക്ഷ്മണാ, എനിക്കു ഭയമാകുന്നു. ഈ ഘോരാരണ്യത്തിൽ അലഞ്ഞു നടക്കുന്ന ഏതെ ങ്കിലും രാക്ഷസന്റെ ഭക്ഷണമായിത്തീർന്നോ സീത? ജനകമഹാരാജാ വിനോടും മറ്റു ബന്ധുമിത്രാദികളോടും ഞാനെന്തു മറുപടി പറയും? കൈകേയി ചെറിയമ്മയോടും. ഞാൻ ദുരുദ്ദേശ്യത്തോടുകൂടി ചെയ്ത താണെന്ന് ചെറിയമ്മമാരും രാജഭക്തരും പറയില്ലേ?''

വിഷാദത്തോടെ, ദീനഭാവത്തോടെ ലക്ഷ്മണൻ പറഞ്ഞു:

''ജ്യേഷ്ഠാ, എന്റെ ഇഷ്ടപ്രകാരം ജ്യേഷ്ഠത്തിയെ തനിച്ചാക്കിപ്പോന്ന തല്ല. രക്ഷിക്കണേ എന്ന വാക്ക് ജ്യേഷ്ഠനിൽ നിന്ന് ഒരിക്കലും

ഉണ്ടാവില്ലെന്ന് വൈദേഹി ദേവിയെ പറഞ്ഞു മനസ്സിലാക്കാൻ ആവുന്നതും ശ്രമിച്ചു. എന്നെ കഠിനമായി തെറ്റിദ്ധരിക്കുകയും ആക്ഷേപിക്കുകയും ശകാരിക്കുകയും ചെയ്തു. ഞാനിങ്ങോട്ടു വന്നില്ലെങ്കിൽ ദേവി അഗ്നിപ്രവേശം ചെയ്യുമെന്നുപോലും പറഞ്ഞു. ആ ഭയത്താലാണ് ഞാൻ വന്നത്. ജ്യേഷ്ഠത്തിയുടെ കോപാഗ്നിയിൽ ഞാൻ തന്നെ ചിലപ്പോൾ ദഹിച്ചുപോകുമായിരുന്നു.''

''എങ്കിൽ ദേവിയെക്കൂടെ കൂട്ടാമായിരുന്നില്ലേ? തനിച്ചാക്കി വരേണ്ടിയിരുന്നുവോ?''

''ജ്യേഷ്ഠത്തിയെക്കൂടി വിളിച്ചിരുന്നെങ്കിൽ കാര്യങ്ങൾ കൂടുതൽ സങ്കീർണമാകുമായിരുന്നു, ജ്യേഷ്ഠാ, ദേവിയെ ഞാൻ തട്ടിക്കൊണ്ടു പോകുവാൻ അവസരം പാർത്തു നടക്കുകയാണെന്നാണ് ദേവി എന്നെ കുറ്റപ്പെടുത്തിയത്. അതും ഭരതജ്യേഷ്ഠന്റെ ആജ്ഞപ്രകാരമത്രെ. നോക്കൂ, ഭരതജ്യേഷ്ഠനെക്കൂടി ആക്ഷേപിച്ചിരിക്കുന്നു ദേവി. ഒന്നും അറിയാത്ത നിഷ്കളങ്കനായ ഭരതൻ ജ്യേഷ്ഠനെപ്പോലും.''

''വരൂ, നമുക്കു വേഗം ആശ്രമത്തിലേക്കു പോകാം.'' അസ്വസ്ഥതയുടെ സ്വരം കേട്ടു ലക്ഷ്മണൻ.

വിജനമായ ആശ്രമം. ശൂന്യമായ പർണശാല. ഭയാനകമായ ഒരു നിശ്ശബ്ദത. ചുറ്റും നോക്കിക്കൊണ്ട് ഭയപരിഭ്രമഭാവങ്ങളോടെ രാമൻ ചോദിച്ചു:

''ലക്ഷ്മണാ, അനുജാ, എന്താണ് ഇനി നമ്മൾ ചെയ്യുക? എവിടെ ച്ചെന്നാണ് സീതയെ അന്വേഷിക്കുക? സീത അപ്രത്യക്ഷയായിക്കഴിഞ്ഞിരിക്കുന്നു. പൊയ്ക്കഴിഞ്ഞു സീത.''

''നമുക്ക് എല്ലായിടത്തും അന്വേഷിക്കാം ജ്യേഷ്ഠാ.''

അന്വേഷിക്കേണ്ട കാര്യമില്ലെന്ന് രാമനു ബോധ്യമുണ്ടായിരുന്നു. എങ്കിലും ലക്ഷ്മണനോടൊപ്പം കാട്ടിനുള്ളിലേക്കു നടന്നു. നടക്കുന്നതിനിടെ രാമൻ വീണ്ടും ലക്ഷ്മണനെ കുറ്റപ്പെടുത്തി:

''എല്ലാം നീ കാരണമാണ്. നീയൊരുത്തൻ കാരണം. ഞാൻ പറഞ്ഞതാണ് നീയും പക്ഷീന്ദ്രനായ ജടായുവും സീതയെ സംരക്ഷിക്കണമെന്ന്. പോരുമ്പോൾ ജടായുവിനോടെങ്കിലും പറയാൻ തോന്നിയോ നിനക്ക്? അവിവേകം മാത്രമല്ല, ധിക്കാരവും കൂടിയാണ് നീ കാണിച്ചത്. ആജ്ഞാലംഘനമെന്ന ധിക്കാരം.''

രാമൻ രക്ഷാകവചം വാക്കുകൾകൊണ്ട് തീർക്കുകയായിരുന്നു. ലക്ഷ്മണൻ കുറ്റം ഏറ്റെടുത്ത് നമ്രശിരസ്കനായി രാമനോടൊപ്പം നടന്നു. രാമൻ മനസ്സുകൊണ്ട് സീതയുടെ തിരോധാനം സന്തോഷിക്കുന്നുണ്ടോ എന്ന് ലക്ഷ്മണൻ സംശയിച്ചു.

കുറച്ചപ്പുറത്തെ കുറ്റിക്കാട്ടിൽനിന്നു ദീനദീനമായ ഒരു സ്വരം കേട്ട് രണ്ടുപേരും പരസ്പരം നോക്കി. ശബ്ദം കേട്ട ഭാഗത്തേക്കു ശ്രദ്ധ തിരിച്ചു. തല ഉയർത്തിപ്പിടിച്ച് ആരോ വിറയ്ക്കുന്ന ശബ്ദത്തിൽ വിളിക്കുന്നു. ശബ്ദത്തിൽ പതർച്ചയും ചിതറലും.

''ശ്രീരാമചന്ദ്രപ്രഭോ... ശ്രീരാമചന്ദ്രപ്രഭോ... ശ്രീരാമചന്ദ്രപ്രഭോ....''

ഏതോ രാക്ഷസന്റെ മായയാണെന്നു നിശ്ചയിച്ച് രാമൻ ശരം ഞാണിൽ ചേർക്കാനൊരുങ്ങി. ബാണത്തിന്റെ അറ്റം ചാപഞാണിൽ നിന്നു വിറച്ചു.

''ഇതു ഞാനാണ് പ്രഭോ. ജടായു.''

പക്ഷിരാജാവിന്റെ സ്വരം ദീനമായി ഉയർന്നു.

''ദേവാ, അവിടുന്ന് തേടുന്ന സീതയെ ഒരു രാക്ഷസൻ ഭിക്ഷുവേഷത്തിൽ വന്ന് പിടിച്ചുകൊണ്ടുപോയി.''

രാമലക്ഷ്മണന്മാർ ധൃതിയിൽ ജടായുവിന്റെ അടുത്തേക്കു ചെന്നു.

''പക്ഷിരാജാവേ പറയൂ, എന്താണുണ്ടായത്?''

ചിറകു രണ്ടും അറ്റുകിടക്കുന്ന ജടായു ചോര ഛർദ്ദിച്ചു. പിന്നെ അർദ്ധപ്രാണനോടെ പറഞ്ഞു: ''പ്രഭോ, അവിടുന്നും അനുജനും ആശ്രമ പരിസരത്ത് ഇല്ലാതായപ്പോൾ ഒരു രാക്ഷസൻ താപസവേഷത്തിൽ അവിടെയെത്തി സീതാദേവിയെ പിടിച്ചുകൊണ്ടുപോയി. തടയാൻ ശ്രമിച്ചതാണ് ഞാൻ. അതാ, ആ രാക്ഷസന്റെ വില്ലാണത്. രണ്ടും തകർത്തു ഞാൻ. എന്റെ ചിറകുകൾ രണ്ടും വാൾകൊണ്ട് വെട്ടിവീഴ്ത്തി. അവൻ ദേവിയെയും കൊണ്ട് ആകാശത്തേക്കുയർന്നു. എന്നിട്ട് ഒരു താക്കീതും അങ്ങയെ അറിയിക്കാനായി. ശ്രീരാമചന്ദ്രൻ ഒരു വീരനായ ചുണയുള്ള ഭർത്താവാണെങ്കിൽ സീതാദേവിയെ വന്ന് വീണ്ടെടുക്കട്ടെയെന്ന്.

ജടായുവിന്റെ ശരീരത്തിൽ പതുക്കെ തലോടിക്കൊണ്ട് രാമൻ ലക്ഷ്മണനോടു പറഞ്ഞു: ''നോക്കൂ, ഉണ്ണീ, നമ്മുടെ അച്ഛന്റെ സുഹൃത്താണ് ഈ പക്ഷീന്ദ്രൻ. ഞാൻ കാരണം ഇദ്ദേഹത്തിന്റെ ജീവൻ പോലും ഇതാ പൊലിയാൻ പോകുന്നു. എന്ത് നിർഭാഗ്യവാനാണ് ഇദ്ദേഹം? തന്നെ സഹായിക്കാനെത്തിയ ഈ പക്ഷിരാജൻ അന്ത്യശ്വാസം വലിക്കുന്നു. ഞാനുമായി ബന്ധപ്പെട്ടവർക്കൊക്കെ ദുഃഖമാണ്.''

''പ്രഭോ.'' തളർന്ന ശബ്ദത്തിൽ ജടായു പറഞ്ഞു.

''ആകാശത്തേക്കുയർന്ന ആ രാക്ഷസൻ തെക്കേ ദിക്കിലേക്ക് മറഞ്ഞു.'' മരണമുഹൂർത്തമടുത്ത ജടായു, പിന്നെയും ഒരു വചനം പോലെയോ ജല്പനം പോലെയോ പറഞ്ഞു തുടങ്ങി.

''പുഷ്പകവിമാനം ആകാശത്തൂടെ ത്വരിതഗമനം ചെയ്യുമ്പോൾ 'രാമാ, ലക്ഷ്മണാ' എന്ന് സീതാദേവി ദീനമായി വിലപിച്ചുകൊണ്ടിരുന്നു.

ജനസ്ഥാനത്തു നിൽക്കുന്ന വൃക്ഷങ്ങളോടും ഗോദാവരി നദിയോടും രാവണൻ തന്നെ മോഷ്ടിച്ചുകൊണ്ടുപോയ വിവരം രാമനെ അറിയിക്കണമേ എന്ന് സീത കരഞ്ഞുകൊണ്ട് ഉറക്കെ പറയുന്നുണ്ടായിരുന്നു.

മോഷ്ടിച്ച കള്ളൻ ചൂണ്ട വിഴുങ്ങിയ മത്സ്യത്തെപ്പോലെയാണ് പ്രഭോ. അവൻ മുടിയാൻ ഇനി അധികകാലമില്ല. രാമചന്ദ്രന്റെ ശക്തിയെയാണ്, അഭിമാനത്തെയാണ് ആ രാക്ഷസൻ ആക്ഷേപിച്ചിരിക്കുന്നത്. ധിക്കാരി, ആ രാക്ഷസനെ വധിച്ച് എത്രയും വേഗം ദേവിയെ മടക്കിക്കൊണ്ടുവരേണ്ടത് അവിടുത്തെ രാജരക്തത്തിന്റെ അഭിമാനമായി കാണണം. അവിടുത്തേക്ക് അത് സാധിക്കും. വൈകാതെ. നിശ്ചയം പ്രഭോ, നിശ്ചയം.''

''ഖഗശ്രേഷ്ഠാ, എന്റെ അച്ഛനെ ശനിയുടെ കോപത്തിൽനിന്ന് രണ്ടു പ്രാവശ്യം രക്ഷിച്ചവനാണങ്ങ്. എന്നെ ഈ ശനിദശയിൽനിന്ന് രക്ഷിക്കൂ. പക്ഷിരാജാവേ, ആരാണ് സീതയെ കട്ടുകൊണ്ടുപോയത്?''

വിക്കിവിക്കിക്കൊണ്ട് വീർപ്പുമുട്ടലോടെ ജടായു പറഞ്ഞു: ''വിശ്രവസ്സിന്റെ പുത്രൻ... കുബേര... സ...''

''പറയൂ. മുഴുൻ പറയൂ...''

രാമൻ അപേക്ഷിച്ചു.

അപ്പോഴേക്കും അവസാന നിദ്രയ്ക്കായി ജടായു കണ്ണുകൾ അടച്ചു കഴിഞ്ഞിരുന്നു. പറയാൻ വന്ന വാക്കുകൾ കണ്ഠത്തിൽ ഉറഞ്ഞു പോയിരുന്നു.

ലങ്കാപുരിയിലെ അതിവിശാലവും അതിമനോഹരവുമായ അശോകവനികയിലെ വെണ്ണക്കൽ അരമനയിലേക്കാണ് രാവണൻ സീതയെ കൊണ്ടുപോയത്. അതീവദുഃഖത്തോടെ മുഖം കുനിച്ച് കേണുകൊണ്ടു നിന്ന സീതയോട് രാവണൻ പറഞ്ഞു:

''ഹേ... ജാനകീ, ഇനി ഞാൻ നിനക്ക് എന്നെ പരിചയപ്പെടുത്താം. വിശ്രവസ്സിന്റെ പുത്രനും സാക്ഷാൽ വിത്തേശനായ വൈശ്രവണന്റെ സഹോദരനുമായ രാവണനാണ് ഞാൻ. ദേവന്മാർ, ഗന്ധർവന്മാർ, പിശാചുക്കൾ, നാഗങ്ങൾ, പക്ഷികൾ തുടങ്ങിയ സർവജീവജാലങ്ങളും എന്റെ പേരു കേട്ടാൽത്തന്നെ ഭയന്നു വിറയ്ക്കും.''

സീത മുഖമുയർത്തിയില്ല. ദുഃഖത്തിന്റെ ആൾരൂപം പോലെ അവൾ നിന്നു.

''മൈഥിലീ... സമുദ്രമധ്യത്തിലാണ് ഈ ലങ്കാരാജ്യം. നൂറു യോജന വിസ്താരമുള്ള ഈ ദ്വീപ്. ദേവേന്ദ്രന്റെ അമരാവതിയേക്കാൾ സമൃദ്ധമാണിത്. നോക്കൂ, എല്ലാ ഋതുക്കളിലും പൂക്കുകയും കായ്ക്കുകയും

ചെയ്യുന്ന ഇതുപോലുള്ള മനോഹരങ്ങളായ ആരാമങ്ങൾ അനവധിയുണ്ട്. ഇവിടെ, നിനക്ക് സുഖമായി വസിക്കാം. ഈ വെൺമാളികയിൽ ആരും ഉപദ്രവിക്കില്ല. കാട്ടുകിഴങ്ങുകളും കനികളും കഴിച്ച് അർദ്ധപ്പട്ടിണിയായായി. മെലിഞ്ഞ് നീ വല്ലാതെയായി. അങ്ങനെ കഴിയേണ്ടവളല്ല നീ. സമൃദ്ധമായ, വിശിഷ്ടഭോജ്യങ്ങൾ നിനക്കു ലഭിക്കും. നശിച്ചുപോയ നിന്റെ ആരോഗ്യവും സൗന്ദര്യവും വീണ്ടെടുക്കുക. ആരു കണ്ടാലും മോഹിക്കുന്ന ഉടലും മുഖവും വേണം. അതോടൊപ്പം ഒരു മംഗല്യകർമ്മം കൂടി നടത്തണം. നീ ഭർതൃസുഖം അനുഭവിച്ചവളല്ല. ഒരു താപസന് നിന്നോടുള്ള അപ്രിയം നീ മനസ്സിലാക്കണം. ഇനിയും ആ അപ്രിയം തുടർന്നാലോ എന്നു ഞാൻ സംശയിക്കുന്നു. യോഗ്യനായ ഒരു അസുരരാജാവിനെ നിനക്കു ഞാൻ കണ്ടെത്തിത്തരാം.''

രാവണൻ കൈകൾ കൂട്ടിയടിച്ചപ്പോൾ അംഗലാവണ്യം തികഞ്ഞ അനേകം രാക്ഷസസുന്ദരിമാർ അങ്ങോട്ട് ഓടിവന്നു.

''സീതേ...'' വാത്സല്യത്തോടെ രാവണൻ വിവരിച്ചു.

''ഇതാ ഇവരെല്ലാം നിന്റെ ആജ്ഞാനുവർത്തികളാണ്. എന്തുവേണമെങ്കിലും ഇവരോട് ആജ്ഞാപിക്കാം. ചന്ദനച്ചാറും കസ്തൂരിമഞ്ഞളും അരച്ച് മേനിയിൽ പുരട്ടണോ കൈയൂന്നിച്ചാറിൽ കാച്ചിയ ലേപനം ശിരസ്സിൽ ഉഴിയണോ? നിനക്കു സമയം പോക്കാൻ പല കളികളിലും ഇവർ ഒപ്പം കൂടും. എന്താണ് പ്രിയങ്കരം എന്താണ് പ്രിയങ്കരം അല്ലാത്തത് എന്നു പറയേണ്ട താമസം എന്തിനും അവർ തയ്യാറാവും.''

കോപവും താപവും കൊണ്ട് കത്തുന്ന മിഴികളോടെ സീത രാവണനെ നോക്കി.

''ഹേ ലങ്കേശ്വരാ, ദാശരഥിയുടെ ധർമപത്നിയായ ജാനകിയെ രാവണൻ കട്ടുകൊണ്ടുപോയി എന്ന് അധികം വൈകാതെ എന്റെ ആര്യപുത്രൻ അറിയും. അദ്ദേഹം ഇവിടെയെത്തി എന്നെ മോചിപ്പിക്കും. അദ്ദേഹത്തിനുവേണ്ടി മാത്രം മാറ്റിവച്ച മനസ്സും ശരീരവുമാണ് എന്റേത്. കാനനവാസകാലത്തല്ല കുട്ടികളെ വളർത്തേണ്ടതെന്ന് ഞാൻ ധരിക്കുന്നു. ആ ചിന്തയെ അതിനെ പുഷ്ടിപ്പെടുത്തണോ വേണ്ടയോ എന്നുള്ളത് എന്റെ തീരുമാനം. വൃഥാ മറ്റാരും അതിനു മിനക്കെടേണ്ട.''

മനസ്സ് നിറഞ്ഞ് പൊട്ടിച്ചിരിച്ചു രാവണൻ.

''അങ്ങനെ ചെയ്യണമെന്നു തന്നെയാണ് എന്റെയും ആഗ്രഹം. പക്ഷേ, വൈദേഹി, നിന്റെ ആ ഭർത്താവിന് അതിനുള്ള കഴിവുണ്ടോ? മനസ്സുണ്ടോ? എനിക്കു സംശയമാണ്. ഒരുപക്ഷേ, ഭവതിയെ ഞാനിവിടേക്കു മോഷ്ടിച്ചുകൊണ്ടു പോന്നതിൽ ദുഃഖത്തിനു പകരം ഒരു ഗൂഢസ്മിതമാവാം ആ മനസ്സിലിപ്പോൾ. മറ്റുള്ളവരെ ബോധ്യപ്പെടുത്താൻ എന്തെങ്കിലും കാട്ടിക്കൂട്ടിയേക്കാം. അതല്ലെങ്കിൽ നിന്നെ കൊണ്ടുവന്നതുപോലെ ആ

രാജാവിനെയും ഞാൻ ഇങ്ങോട്ടു കൊണ്ടുവരേണ്ടിവരും. എന്തിനേറെ, എല്ലാ രഹസ്യവും വഴിപോലെ മനസ്സിലാക്കിത്തരുന്നുണ്ട് ഈ ദശ ഗ്രീവൻ. ഹേ സീതേ, നമ്മൾ തമ്മിലുള്ള ഈ ഒരു ബന്ധത്തിന്റെ കഥ ഇന്നു തന്നെ അറിഞ്ഞോളൂ.''

''ഒരു രഹസ്യവും എനിക്കു കേൾക്കണ്ട.''

ക്രോധംകൊണ്ടും ദുഃഖംകൊണ്ടും ചുവന്ന കണ്ണുകൾ അകലെ എവിടെയോ ഉറപ്പിച്ചുകൊണ്ട് സീത പറഞ്ഞു:

''നമ്മൾ തമ്മിൽ ഒരു പൂർവ്വബന്ധവും ഇല്ല. ഹേ രാക്ഷസാ, പുൽ ക്കൂട്ടിൽ വാഴുന്ന കാക്ക നിർമ്മലസരസ്സിലെ രാജഹംസത്തെ തീണ്ടി യതുപോലെയാണ് ഇപ്പോൾ നിങ്ങൾ എന്നെ എടുത്തുകൊണ്ടുവന്നപ്പോൾ തോന്നുന്നത്. ഇതിന്റെ ഫലം നിങ്ങൾ അനുഭവിക്കും. രാജാവേ, നിങ്ങളുടെ സ്പർശം കൊണ്ട് എന്റെ ശരീരം ജഡമായിക്കഴിഞ്ഞു. രാക്ഷസന്മാർ നരഭോജികളുമാണല്ലോ. ഈ ശരീരത്തെ വേണമെങ്കിൽ നിങ്ങൾക്കു ഭക്ഷിക്കാം.''

''രാക്ഷസന്മാരാണെങ്കിലും ഞങ്ങൾ സ്വന്തം ശരീരം ഭക്ഷിക്കാറില്ല മൈഥിലീ.''

അർത്ഥം വച്ച് അത്രയും പറഞ്ഞ് രാക്ഷസകന്യകമാരുടെ നേർക്കു തിരിഞ്ഞു രാവണൻ.

''നക്തഞ്ചരിമാരേ... (രാത്രിയിൽ സഞ്ചരിക്കുന്നവർ)''

നക്തഞ്ചരിമാർ ചക്രവർത്തിയെ താണുതൊഴുതു.

''ഇതാ, ഈ സീത, എന്റെ പ്രാണനാണിവൾ. സ്ത്രീയോ പുരുഷനോ ആരായാലും ഞാനോ മണ്ഡോദരിയോ അല്ലാതെ, ഞങ്ങളുടെ അനു വാദമില്ലാതെ ഒരാളും ഇവളെ സന്ദർശിക്കരുത്. ശ്രേഷ്ഠങ്ങളായ വസ്ത്ര ങ്ങളും വിശിഷ്ടഭോജ്യങ്ങളും ഇവൾക്കു നൽകണം. ഇവളുടെ ആജ്ഞ എന്റെ ആജ്ഞ എന്നതുപോലെ കേട്ട് അനുസരിക്കണം.''

''ശരി മഹാപ്രഭോ.... അങ്ങനെ ചെയ്തുകൊള്ളാം.''

രാവണൻ അരമനയുടെ പുറത്തേക്കു നടന്നു. അശോകവനികയുടെ പുറത്തു നിൽക്കുകയായിരുന്ന അതിബലവാന്മാരായ എട്ടു രാക്ഷസ ന്മാരെ അടുത്തേക്കു വിളിച്ച് ചക്രവർത്തി ആജ്ഞാപിച്ചു.

''ഖരഭൂഷണത്രിശിരസ്സുകൾ മുൻപു വസിച്ചിരുന്ന ആ സ്ഥാനത്തേക്കു നിങ്ങൾ ചെല്ലുവിൻ. അവിടം ശൂന്യമായിരിക്കുന്നു ഇപ്പോൾ ഇനി നിങ്ങൾ അവിടെ പാർത്തുകൊള്ളുവിൻ. രാമൻ എന്നൊരു മനുഷ്യൻ സ്വന്തം സഹോദരനോടൊപ്പം ആ പ്രദേശത്തുണ്ട്. രണ്ടുപേരുടെയും ഓരോ ചലനങ്ങളും മനസ്സിലാക്കി, അവയൊക്കെ അതിരഹസ്യമായി ഇവിടെ വന്ന് എന്നെ അറിയിക്കണം.''

''ശരി മഹാപ്രഭോ.'' നക്തഞ്ചരപ്രമുഖന്മാർ രാവണനെ താണു

തൊഴുതു. അപ്പോൾത്തന്നെ അവർ അവിടെനിന്നു പുറപ്പെട്ടു പോകുകയും ചെയ്തു.

പരിപൂർണ്ണ മനസ്സംതൃപ്തിയോടെ രാവണൻ സ്വന്തം അരമനയിലേക്കു ചെന്നു. അരമനയിൽ തന്നെ കാത്തിരിക്കുകയാണ്, മണ്ഡോദരി. നടന്ന സംഭവങ്ങളെല്ലാം മണ്ഡോദരിയോടു പറയാൻ ധൃതിയായി അദ്ദേഹത്തിന്. പക്ഷേ, പറഞ്ഞത് മറ്റൊന്ന്.

രാജകീയ സുഖഭോഗങ്ങൾ ആസ്വദിച്ചു ജീവിച്ചു വരുന്ന തന്റെ മകൻ മേഘനാഥനെക്കുറിച്ചായിരുന്നു. സ്ത്രീവിഷയത്തിൽ ധാരാളം ദൗർബല്യം ഉള്ള മകനെ ആ പിതാവ് ഭയന്നു. അതുവരെ ഇല്ലാത്ത അഗ്നി മനസ്സിലെരിഞ്ഞു.

നൃത്തശാലയിൽ മാദകനർത്തനം ചെയ്യുന്ന സൗന്ദര്യത്തിടമ്പുകളെ എപ്പോഴും മേഘനാഥൻ, തന്റെ ഇംഗിതത്തിനു വശംവദരാക്കുമായിരുന്നു. അഥവാ ആരെങ്കിലും അപ്രിയം കാണിച്ചാൽ അവരുടെ നേർക്കു നഗ്നത പ്രകടിപ്പിക്കുന്നത് ഒരു വിനോദമായിരുന്നു അയാൾക്ക്.

ഇതിന്റെ പേരിൽ ധാരാളം അപവാദങ്ങൾ ലങ്കയിൽ പ്രചരിച്ചിട്ടുണ്ട്. അപ്പോഴൊക്കെ രാവണൻ മകനെ ചേർത്തുപിടിക്കുകയാണ് ചെയ്യുക. അത് ഒരു മാനസിക അസുഖമാണല്ലോ എന്ന മട്ടിലാണ് പിതാവായ രാവണൻ സമാധാനിക്കുക. എന്നാൽ ലങ്കപുരിയിൽ സീത എത്തിയതിനുശേഷം രാവണൻ കൂടുതൽ ശ്രദ്ധാലു ആകുക മാത്രമല്ല മകനെ ഭയക്കുകയും ചെയ്തു.

സീത തന്റെ മകളാണ്. പുത്രീവാത്സല്യത്തിന്റെ കരുതൽ രാവണനിൽ നീറി. അതുകൊണ്ടുതന്നെ മേഘനാഥന്റെ ദൃഷ്ടികൾ ചെന്നുപെടാത്ത ഒരു ഭാഗത്താവണം സീതയെ പാർപ്പിക്കേണ്ടത് എന്ന് തീരുമാനമെടുത്തു. കാറ്റും വെളിച്ചവും ശുദ്ധവായുവും യഥേഷ്ടം ലഭിക്കുന്ന, ശിംശിപാവൃക്ഷം പടർന്നു പന്തലിച്ചു നിൽക്കുന്ന, മനോഹരമായ ഒരു സ്ഥലം തിരഞ്ഞെടുത്തു.

മണ്ഡോദരിക്കും സരയുവിനും അക്കാര്യം സ്വസ്ഥത നൽകി.

സീതയുടെ ആഗമനത്തിനുശേഷം മേഘനാഥനെതിരെയുള്ള ആദ്യമുയർന്ന പരാതി മാപ്പില്ലാത്തവിധം ഗുരുതരമായി കാണാനും രാവണൻ ശ്രമിച്ചു. കൊട്ടാരവൈദ്യനെ കണ്ട് പ്രതിവിധി ആരായുകയും ചെയ്തു. അതിന്റെ ഫലമായി അപൂർവമായ ചില വേരുകളും രാസവസ്തുക്കളും ചേർത്തുണ്ടാക്കിയ മരുന്ന് മേഘനാഥന്റെ അരയ്ക്കു താഴെ അരച്ച് പുരട്ടുകയും ചെയ്തു കൊട്ടാരം വൈദ്യൻ. ലങ്കാധിപതി മകളോടുള്ള വാത്സല്യം, കരുതൽ എന്നിവ ഉറപ്പാക്കുകയായിരുന്നു.

ജനസ്ഥാനത്തുനിന്ന്

സുഖകരമായ ഒരു സ്വപ്നംകണ്ട് ഉറങ്ങുകയായിരുന്നു ലങ്കേശൻ. ലങ്കയിലെ, അതിവിശാലമായി ഒരുക്കിയ, അലങ്കരിച്ച വിവാഹപ്പന്തലിലേക്കു സർവാഭരണവിഭൂഷിതയായി നടന്നുനീങ്ങുകയാണ് സീത. പതിഞ്ഞ കാലുകളോടെ അവളുടെ ഇരുവശത്തുമായി പട്ടുവസ്ത്രങ്ങളും രത്നാഭരണങ്ങളും ധരിച്ച് രാവണനും മണ്ഡോദരിയും മുന്നിൽ, അഷ്ടമംഗല്യത്താലങ്ങളെടുത്ത് പട്ടുചേലയുടുത്ത യക്ഷ, കിന്നര, ഗന്ധർവ കന്യകമാർ പിന്നിൽ. മുത്തുക്കുടകൾ പിടിച്ചുകൊണ്ട് അംഗലാവണ്യം തികഞ്ഞ, തേൻനിറമുള്ള രാക്ഷസത്തരുണികൾ. പ്രൗഢമായ വിവാഹഘോഷയാത്ര മന്ദം മന്ദം മുന്നോട്ടു നീങ്ങി. മംഗളവാദ്യങ്ങൾ മുഴങ്ങി.

വേദങ്ങൾ പഠിച്ചവരും യാജ്ഞികന്മാരുമായ ബ്രഹ്മ രക്ഷസ്സുകൾ വേദോച്ചാരണം നടത്തി. ആർപ്പുവിളിയും കുരവയും കേൾക്കായി. സ്വപ്നത്തിന്റെ തുടർച്ചപോലെ, കർണാനന്ദകരമായ മംഗളവാദ്യഘോഷങ്ങൾ കേട്ടു രാവണൻ. രാജധാനിയുടെ അങ്കണത്തിൽ ഗന്ധർവന്മാർ ലങ്കേശ്വരനെ സ്തുതിച്ച് ഗീതങ്ങൾ ആലപിക്കുകയാണ്. എന്നും പതിവുള്ള പ്രഭാതഗീതങ്ങൾ, തുകിലുണർത്ത്.

രാവണൻ കണ്ണുകൾ തുറന്നു.

പുതുവസ്ത്രങ്ങളും പുത്തൻ ആഭരണങ്ങളും ചമയക്കൂട്ടുകളുമായി നിദ്രാമന്ദിരത്തിന്റെ വാതിൽക്കൽ അഞ്ചു സുന്ദരിമാർ നിൽക്കുന്നു. പ്രഭാതത്തിൽ പതിവുപോലെ ചൊല്ലാറുള്ള രാവണകീർത്തനം ചൊല്ലിക്കൊണ്ട് അവർ ലങ്കാധിപന് കുറിക്കൂട്ടുകൾ നൽകി. മണ്ഡോദരി കുളികഴിഞ്ഞ് പുതുവസ്ത്രങ്ങളണിഞ്ഞ്, നെറ്റിയിൽ ചന്ദനവും സീമന്തരേഖയിൽ സിന്ദൂരവും തൊട്ട് വരുന്നു. അതും പതിവു തന്നെ.

എന്നും പ്രഭാതത്തിൽ കണികാണാൻ സുന്ദരിമാരായ രാക്ഷസപ്പെൺകുട്ടികൾ ചക്രവർത്തിയുടെ മുന്നിലെത്തുന്നു. അതിന് അവർ തമ്മിൽ മത്സരവുമാണ്. മണ്ഡോദരിക്ക് അതിൽ പരിഭവമില്ല.

ചക്രവർത്തിയെപ്പറ്റി അവർക്കു നന്നായറിയാം. ആ നിർമ്മല സ്വഭാവം താൻ വർഷങ്ങളായി അനുഭവിക്കുന്നവളുമാണ്. താൻ കഴിഞ്ഞേ അദ്ദേഹ ത്തിന് മറ്റെല്ലാമുള്ളൂ.

താണുതൊഴുതുകൊണ്ട് അയോമുഖി എന്ന സുന്ദരി പറഞ്ഞു:

''പ്രഭോ, ജനസ്ഥാനത്തുനിന്ന് വിചിത്രചൂഡൻ എന്ന ഒരു ദൂതൻ അങ്ങയെ മുഖം കാണിക്കാനായി കാത്തുനിൽക്കുന്നു.''

അംഗലാവണ്യംകൊണ്ട് അനുഗൃഹീതയായ അവൾ മധുരമായി പുഞ്ചിരിക്കുകയും ചെയ്തു.

ജനസ്ഥാനത്തുനിന്ന്... രാവണന്റെ മനസ്സൊന്നു തുടിച്ചു. രാമ ലക്ഷ്മണന്മാർ അവിടെയാണുള്ളത്. സീതയെ താൻ കൊണ്ടുവന്ന ശേഷം എന്തായിരിക്കും അവരുടെ മനോഗതി? ആഗ്രഹിക്കാതെ ലഭിച്ച വൾ പോയിക്കിട്ടിയല്ലോ എന്ന ആശ്വാസമാവുമോ രാമന്? ഏതെങ്കിലും പർണശാലകളിൽ ജപവും ധ്യാനവുമായി കഴിഞ്ഞുകൂടുകയാവുമോ അയാൾ? എങ്കിൽ നന്നായി. പക്ഷേ, ജനങ്ങളെ ബോധ്യപ്പെടുത്താൻ രാമൻ മറിച്ചും ചിന്തിച്ചുകൂടായ്കയില്ല. അടങ്ങിയിരിക്കാൻ ജ്യേഷ്ഠനെ ലക്ഷ്മണൻ അനുവദിക്കുകയുമില്ല.

എന്തായാലും തന്റെ പുത്രിക്കു ജപവും ധ്യാനവുമായി കഴിയാനുള്ള യോഗം ഇനി ഉണ്ടാവുകയില്ലല്ലോ. ഇത്രകാലം അനുഭവിച്ചതു മതി

എന്റെ കുട്ടി. അവൾ ലങ്കാധിപന്റെ പുത്രിയാണ്. സീമന്തപുത്രി. ലങ്കാധിപന്റെ കുലം നിലനിർത്തേണ്ടവളാണ് ഇവൾ. അതിനുവേണ്ടി ജന്മം കൊണ്ടവളാണെന്ന് വൈകിയാണ് ബോധ്യമായത്. മിഥിലാധിപനായ ജനകരാജാവിന്റെ പുത്രിയല്ല അവൾ. ത്രിലോകങ്ങൾ ജയിച്ച രാവണന്റെ പുത്രി. സാക്ഷാൽ ദേവേന്ദ്രനെ ജയിച്ച മേഘനാഥന്റെ സഹോദരി. പരാക്രമശാലികളായ അതികായന്റെയും അക്ഷകുമാരന്റെയും ഭാഗിനേയി. മഹാശില്പിയായ മയൻ എന്ന ദാനരാജാവിന്റെ പൗത്രിക്ക് ഇങ്ങനെയൊരു വിവാഹമേയല്ല നടക്കേണ്ടിയിരുന്നത്. വിധിയാംവണ്ണം അവളുടെ വിവാഹം നടക്കുകതന്നെ വേണം എത്രയും കെങ്കേമമായി. സാധിക്കുമെങ്കിൽ ഇവിടെ വച്ച്, ഈ ലങ്കാനഗരത്തിന്റെ സമൃദ്ധിയിൽവച്ച്, മുൻപുകണ്ട സ്വപ്നത്തേക്കാൾ പ്രൗഢമായി.

പ്രഭോ അയോമുഖി വീണ്ടും പറഞ്ഞു: ''വിചിത്രചൂഡൻ''

രാവണൻ ഓർമ്മകളിൽ നിന്നു പെട്ടെന്നു തന്നെ ഉണർന്നു.

''കൂട്ടിക്കൊണ്ടു വരൂ അയാളെ.''

അയോമുഖി ധൃതിയിൽ പുറത്തേക്കു നടന്നു. വലിയ കണ്ണുകളുള്ള ഒരു രാക്ഷസയുവാവിനോടൊപ്പമാണ് അവൾ തിരിച്ചുവന്നത്. തുറുകണ്ണുകളുമായി തൊഴുതു നിന്നു; വിചിത്രചൂഡൻ.

''എന്താണ് ആ സ്ഥാനത്തെ വർത്തമാനങ്ങൾ? പറയ്, കേൾക്കാൻ ധൃതിയായിരിക്കുന്നു നമുക്ക്. ആ രാമനും അയാളുടെ അനുജൻ ലക്ഷ്മണനും എന്തു ചെയ്യുന്നു അവിടെ?''

താണുതൊഴുതുകൊണ്ട് വിചിത്രചൂഡൻ പറയുവാൻ തുടങ്ങി.

''പ്രഭോ, ആ രണ്ടു സഹോദരന്മാർ ജനസ്ഥാനത്തുനിന്ന് പോയിരിക്കുന്നു.''

''എവിടേക്ക്? ആരും അന്വേഷിച്ചില്ലേ അത്? പ്രത്യേകം പറഞ്ഞതായിരുന്നുവല്ലോ ഞാൻ?''

''അന്വേഷിച്ചിരിക്കുന്നു പ്രഭോ. അവർ ഇപ്പോൾ ഉള്ളത് വാനരരാജാവായ സുഗ്രീവന്റെ ദേശത്ത് കിഷ്കിന്ധയിൽ.''

രാവണന്റെ കവിളൊന്നു വിറച്ചു.

''സുഗ്രീവന്റെ രാജ്യമായ കിഷ്കിന്ധയോ? തെറ്റ്. നീ പറഞ്ഞത് ശുദ്ധവിഡ്ഢിത്തം. ബാലിയുടെ രാജ്യമാണത്. എന്റെ സുഹൃത്ത് ബാലിയുടെ രാജ്യം. പ്രശസ്തമായ വാനരരാജ്യം.''

ആ സൗഹൃദത്തിന്റെ ഓർമ്മ രാവണന്റെ മനസ്സിൽ മിന്നിമറഞ്ഞു. സ്വപ്നസമുദ്രങ്ങളുടെ തീരങ്ങളിൽ തന്നെ വാലിൽ ബന്ധിച്ച് വിറകു

കെട്ടുപോലെ കൊണ്ടുനടന്ന ബാലി, അന്നു സ്ഥാപിച്ചതാണ് തങ്ങൾ തമ്മിലുള്ള സൗഹൃദം. ഒരിക്കലും തമ്മിൽ പിണങ്ങില്ലെന്ന സൗഹൃദം. ആത്മാർത്ഥ സൗഹൃദം.

''ബാലി എന്ന വാനര രാജാവ് വധിക്കപ്പെട്ടിരിക്കുന്നു പ്രഭോ.'' വിചിത്രചൂഢൻ പറഞ്ഞു.

അവിശ്വസനീയതയോടെ രാവണൻ കനത്ത പുരികങ്ങൾ ഒന്നുയർത്തി. അയാളുടെ നെറ്റിയിൽ സ്വേദകണങ്ങൾ പൊടിഞ്ഞു.

''അസംഭവ്യം, വിചിത്രചൂഢാ, ബാലിയെ വധിക്കാൻ ആർക്കും സാധ്യമല്ല. അവധ്യനാണയാൾ. ദേവദത്തമായ വരമുള്ള ആളാണ് ബാലി. എതിരാളിയുടെ പകുതി ശക്തികൂടി സ്വന്തമാക്കാമെന്ന വരം. ''അദ്ദേഹത്തിന്റെ ആ സിദ്ധി അറിയുന്നവർ ബാലിയെ ഒളിയമ്പ് എയ്ത് കൊല്ലുകയാണുണ്ടായത്.''

''ആര്?''

''രാമൻ. ഇവിടുന്ന് അന്വേഷിച്ചുകൊണ്ടിരിക്കുന്ന ആ രാമൻ.''

പുച്ഛത്തോടെ, രാവണന്റെ ചുണ്ടുകൾ വളഞ്ഞു താണു.

ഭീരുവായ രാമൻ അല്ലേ? ബാലിയോട് നേർക്കുനേർ എതിരിടാൻ അശക്തനായ രാമൻ. ഇവനാണോ തന്റെ മകളുടെ ഭർത്താവെന്ന നാട്യത്തോടെ നടക്കുന്നത്. ലജ്ജാവഹം.

''എന്താണുണ്ടായത്? വിശദമായി പറയൂ.''

വിചിത്രചൂഢൻ പറയാൻ തുടങ്ങി.

''സീതയെ കാണാനില്ലെന്ന് അറിഞ്ഞതോടെ ദുഃഖിതരും നിരാശരുമായ രാമലക്ഷ്മണന്മാർ പഞ്ചവടിയിൽനിന്നു കൊടുംകാട്ടിലേക്കു നടന്നു നീങ്ങി. ജനസ്ഥാനത്തുനിന്ന് ഏകദേശം മൂന്നുവിളിപ്പാട് അകലെയുള്ള ക്രൗഞ്ചാരണ്യത്തിൽ വച്ചാണ് അവർ അയോമുഖിയെയും കബന്ധനെയും കണ്ടത്. വയറ് വായാക്കിയ കബന്ധന്റെ സഹോദരി അയോമുഖിയെ ലക്ഷ്മണൻ മുല-നാസികകൾ അറുത്ത് വിരൂപയാക്കി. രണ്ടുപേരുടെയും കബന്ധങ്ങൾ തന്റെ കൈക്കുള്ളിൽ ബന്ധനത്തിൽ കിടത്തി ലക്ഷ്മണൻ വാവിട്ടു നിലവിളിച്ചു.

അതു പറഞ്ഞ് വിചിത്രചൂഢൻ വാപൊത്തി ചിരിച്ചു. ഭവ്യതയോടെ തന്നെ.

''അവന്റെ കാര്യം അവിടെ നിൽക്കട്ടെ.''

അക്ഷമയോടെ രാവണൻ പറഞ്ഞു.

''രാമന്റെ കാര്യമാണ് എനിക്ക് അറിയേണ്ടത്. അവന്റെ അനുജന്റെ കാര്യം അപ്രധാനം. ബുദ്ധിയുറച്ചിട്ടില്ലാത്ത ഒരു ചെറുബാലനാണവൻ. രാമൻ എന്തു ചെയ്തു?''

‘‘കബന്ധനെ രാമൻ വധിച്ചു പ്രഭോ.’’

‘‘കബന്ധനെ വധിച്ചുവെന്നോ? ബ്രഹ്മാവിൽ നിന്ന് സ്വച്ഛന്ദമരണം എന്ന വരം ലഭിച്ചവനാണ് കബന്ധൻ. പിന്നെ എങ്ങനെ അയാളെ വധിക്കാനാവും?’’

‘‘ആ രാക്ഷസശ്രേഷ്ഠന്റെ അനുവാദത്തോടുകൂടിത്തന്നെയാണ് രാമൻ അദ്ദേഹത്തെ വധിച്ചത് പ്രഭോ. അതൊരു നിയോഗവും കൂടിയാണല്ലോ. അദ്ദേഹമാണ് അവരോട് കിഷ്കിന്ധയിലെ സുഗ്രീവനുമായി സഖ്യമുണ്ടാക്കാൻ ഉപദേശിച്ചത്.’’

‘‘ബാലിയെ കൊല്ലാൻ ഉപദേശിച്ചതും അയാളാണോ?’’

‘‘അല്ല പ്രഭോ. അത് സുഗ്രീവന്റെ തന്നെ അപേക്ഷയായിരുന്നു. ബാലിയെ ഭയപ്പെട്ട് ഋഷ്യമൂകാചലത്തിൽ കഴിഞ്ഞുകൂടുകയായിരുന്നു സുഗ്രീവൻ.’’

വിചിത്രചൂഢൻ തുടർന്നു പറഞ്ഞു:

‘‘പർവതങ്ങളിൽനിന്നു പർവതങ്ങളിലേക്കു നടന്ന് ഘോരവനങ്ങളിൽ നിന്നു ഘോരവനങ്ങളിലേക്കു യാത്ര ചെയ്ത്, രാമലക്ഷ്മണന്മാർ പമ്പാതീരത്ത് എത്തിച്ചേർന്നു. സുഗ്രീവന്റെ അമാത്യനായ ഹനുമാൻ എന്ന വാനരനാണ് അവരെ ആദ്യം കണ്ടത്. ബാലിയുടെ ചാരന്മാരാവും അവരെന്നാണ് സുഗ്രീവൻ സംശയിച്ചത്. ഭയന്നുപോയ അയാൾ ഹനുമാനെ അവരുടെ അടുത്തേക്ക് തന്ത്രപൂർവം പറഞ്ഞയച്ചു. സുഗ്രീവന്റെ സചിവനാണ് ഹനുമാൻ എന്നറിഞ്ഞപ്പോൾ രാമലക്ഷ്മണന്മാർക്കു സന്തോഷമായി. ആ വാനരശ്രേഷ്ഠനെ തേടിയാണല്ലോ അവർ നടന്നത്. പമ്പാതീരത്തുവച്ച് അവർ സഖ്യം ചെയ്തു. ബാലിയെ വധിക്കാമെന്ന് രാമനും സീതയെ കണ്ടെത്തിക്കൊള്ളാമെന്ന് സുഗ്രീവനും പ്രതിജ്ഞ ചെയ്തു. ഒരു പരസ്പരധാരണ പ്രഭോ.’’

‘‘ഇവിടുന്ന് ആ കുമാരിയെ അപഹരിച്ചുകൊണ്ട് പോകുമ്പോൾ അവർ കുറച്ച് ആഭരണങ്ങൾ താഴേക്ക് എറിഞ്ഞിരുന്നു. ആ വാനരന്മാരുടെ കൈയിലാണ് അവ ചെന്നുപെട്ടത്.’’

‘‘ആവട്ടെ, സാരമില്ല. അതുപോലുള്ള അനവധി ആഭരണങ്ങൾ അവൾക്കുവേണ്ടി ഉണ്ടാക്കിക്കൊടുക്കുവാൻ കഴിയും എനിക്ക്. തുടർന്ന് എന്തുണ്ടായെന്ന് പറയൂ.’’

‘‘രാമൻ ബാലിയെ ഒളിയമ്പെയ്തു കൊന്നു. ഉടമ്പടി പ്രതിജ്ഞ പാലിക്കാനായി സുഗ്രീവൻ ലോകത്തിന്റെ നാനാഭാഗത്തേക്കും വാനരന്മാരെ അയച്ചിരുന്നു; സീതാന്വേഷണത്തിന്.’’

പുച്ഛത്തോടെ ഒന്നു ചിരിച്ചു രാവണൻ. ‘‘എവിടെയൊക്കെയാണ് അയാൾ കുരങ്ങന്മാരെ പറഞ്ഞയച്ചിരിക്കുന്നത്?’’

''സേനാപതിയായ വിനതന്റെ നേതൃത്വത്തിലാണ് നൂറായിരം പുംഗവന്മാർ തിരച്ചിലിനായി ഇറങ്ങിയിരിക്കുന്നത്. കിഴക്കേ ദിക്കിലേക്ക്. ഗിരിശൃംഗങ്ങൾ, നദികൾ, വൻകാടുകൾ തുടർന്ന് ബ്രഹ്മമല, മാളവം, കാശി, വിപുലഗ്രാമം, മാധവം, വംശം, പുണ്ഡ്രം, കോശകാരനഗരം എന്നിവിടങ്ങളിലൊക്കെ തിരയാനിറങ്ങിയിരിക്കുന്നു. അവർ ഉദയഗിരിക്കപ്പുറത്തേക്കുകൂടി ചെല്ലാൻ സുഗ്രീവാജ്ഞയുണ്ട്. അംഗദൻ, നീലൻ, ഹനുമാൻ, ജാംബവാൻ, ഗവയൻ, ഗവാക്ഷൻ, വിജയൻ, ഗന്ധമാദനൻ എന്നീ വാനരന്മാരുടെ നേതൃത്വത്തിൽ ഒരു വൻപട തന്നെ തെക്കേ ദിക്കിലേക്കു പുറപ്പെട്ടിരിക്കുന്നു. പിതൃലോകത്തിന്റെ അതിരുവരെ ചെന്ന് അന്വേഷിക്കാനാണ് കൽപന.''

ആരുടെ കൽപന? രാമചന്ദ്രന്റേയോ? എങ്ങനെയും സീത ഒഴിഞ്ഞു പോകട്ടെയെന്ന അന്തഃരംഗത്തിൽ ചിന്തിക്കുന്നവനോ?

പുച്ഛഭാവത്തിൽ രാവണൻ ആത്മഗതം ചെയ്തു.

''ഇതു മാലോകരെ അറിയിക്കാൻ വേണ്ടിയുള്ള പുറപ്പാട്. വെറുമൊരു കോലാഹലവും. സീതയ്ക്ക് അനുഭവയോഗ്യമാകേണ്ടതു ചെയ്യാൻ എനിക്കറിയാം. ഏതായാലും അവരെ ഞാൻ നേരിടും.''

''തന്റെ പത്നിയുടെ പിതാവായ സുഷേണന്റെ നേതൃത്വത്തിലാണ് രണ്ടുലക്ഷം ഹരീവരന്മാരെ പടിഞ്ഞാറൻ ദിക്കിലേക്ക് പറഞ്ഞയച്ചത്. അസ്തമനാചലം വരെ പോകും അവർ. അതിനപ്പുറം പോകാൻ അവർക്ക് അനുവാദമില്ല. അങ്ങനെയാണത്രെ സുഗ്രീവാജ്ഞ. വടക്കേ ദിക്കിലേക്കു പുറപ്പെട്ടത് സർവസൈന്യാധിപനായ ശതബലിയുടെ നേതൃത്വത്തിലുള്ള ഒരു വൻസൈന്യമാണ്. ശംഭുവും ബ്രഹ്മാവും ബ്രഹ്മർഷിമാരോടൊത്തു വാഴുന്ന ഉത്തരസാഗരത്തിനു മധ്യത്തിലെ സോമഗിരിവരെ പോകാനാണ് അവരോട് സുഗ്രീവൻ ആജ്ഞാപിച്ചത്.''

''തെക്കേ ദിക്കിലേക്കു വരുന്നത് അംഗദനും സംഘവും അല്ലേ വിചിത്രചൂഡാ?''

''അതെ പ്രഭോ...''

''സാഗരമധ്യത്തിലുള്ള ഈ ലങ്കാനഗരിയിലേക്ക് അവർക്കാർക്കെങ്കിലും വരാൻ കഴിയുമെന്ന് കരുതുന്നുണ്ടോ നീ?''

രാവണന്റെ ആ ചോദ്യത്തിൽ സംശയത്തിന്റെ ലാഞ്ഛനപോലും ഉണ്ടായിരുന്നില്ല. പകരം ആത്മവിശ്വാസത്തിന്റെ ആധികാരികത.

''ഒരിക്കലുമില്ല പ്രഭോ, സമുദ്രമധ്യത്തിൽ വൻമതിലുകളാൽ ചുറ്റപ്പെട്ട ഈ ലങ്കാനഗരിയിലേക്കു പ്രവേശിക്കണമെങ്കിൽ ആകാശമാർഗം സ്വീകരിക്കണം. വാനരന്മാർ ഖഗങ്ങളല്ലല്ലോ. ആയിരുന്നെങ്കിൽ ലങ്കാപുരിക്കു

കാവൽ നിൽക്കുന്ന അനേകലക്ഷം രാക്ഷസഭടന്മാരുടെ കണ്ണു വെട്ടിച്ച് ആകാശത്തിലൂടെ അവയ്ക്ക് പ്രവേശിക്കാൻ കഴിയുമായിരുന്നു.''

''ഉം, അതുതന്നെയാണ് ഞാനും കരുതുന്നത്.''

രാവണൻ അതു പറഞ്ഞുതീരുംമുൻപ് കുറെ രാക്ഷസസ്ത്രീകളുടെ നിലവിളി അപ്പുറത്തു നിന്നു കേട്ടു.

''പ്രഭോ, രക്ഷിക്കണേ, രക്ഷിക്കണേ... ഒരു കുരങ്ങൻ വന്ന് അശോകവനിക തല്ലിത്തകർക്കുന്നു.''

രാവണൻ വിചിത്രചൂഡന്റെ നേർക്ക് അർത്ഥഗർഭമായി നോക്കി.

''കുരങ്ങനോ?'' രാവണൻ ചോദിച്ചു.

അതിനു മറുപടി ഉണ്ടായില്ല. പ്രതീക്ഷിച്ചതുമില്ല, രാവണൻ. ധൃതിയിൽ സഭാമണ്ഡപത്തിലേക്കു നടക്കാൻ തുടങ്ങി ദശഗ്രീവൻ.

ഹനുമൽബന്ധനം

അശോകവനികയിലേക്കു തലേന്നു വൈകുന്നേരം ചെന്നതിനെക്കുറിച്ചാണ് സഭാമണ്ഡപത്തിലേക്കു നടന്നുകൊണ്ട് രാവണൻ ആലോചിച്ചത്. ദേവസ്ത്രീകളെപ്പോലെയുള്ള അനേകം അംഗനകളുടെ അകമ്പടിയോടെയാണ് രാവണൻ അങ്ങോട്ടു കടന്നു ചെന്നത്. പ്രഭ ചൊരിയുന്ന കനകവിളക്കുകളെടുത്ത്, താളത്തിൽ വെൺചാമരങ്ങൾ വീശിക്കൊണ്ട് ആ രാക്ഷസകന്യകമാർ രാവണനെ അനുധാവനം ചെയ്തു.

ചൈത്യപ്രാസാദത്തിലല്ല സീത എന്ന് അപ്പോഴാണ് ദശഗ്രീവൻ അറിയുന്നത്. ആയിരം തൂണുകളുള്ള അരമനയിലാണ് താനവളെ കൊണ്ടു ചെന്ന് ഇരുത്തിയത്. തങ്കം കൊണ്ടുള്ള പടികളുള്ള മനോഹരഹർമ്യത്തിൽ. പക്ഷേ, അതൊക്കെ അവഗണിച്ച് അതിനടുത്തുള്ള ശിംശിപാ വൃക്ഷച്ചുവട്ടിൽ വെറും തറയിലാണവൾ ഇരിക്കുന്നത്. ആഭരണങ്ങളൊക്കെ അഴിച്ച് വൃക്ഷക്കൊമ്പിൽ തൂക്കിയിട്ടിരിക്കുന്നു, ചെടികൾക്ക് അലങ്കാരമെന്നപോലെ.

ചെവിപ്പൂക്കളും കൈവളകളും വെയിലും മഞ്ഞുമേറ്റ് മങ്ങിയിരിക്കുന്നു. സാഗരമധ്യത്തിൽ ആണ്ടുപോകാൻ തുടങ്ങുന്ന ഒരു ജലയാനം പോലെയായി സീത. ഈ കോലം കണ്ടാലും രാമനു സങ്കടമാവില്ല. ആരു മോഷ്ടിച്ചുകൊണ്ടുപായാലും അത് നന്നായി എന്നുതന്നെയാവും ആ മനസ്സ് മന്ത്രിക്കുന്നത്.

പക്ഷേ, താൻ ഇവളെ ഇവിടേക്കു കൊണ്ടുവന്നത് ഇതിനാണോ? ഇത്തരം ഒരു കാഴ്ച കണ്ട് തൃപ്തിയടയാനാണോ? അല്ല, തീർച്ചയായും അതിനല്ല. സീതയെ അപഹരിച്ചുകൊണ്ടു പോന്നതിന്റെ പിന്നിൽ അതിന്റേതായ ഒരു സദുദ്ദേശ്യമുണ്ട്. തന്റെ മകളോട് ഇംഗിതം, കാമം, പ്രണയം ഇവയൊന്നും ജനിക്കാത്ത ആ രാമനിൽനിന്ന് അവളെ രക്ഷിക്കാനാണ്. ഭർതൃമതിയാക്കാനാണ്. രാവണകുലം നിലനിർത്താൻ തന്റെ മകൾ കുഞ്ഞുങ്ങൾക്കു ജന്മം കൊടുക്കണം.

മറ്റൊരു ചിന്തകൂടി ഇല്ലാതിരുന്നില്ല.

വിരഹദുഃഖം അനുഭവിക്കുന്ന ഭർത്താവ്, ഇടവേളയ്ക്കുശേഷം ഭാര്യയെ കാണുമ്പോൾ ഉണ്ടാകുന്ന ആസക്തിയും പ്രണയവും അഭിനിവേശവും ചിന്തിക്കാതിരുന്നില്ല. തന്റെ ഉദ്ദേശ്യശുദ്ധിയെ തന്റെ മകൾ തെറ്റിദ്ധരിച്ചിരിക്കുന്നു. ഇപ്പോഴതു തുറന്നറിയിക്കാനും പാടില്ല.

ദശാനനെ കണ്ട് അവൾ ഭയന്നു വിറച്ചു. മുഖം കാൽമുട്ടുകളിൽ പൂഴ്ത്തിയമർത്തി ഇരുന്നു സീത. ബന്ധനസ്ഥയായ മുയൽക്കുഞ്ഞിനെപ്പോലെ.

‘‘സീതേ...’’ സൗമ്യഭാവത്തോടെയും വാത്സല്യത്തോടെയും രാവണൻ വിളിച്ചു.

‘‘എന്തിനാണ് നീ എന്നെക്കാണുമ്പോൾ ഇങ്ങനെ ഭയക്കുന്നത്? എനിക്ക് ഏറ്റവും പ്രിയപ്പെട്ടവളാണ് നീ. മരവുരിയുടുത്ത് കാട്ടിൽ അലഞ്ഞുനടക്കുന്ന ബ്രഹ്മചാരിയുടെ ഭാര്യയാവേണ്ടവളല്ല. നോക്ക്, കാമരൂപികളായ രാക്ഷസന്മാരോ മായാവികളോ ഇവിടെ ഇല്ല. മറിച്ച് നിന്റെ ഏറ്റവും അടുത്ത ബന്ധുവാണ്. അറിയുമോ നിനക്ക്, ഏറ്റവും അടുത്ത ബന്ധം എന്താണെന്ന്?’’

സീതയുടെ ഭയന്ന കണ്ണുകളിലേക്കു കോപം ഇരച്ചു കയറി. അവൾ പതുക്കെ മുഖമുയർത്തി. കനൽക്കണ്ണുകൾകൊണ്ട് രാവണനെ നോക്കി.

‘‘ഹേ രാവണാ, അക്ഷന്തവ്യമായ ഒരപരാധമാണ് അങ്ങ് ചെയ്തിട്ടുള്ളത്. മറ്റൊരുത്തന്റെ ഭാര്യയെ അപഹരിച്ചുകൊണ്ടു പോന്നിരിക്കുന്നു. അങ്ങേയ്ക്ക് സദുപദേശം നൽകാൻ ഇവിടെ ഈ ലങ്കയിൽ ആരും ഇല്ലെന്നു തോന്നുന്നു.’’

രാവണൻ പറഞ്ഞു,

‘‘നിന്റെ അടുത്ത് അവൻ വസിച്ച കാലത്തും നിന്റെ ഗുണങ്ങളൊന്നും അവനറിഞ്ഞിട്ടില്ല. അവന് നിന്നോട് താത്പര്യവും ഇല്ല. അവൻ ശക്തിയില്ലാത്തവനാണ്. കീർത്തിയില്ലാത്തവനാണ്. നന്ദിയില്ലാത്തവനാണ്. നിർമമനാണ്. നല്ല മനസ്സില്ലാത്തവനാണ്. ഭവതിയെ അകതാരിൽ മറക്കുന്നവൻ. ഭർത്താവിനെ പാർത്തിരുന്നതിനി മതിയാക്കൂ. പുരുഷഗുണമുള്ള രാക്ഷസവരനെ പരിചരിക്കാൻ നിനക്ക് മനസ്സുണ്ടാവണം. സന്ന്യാസിയെ ഭർത്താവാക്കിയിട്ടെന്തു ഫലം?

എല്ലാറ്റിനും അധിപനാണെന്ന് സ്വയം വിശ്വസിച്ച് അഹങ്കരിച്ചിരിക്കുന്ന വമ്പനാണ് എന്നു ഞാൻ മനസ്സിലാക്കുന്നു. അതുകൊണ്ടാണ് ഇങ്ങനെയൊക്കെ സംഭവിച്ചത്. അക്ഷന്തവ്യങ്ങളായ തെറ്റുകൾ ചെയ്യുന്ന അങ്ങയെ രാജാവായി സ്വീകരിച്ച ഈ രാജ്യം നശിക്കുവാൻ പോകുന്നു.

ഈ രാജ്യത്തിന്റെ സമൃദ്ധിയെക്കുറിച്ച് അങ്ങ് വാചാലനായി സംസാരിക്കുന്നു. ഒരർത്ഥവുമില്ലാത്ത വാചാലത. എന്തുദ്ദേശ്യത്തിലാണ് അങ്ങ് എന്നെ ഇവിടെ കൊണ്ടുവന്നിട്ടുള്ളത് എന്ന് എനിക്കറിയില്ല. അതെന്തായാലും ലോകനാഥനായ ശ്രീരാമചന്ദ്രന് എന്റെ ഭർത്താവിന് എന്നെ തിരിച്ചു നൽകുന്നതാണ് അങ്ങേയ്ക്ക് നല്ലത്.''

''ഇല്ല ഒരിക്കലുമില്ല. അയാളുടെ കൂടെ കഴിഞ്ഞ് ജീവിതം നഷ്ടപ്പെടുത്താനും കഷ്ടപ്പെടാനും ഒരിക്കലും നിന്നെ ഞാൻ അനുവദിക്കില്ല.''

''ലങ്കേശ്വരാ, എന്റെ ഭർത്താവിനോടൊപ്പം കഴിയുന്ന സ്ഥലമാണ് എനിക്ക് സ്വർഗം. എനിക്കതൊരു കഷ്ടമല്ല. പതിവ്രതയായ ഏതു സ്ത്രീയും അങ്ങനെതന്നെയാണ് ചിന്തിക്കുക. രാക്ഷസന്മാർക്ക് അതറിയുന്നുണ്ടാവില്ല. ഇല്ലെങ്കിൽത്തന്നെ ഇതൊക്കെപ്പറയാനും ചിന്തിക്കാനും എന്തധികാരമാണ് നിങ്ങൾക്കെന്നിൽ. എന്റെ മേലുള്ള സർവ അധികാരവും എന്റെ ഭർത്താവിനാണ്.''

''ആവട്ടെ, നിന്റെ ഭർത്താവ് ശൂരനും ധീരനും പരാക്രമിയും നീ പറഞ്ഞതുപോലെ ലോകനാഥനും ആണെങ്കിൽ ഇവിടെ ഈ ലങ്കയിൽ നേരിട്ടു വന്ന് എന്നെ ജയിച്ച് നിന്നെ മോചിപ്പിച്ച് കൊണ്ടുപോകട്ടെ. അങ്ങനെയാണെങ്കിൽ ഏറ്റവും കൂടുതൽ സന്തോഷിക്കുക ഞാനായിരിക്കും. നിന്നോടുള്ള സ്നേഹത്തിന്റെ ആഴം ഞാൻ മനസ്സിലാക്കും.

അല്ലാതെ, ആരൊക്കെയോ നിർബന്ധിച്ചിട്ട്, മറ്റാരെയൊക്കെയോ ബോധ്യപ്പെടുത്താൻ വേണ്ടിയുള്ള ഒരു പ്രഹസനമല്ല വേണ്ടത്.''

''ഹേ രാക്ഷസ ചക്രവർത്തീ, അങ്ങനെ തന്നെയാണ് സംഭവിക്കാൻ പോകുന്നത്. ഒരസുരന്റെ അധീനതയിൽനിന്നു ഭൂമിദേവിയെ മൂന്നടി അളന്ന് മോചിപ്പിച്ചത് വാമനൻ എന്ന കുള്ളന്റെ രൂപത്തിൽ വന്ന മഹാവിഷ്ണുവായിരുന്നു. ഓർമ്മയുണ്ടാവും അങ്ങേയ്ക്ക് ആ കഥ. ഇല്ലെങ്കിൽത്തന്നെ ഇതൊക്കെപ്പറയാൻ എന്റെ ആരാണ് താങ്കൾ?''

''ഞാനാരാണെന്ന് പറയാനിനിയും സമയമുണ്ട്. അതിനു മുൻപ് നിന്റെ ഭർത്താവ് ആരാണെന്നും എന്താണെന്നും നീ തിരിച്ചറിയുക. യമനെ ജയിച്ച് വരുന്ന പുത്രന്മാരെയും തോൽപിച്ച് ജൈത്രയാത്ര നടത്തിയ കാലത്ത്, വിഷ്ണുബന്ധനത്തിൽ കിടന്ന ആ ചക്രവർത്തിയെയും ഞാൻ കണ്ടതാണ് സീതേ.''

''കണ്ടതാണല്ലോ, അച്ഛൻ പറഞ്ഞു കേട്ടിരിക്കുന്നു ഞാനുമാക്കഥ. കൈലാസമെടുത്ത് അമ്മാനമാടിയ അങ്ങേയ്ക്ക് അദ്ദേഹത്തിന്റെ പൂർവപിതാമഹനായ ഹിരണ്യകശ്യപുവിന്റെ കാതിലെ കുണ്ഡലം പോലും നിലത്തുനിന്ന് അനക്കാനായില്ല. ഇളക്കാൻ പോലുമായില്ല. എന്നിട്ടല്ലേ എടുത്തു പൊക്കുന്നത്?''

രാവണന്റെ മുഖത്ത് അപമാനത്തിന്റെ നിഴൽ വീണു. മുഖമൊന്നു താഴ്ത്തി ദശഗ്രീവൻ. എങ്കിലും ഉള്ളിൽ തന്റെ മകളെപ്പറ്റി അഭിമാനം കൊണ്ടു. തന്നേക്കാൾ വാതാടാൻ പ്രഗല്ഭ തന്നെ. സാധാരണ പെണ്ണല്ല ഇവൾ. ഇവൾക്കു ജനിക്കുന്ന കുട്ടികൾ ഇവളേക്കാൾ മിടുക്കരായിരിക്കും. വീറും വാശിയും ബുദ്ധിയും ശക്തിയും ഉള്ളവരായിരിക്കും. നാളത്തെ 'ലങ്ക' ഭരിക്കാൻ എന്തുകൊണ്ടും കെൽപ്പുള്ളവരായിരിക്കും. തന്റെ സ്വപ്നം ഫലിക്കും.

രാവണൻ പലതും മനതാരിൽ കണ്ട് ആനന്ദിക്കവേ സീത തുടർന്നു, ''ങും... എന്റെ ഭർത്താവ് ദാശരഥി ഇവിടെ വരും. ദശഗ്രീവാ, അങ്ങേയ്ക്ക് ഒരിക്കലും രക്ഷ കിട്ടുകയില്ല. കുബേരവാസസ്ഥാനമായ ഗന്ധമാദന പർവതത്തെയോ വരുണസദസ്സിനെയോ അതിലും താഴെയുള്ള മറ്റേതെങ്കിലും രഹസ്യസങ്കേതത്തേയോ ആശ്രയിച്ചാലും. ശരണം പ്രാപിച്ചാലും. അവിടെയും അങ്ങയെ തേടിയെത്തും രാമബാണം. ഒരു സംശയവും വേണ്ട.''

സീതയുടെ ആ വാക്കുകൾ കേട്ട് രാവണന്റെ കണ്ണുകൾ ചുവന്നു. തെറ്റിദ്ധരിച്ചിരിക്കുന്നു ഇവൾ. ചഞ്ചലചിത്തയായ ഏതു പെണ്ണിനെയും പോലെ വാചാടോപം ചെയ്യുന്നു.

പറയാം. എല്ലാം പറയണം. എല്ലാറ്റിനും മറുപടിയായി. ഞാനാരാണെന്ന് ഇവൾ അറിയേണ്ടതാണ്. തന്റെ ജീവിതത്തിൽ ഇടപെടാൻ താങ്കൾ ആരാണെന്നു ചോദിച്ചുകഴിഞ്ഞിരിക്കുന്നു. സമയം വരട്ടെ. ആ സത്യങ്ങൾ കേട്ട് തന്റെ മകൾ ഞെട്ടണം. എന്തായാലും പതിയെ ആരാധിക്കുന്ന പത്നിയാണവൾ. വിശ്വസിക്കുന്നവൾ, ക്ഷമിക്കുന്നവൾ. പാവം! അശോകവനികയിൽനിന്നു തിരിച്ചു നടന്നു ദശാനനൻ.

അമാത്യന്മാരും പുത്രന്മാരും അനുജൻ വിഭീഷണനും പരിഭ്രമത്തോടെ സന്നിഹിതരായിരുന്നു സഭാമണ്ഡപത്തിൽ.

“എന്താണുണ്ടായത്?” എല്ലാവരോടുമായി രാവണൻ ചോദിച്ചു:

“പ്രഭോ, വിരൂപനും ഭയങ്കരനുമായ ഒരു വാനരൻ അശോകവനികയിൽ എത്തിയിരിക്കുന്നു. അവൻ പ്രമദവനത്തെ നശിപ്പിച്ചു. ചൈത്യപ്രാസാദത്തെ അടിച്ചു തകർത്തു. നമ്മുടെ കിങ്കരന്മാരെ തല്ലിക്കൊന്നു. എട്ടു മന്ത്രിപുത്രന്മാരെയും വധിച്ചു. വിരൂപാക്ഷൻ, യൂപാക്ഷൻ, ദുർ ന്ധർഷൻ, പ്രഘസൻ, ദാസകർണ്ണൻ എന്നീ സേനാപതിമാരെയും അനേകം രാക്ഷസ യോദ്ധാക്കളെയും നിഗ്രഹിച്ചു കഴിഞ്ഞു.” നികുംഭനാണ് പറഞ്ഞത്.

“അവൻ ഒറ്റയ്ക്കോ?” അൽപമൊരു പതർച്ചയോടെ രാവണൻ ചോദിച്ചു.

“അതേ പ്രഭോ, അവൻ ഒറ്റയ്ക്ക്.”

“എല്ലാറ്റിനും കാരണക്കാരൻ ജ്യേഷ്ഠൻ ഒരാളാണ്.”

കുറ്റപ്പെടുത്തുംപോലെ വിഭീഷണൻ പറഞ്ഞു.

“ജനകന്റെ മകളെ കാട്ടിൽ എവിടെയെങ്കിലും അലയാൻ വിട്ടാൽ മതിയായിരുന്നു. എന്തിനാണ് ഇങ്ങോട്ടു കൂട്ടിക്കൊണ്ടുവന്നത്.”

“ഉം...? സീരധ്വജന്റെ മകളല്ല സീത. അയാളുടെ വളർത്തുപുത്രിയാണ്, അത് അനുജനറിയില്ലല്ലോ. എന്നാലതാണ് സത്യം.”

കനത്ത ശബ്ദത്തിൽ രാവണൻ പറഞ്ഞു.

“കാര്യമുണ്ട്. കാര്യമില്ലാതെ ഈ രാവണൻ ഒന്നും പ്രവർത്തിക്കില്ല.” കൂടുതലൊന്നും പറയാൻ ഭാവമില്ല എന്ന അർത്ഥത്തിൽ രാവണൻ സിംഹാസനത്തിൽ അമർന്നിരുന്നു.

സദസ്സിൽ ഇരിക്കുന്നവരുടെ നേരെ കണ്ണുകൾ പായിച്ചു രാവണൻ. ലങ്കേശ്വരന്റെ കണ്ണുകൾ തന്റെ ഇളയ മകനായ അക്ഷകുമാരനിലാണ് ചെന്നു പതിച്ചത്.

“അക്ഷകുമാരാ. ഒരു വാനരൻ വന്ന് ലങ്കയിൽ ഇത്രയും പരാക്രമങ്ങൾ കാണിക്കുന്നതിനെക്കുറിച്ച് ലജ്ജ തോന്നുന്നില്ലേ കുമാരന്?”

ഇരിപ്പിടത്തിൽ നിന്ന് എഴുന്നേറ്റുകൊണ്ട് അക്ഷകുമാരൻ പറഞ്ഞു:

“തീർച്ചയായും തോന്നുന്നുണ്ട് അച്ഛാ. ഞാൻ ഇപ്പോൾത്തന്നെ ഒരു ചതുരംഗപ്പടയെയും കൊണ്ടുചെന്ന് അവനെ വധിച്ചുവരുന്നുണ്ട്.”

അതും പറഞ്ഞ് പിതാവിന്റെ കാൽക്കൽ നമസ്കരിച്ച് അനുഗ്രഹം വാങ്ങി പുറത്തേക്കിറങ്ങി അക്ഷകുമാരൻ.

മദഗജങ്ങളുടെയും അശ്വങ്ങളുടെയും രഥങ്ങളുടെയും ഘോഷം ലങ്കാനഗരിയെ മുഖരിതമാക്കി. ബാലസൂര്യനെപ്പോലെ തിളങ്ങുന്ന അക്ഷകുമാരൻ പരാക്രമിയായ ആ വാനരനെ വധിക്കും തീർച്ച.

രാവണൻ ആലോചിച്ചു.

ഏതു വാനരനാണ് ഇപ്പോൾ ഇങ്ങോട്ടു വന്നിട്ടുള്ളത്? തെക്കേ ദിക്കിലേക്കു സീതയെ അന്വേഷിച്ചു പുറപ്പെട്ടവരിൽ ചിലരുടെ പേരുകൾ വിചിത്രചൂഡൻ പറഞ്ഞിരുന്നു. ആരോ ആവട്ടെ. ആരായാലും അവന്റെ അവസാനമായി.

രാവണന്റെ മനസ്സിൽ പ്രതീക്ഷയുടെ ഒരു ദീപനാളവും അപ്പോൾ തെളിഞ്ഞു. രാമൻ തുനിഞ്ഞിറങ്ങിയിരിക്കുന്നു. മൈഥിലിയെ വീണ്ടെടുക്കാൻ തയ്യാറായിരിക്കുന്നു. ലക്ഷ്മണന്റെ നിർബന്ധപ്രകാരമാവുമോ? അതോ സ്വന്തം താൽപര്യത്താലോ? അത്രയ്ക്കും വീരനാണ് രാമനെങ്കിൽ, സീതയോടു താൻ പറഞ്ഞതുപോലെ, അവളെ അയാൾക്കു കൊടുക്കുന്നതിൽ തനിക്ക് ഒരു വിരോധവും ഇല്ല. പക്ഷേ, ആ ധീരതയും പൗരുഷവും തെളിയിക്കണം. ആദ്യം, അവളോട് സ്വന്തം പ്രാണനു തുല്യം സ്നേഹമുണ്ടെന്നു തനിക്കും ബോധ്യം വരണം. അല്ലാതെ ഒരു കുരങ്ങനെ വിട്ടിട്ടില്ല അതു ചെയ്യേണ്ടത്. രാവണന്റെ ശുഭപ്രതീക്ഷകൾക്ക് അധികം ആയുസ്സുണ്ടായില്ല. പ്രമദവനത്തിൽനിന്നു ദൂതന്മാർ ഓടിക്കിതച്ചെത്തി.

അക്ഷകുമാരനെ കാലിൽ പിടിച്ചുയർത്തി അതിശക്തിയിൽ അനേക പ്രാവശ്യം അന്തരീക്ഷത്തിൽ ചുഴറ്റി മണ്ണിലെറിഞ്ഞു വധിച്ചു ആ വാനരൻ എന്നായിരുന്നു ദൂതവൃത്താന്തം. കുമാരന്റെ എല്ലുകൾ നുറുങ്ങി. കൈകൾ, തുടകൾ, അരക്കെട്ട്, ഉരസ്സ് ഇവയൊക്കെ തകർന്നു. കണ്ണുകൾ ഇളകിത്തെറിച്ചു. സർവസന്ധികളും വേർപ്പെട്ടു. ശരീരം മുഴുവൻ ഛിന്നഭിന്നമായി.

രാക്ഷസാധിപൻ പുത്രവധവർത്തമാനം കേട്ട് അത്യധികം ദുഃഖിച്ചു. ദുഃഖം ക്രോധത്തിനു വഴിമാറി. അട്ടഹാസത്തോടെ എല്ലാവരോടുമായി ചോദിച്ചു ലങ്കാധിപൻ:

“ഒരു കുരങ്ങനെ പിടിച്ചുകെട്ടാൻ പ്രാപ്തിയുള്ളവരാരും ഇല്ലേ ഈ ലങ്കാനഗരിയിൽ?”

ഇരിപ്പിടത്തിൽനിന്ന് എഴുന്നേറ്റുകൊണ്ട് രാവണപുത്രനായ ഇന്ദ്രജിത്ത് പറഞ്ഞു:

"ദുഃഖിക്കരുതേ അച്ഛാ. അവിടത്തെ പുത്രനായ ഇന്ദ്രജിത്ത് ഈ ഭൂമിയിൽ ജീവിച്ചിരിക്കുന്നിടത്തോളം കാലം അവിടുന്ന് ദുഃഖിക്കേണ്ടിവരില്ല."

സൂര്യതേജസ്സോടെ നിൽക്കുന്ന സ്വന്തം പുത്രനെ തറപ്പിച്ചു നോക്കി രാവണൻ. ആ നോട്ടത്തിൽ വാത്സല്യത്തോടൊപ്പം അഭിമാനവും നിറഞ്ഞു. മകന്റെ കഴിവ് തനിക്കു നന്നായറിയാം.

രാവണനെ തൊഴുത് പ്രദക്ഷിണം വച്ചുകൊണ്ട് ഇന്ദ്രജിത്ത് പറഞ്ഞു: "ആ വാനരനെ ഈ ക്ഷണം വധിക്കുന്നുണ്ട് ഞാൻ."

"മകനേ, മേഘനാഥാ, അസ്ത്രമെടുത്തവരിൽ അദ്വിതീയനാണ് നീ. നിന്റെ അസ്ത്രപ്രയോഗസാമർത്ഥ്യവും ശരീരശക്തിയും അറിയാത്ത ഒരാളും ഈ ത്രിഭുവനങ്ങളിലില്ല. തപോബലത്തിലും യുദ്ധപരാക്രമത്തിലും നീ എനിക്കു തുല്യനാണ്. പക്ഷേ, ഒരു കാര്യം ഓർക്കണം. നമ്മുടെ കിങ്കരസൈന്യത്തെയും രാക്ഷസശ്രേഷ്ഠനായ അംശുമാലിയെയും മഹാവീരന്മാരായ മന്ത്രിപുത്രന്മാരെയും പഞ്ചസേനാപതികളെയും അനേകം ചതുരംഗസൈന്യത്തെയും ആ വാനരൻ ഒറ്റയ്ക്ക് വധിച്ചുകഴിഞ്ഞു. നിന്റെ അനുജൻ അക്ഷകുമാരനെയും നിഗ്രഹിച്ചു. ആ കുരങ്ങന്റെ പരാക്രമം അവർണനീയം തന്നെ."

"എത്ര പരാക്രമശാലിയായാലും അവനെ ഞാൻ വധിക്കുന്നുണ്ട് അച്ഛാ."

"മകനേ, അത്രയും പരാക്രമശാലിയായ ആ കുരങ്ങനെ എനിക്ക് നേരിട്ടൊന്നു കാണണമെന്നുണ്ട്. അതുകൊണ്ട് വധിക്കുകയല്ല വേണ്ടത്. അവന്റെ ബലം ക്ഷയിപ്പിച്ച് ബന്ധനസ്ഥനാക്കുക. എന്നിട്ട് ഈ സഭാമണ്ഡപത്തിലേക്കു കൊണ്ടുവരിക. അതിന് ഏതേത് ആയുധങ്ങൾ പ്രയോഗിക്കണമെന്ന് നിനക്കു നന്നായി അറിയാം. മകനേ, വേണ്ടത് ആലോചിച്ചു ചെയ്യൂ. ഏതായാലും ആ കുരങ്ങന്റെ ആഗമനോദ്ദേശ്യം അറിയണം."

"ആജ്ഞപോലെ അച്ഛാ."

ഇന്ദ്രജിത്ത് സഭാമണ്ഡപത്തിൽനിന്നു ദൃഢനിശ്ചയഭാവത്തോടെ പുറത്തേക്കിറങ്ങി.

"രാക്ഷസവംശത്തിന്റെ നാശം ഒരു കുരങ്ങൻ മൂലമാണോ ഉണ്ടാവുക ജ്യേഷ്ഠാ?"

ഒരു ശുഭപ്രവചനം പോലെ വിഭീഷണൻ ചോദിച്ചു. "അതിന്റെ തുടക്കമാണോ നാമിപ്പോൾ കാണുന്നത്?"

‘‘മിണ്ടാതിരിക്ക്.’’ രാവണൻ ഗർജിച്ചു. ‘‘ഇതിലും വലിയ അപകട ഘട്ടങ്ങൾ ഉണ്ടായിട്ടും ഈ ദശഗ്രീവൻ പതറിയിട്ടില്ല. ഇനി പതറാനും പോകുന്നില്ല.’’

അങ്ങനെ പറഞ്ഞുവെങ്കിലും അസ്വസ്ഥനായിരുന്നു രാവണൻ. അയാൾ സിംഹാസനത്തിൽ നിന്ന് എഴുന്നേറ്റു. വിഹ്വലചിന്തകളോടെ പതുക്കെ ഉലാത്തുവാൻ തുടങ്ങി. ആരാണീ വാനരൻ? അംഗദനോ? ജാംബവാനോ? ഹനുമാനോ? ഗവാക്ഷനോ...?

സദസ്യരുടെ ഉത്കണ്ഠ പൂണ്ട കണ്ണുകൾ ദശഗ്രീവനിൽത്തന്നെ തറച്ചു നിന്നു. സഭാമണ്ഡപത്തിലാകെ ഏതോ ആപത്തിനു മുന്നോടിയായുള്ള മൗനംപോലെ നിശ്ശബ്ദത പരന്നു. വൈകാതെ സഭയുടെ പുറത്ത് ആഹ്ലാദാരവം ഉയർന്നു. രാക്ഷസൻ ഉറക്കെ വിളിച്ചു പറഞ്ഞു:

‘‘ബന്ധിച്ചു. വായുപുത്രനായ ഹനുമാൻ എന്ന വാനരനെ യുവരാജാവ് ഇന്ദ്രജിത്ത് ബന്ധിച്ചു. ബ്രഹ്മാസ്ത്രം കൊണ്ട് ബന്ധിച്ചു.’’

രാവണന്റെ മുഖത്ത് ആശ്വാസഭാവം തെളിഞ്ഞു. സിംഹാസനത്തിൽ ഗൗരവഭാവത്തിൽ ഇരുന്നു അയാൾ. ബന്ധനസ്ഥനായ ഹനുമാനെ സഭാമണ്ഡപത്തിലേക്ക് ഉന്തിത്തള്ളിക്കൊണ്ടു വരുന്ന സ്വന്തം പുത്രനെ ആനന്ദത്തോടെ നോക്കി രാവണൻ.

ലങ്കാദഹനം

ഇന്ദ്രജിത്ത് തൊടുത്തയച്ച ബ്രഹ്മാസ്ത്രബന്ധനത്തിൽനിന്ന് എപ്പോഴേ മോചിതനായിക്കഴിഞ്ഞിരുന്നു ഹനുമാൻ. സഭാമണ്ഡപത്തിലേക്കു കടന്നുചെന്ന് രാക്ഷസചക്രവർത്തിയുടെ മുന്നിൽ നിന്നു. ലങ്കാധിപനെ കൺനിറയെ നോക്കിക്കണ്ടുകൊണ്ട് കുറച്ചുനേരം നിന്നു വാനരശ്രേഷ്ഠൻ!

അമൂല്യരത്നങ്ങളും മുത്തുകളും പതിച്ച കിരീടം, മഹനീയ രത്നങ്ങൾ പതിച്ച ആഭരണങ്ങൾ, ഉടുത്തിരിക്കുന്നത് പൊൻപട്ട്. നീലാഞ്ജനംപോലുള്ള ദേഹം മുഴുവൻ രക്തചന്ദനം പൂശിയിരിക്കുന്നു. നിർമല സ്ഫടികം കൊണ്ട് നിർമ്മിച്ച് രത്നങ്ങൾ പതിച്ചതും പട്ടുകമ്പളം വിരിച്ചിട്ടതുമായ സിംഹാസനത്തിലാണ് ഇരിക്കുന്നത്.

വാനരശ്രേഷ്ഠൻ ഇരുവശത്തേക്കും കണ്ണുകളോടിച്ചു.

നിറയെ ആഭരണങ്ങളിഞ്ഞ ദേവസുന്ദരിമാരെപ്പോലുള്ള രാക്ഷസകന്യകമാർ ചുറ്റും നിന്ന് വെൺചാമരം വീശുന്നു. അവർക്ക് ഇരുവശവുമായി അതിശക്തന്മാരായ അംഗരക്ഷകന്മാർ. നാനാഭാഗത്തേക്കും തുറുകണ്ണുകൾ പായിച്ച് എന്തിനും സന്നദ്ധരായി നിൽക്കുന്നു, അവർ.

സിംഹാസനത്തിനു താഴെയായി മന്ത്രതന്ത്രങ്ങളും ഭരണശാസ്ത്രങ്ങളും രാജ്യതന്ത്രങ്ങളും നന്നായി അറിയാവുന്ന നാലു മന്ത്രിമാർ. ദേവന്മാരാൽ സേവിതനായ ദേവേന്ദ്രനെപ്പോലെയാണ് രാക്ഷസചക്രവർത്തിയുടെ ഇരിപ്പ്.

ശങ്കാലേശം കൂടാതെ ഹനുമാൻ രാവണന്റെ മുന്നിലായി ഇരുന്നു നോക്കി. തേജോമയനായ ആ കപിശഷ്ഠനെക്കണ്ട് രാവണന്റെ മനസ്സ് ഒന്നുകൂടി പതറി.

ആരാണിവൻ? കുറെ നേരമായല്ലോ ആരെയും കൂസാതെയുള്ള ഈ ഭാവം. ഏതോ അമാനുഷിക ശക്തിക്കുടമയാണിവൻ. നിശ്ചയം. പണ്ട് കൈലാസത്തിൽ വച്ച് താൻ നന്ദികേശ്വരനെ പരിഹസിച്ചപ്പോൾ,

ഈ മുഖത്തിനു സാമ്യമുള്ള മുഖത്തോടു കൂടിയവരാൽ നിനക്കു നാശം എന്ന് അവൻ ശപിച്ചിരുന്നു. അവൻ തന്നെയാണോ. ഈ മഞ്ഞക്കണ്ണുള്ള വാനരൻ?

മുഖം ചെരിച്ച് മന്ത്രിമാരിൽ പ്രധാനിയായ പ്രഹസ്തനെ നോക്കി രാവണൻ:

"മന്ത്രീ, ഈ മഹാദംഷ്ട്രനോട് ചോദിക്കൂ. ആരാണിവൻ? എന്തധികാരത്തിലാണ് ഇവൻ ഇവിടേക്ക് വന്നത്. എന്താവശ്യത്തിനാണ് വന്നത്? പ്രമദവനം തകർത്തതെന്തിന്? ഇവിടത്തെ കിങ്കരസൈന്യത്തെയും പഞ്ചസൈന്യാധിപന്മാരെയും എന്റെ പുത്രനെയും വധിച്ചതെന്തിന്?"

ഹനുമാൻ തികഞ്ഞ ശാന്തഭാവത്തിൽ ഇരുന്നതേയുള്ളൂ.

നയജ്ഞനായ പ്രഹസ്തൻ ഹനുമാനോട് സൗമ്യഭാവത്തിൽ പറയാൻ തുടങ്ങി. "ഹേ വാനരാ, ലങ്കാധിപനായ രാവണപ്രഭുവിന്റെ സന്നിധിയിലാണ് നീ ഇത്ര അഹങ്കാരത്തോടെ ഇരിക്കുന്നത്. എങ്കിലും ഇവിടെ നിന്നെ ആരും ഉപദ്രവിക്കില്ല. ഞങ്ങൾ അതിഥികളെ ആദരിക്കുന്നവരാണ്. പേടിക്കണ്ട, സത്യം പറയുക. സത്യം മാത്രം പറയുക. ന്യായമായതെന്തും ചെവിക്കൊള്ളുന്നവനാണ് ഞങ്ങളുടെ ലങ്കാധിപൻ. ആരാണ് നീ? കുബേരന്റെയോ അന്തകന്റെയോ വരുണന്റെയോ ചാരനാണോ നീ. വെറും ഒരു തമാശയ്ക്കു വാനരരൂപം ധരിച്ച് ലങ്കയിലേക്കു വന്നതാണോ? പറയുക. ചക്രവർത്തിയുടെ ചോദ്യങ്ങൾക്ക് ഉത്തരം പറയുക."

നിർഭയനായി ഇരിക്കുകയായിരുന്ന ഹനുമാൻ പ്രഹസ്തനെ നോക്കിയതേയില്ല. അയാൾ പറയുന്നത് ഒന്നും കേട്ടതായി ഭാവിച്ചുമില്ല. പക്ഷേ, രാവണന്റെ മുഖത്ത് ദൃഷ്ടിയുറപ്പിച്ച് ഹനുമാൻ പറഞ്ഞു.

"ഹേ, ലങ്കേശ്വരാ, അങ്ങയുടെ ചോദ്യങ്ങൾക്ക് ഓരോന്നോരോന്നായി ഉത്തരം പറയാം ഞാൻ. പക്ഷേ, അങ്ങ് ചോദിക്കണം."

ലങ്കേശൻ ഭടന്മാരെ നോക്കിയിട്ട് ചോദിച്ചു, "ആരാണ് നീ?"

"വായുപുത്രനായ ഹനുമാനാണ് ഞാൻ. വായുപുത്രനായതുകൊണ്ട് മാരുതി എന്നും വിളിക്കും. ഇവിടേക്കു വരാൻ എനിക്കു സർവവിധമായ അധികാരവും ഉണ്ട്. എന്റെ പൂർവികസ്വത്താണ് ഈ രാജ്യം. അറിയില്ലെങ്കിൽ പറഞ്ഞുതരാം. പണ്ട് എന്റെ അച്ഛനും കശ്യപപുത്രനായ വാസുകിയും തമ്മിൽ തർക്കമുണ്ടായി. ആരാണു കൂടുതൽ ശക്തൻ എന്ന്? മഹാമേരുവിനെ ചുറ്റി ബന്ധിച്ച് വാസുകി കിടന്നു. എന്റെ അച്ഛൻ അതിനെ അടർത്തി എടുക്കാൻ ശ്രമിച്ചു. കഴിഞ്ഞില്ല. തർക്കത്തിനൊടുവിൽ മഹാമേരുവിന്റെ ഒരു ഭാഗമായ ചിത്രകൂടപർവതത്തെ അച്ഛൻ പറത്തി.

ദക്ഷിണസമുദ്രത്തിൽ കൊണ്ടുവന്നിട്ടു. അതാണ് ഈ ലങ്ക. ഇതെന്റെ അച്ഛന്റെ സ്വത്താണ്.''

രാവണന്റെ കണ്ണുകൾ കൂടുതൽ ചുവന്നു. ആ കോപം അവഗണിച്ച് മാരുതി തുടർന്നു:

''രാക്ഷസചക്രവർത്തിയായ അങ്ങയെ കാണാൻ തന്നെയാണ് ഞാൻ വന്നത്. അതിനുള്ള എളുപ്പവഴിയായിട്ടാണ് പൂങ്കാവനം തകർത്തതും. ബലശാലികളായ രാക്ഷസന്മാർ എന്നെ എതിർക്കാൻ വന്നു. എന്റെ രക്ഷയ്ക്കുവേണ്ടിയാണ് ഞാൻ അവരെ നേരിട്ടത്. പക്ഷേ, മരിച്ചുപോയി അവർ. അങ്ങയുടെ ഈ പുത്രൻ ബ്രഹ്മാസ്ത്രം കൊണ്ട് എന്നെ ബന്ധിക്കാൻ ഒരുങ്ങിയപ്പോൾ, ഞാൻ ബന്ധനസ്ഥനായി അഭിനയിച്ചതേയുള്ളൂ. ബ്രഹ്മാസ്ത്രത്തിന് എന്നെ ബന്ധിക്കാൻ കഴിയില്ല. രാക്ഷസേന്ദ്രാ, പിതാമഹനിൽ നിന്നുതന്നെ അങ്ങനെ ഒരു വരം ഞാൻ നേടിയിട്ടുണ്ട്.''

''ആരുടെ ചാരനാണ് നീ?'' പ്രഹസ്തൻ ചോദിച്ചു.

''ചാരനല്ല ഞാൻ. ദൂതനാണ്. അതുല്യപരാക്രമിയായ ശ്രീരാമചന്ദ്രപ്രഭുവിന്റെ ദൂതൻ. അദ്ദേഹത്തിന്റെ മനസ്സു മനസ്സിലാക്കിയ ഞങ്ങളുടെ രാജാവ് സുഗ്രീവൻ നൽകിയ സന്ദേശം ഇവിടെ എത്തിക്കാനാണ് ഞാൻ വന്നിട്ടുള്ളത്.

''മനസ്സ്, ഹും... അതും ശ്രീരാമചന്ദ്രപ്രഭുവിന്റെ മനസ്സുപോലും.'' രാവണൻ പുച്ഛത്തിൽ ഉള്ളിലൊന്നു പുഞ്ചിരിച്ചു.

''എന്തു സന്ദേശം?'' പ്രഹസ്തന്റെ മുഖത്ത് ഉത്കണ്ഠ പരന്നു.

''സന്ദേശം ഇതാണ്.'' അക്ഷോഭ്യനായി ശാന്തഭാവത്തിൽ ഹനുമാൻ പറഞ്ഞു.

''അയോധ്യ അധിപതിയായിരുന്ന ദശരഥ മഹാരാജാവിന്റെ സീമന്തപുത്രൻ ശ്രീരാമസ്വാമി പിതൃകൽപനയനുസരിച്ച് സഹോദരനോടും ധർമ്മപത്നിയോടുമൊപ്പം വനവാസത്തിനു പുറപ്പെട്ടു. ജനക രാജർഷിയുടെ പുത്രിയായ സീതാദേവി ജനസ്ഥാനത്തുവച്ച് അപഹൃതയായി. ഹേ ലങ്കേശ്വരാ, അങ്ങാണ് ആ സ്ത്രീരത്നത്തെ അപഹരിച്ചു കൊണ്ടുവന്നത്. ഒരു കാര്യം അങ്ങു മനസ്സിലാക്കണം. രഘുകുലജാതരിൽ ദേവതുല്യനായ ദാശരഥിക്ക് അപ്രിയം ചെയ്ത് സുഖമായി ഇരിക്കാമെന്ന് അങ്ങ് കരുതരുത്. അതുകൊണ്ട് ജാനകീദേവിയെ കൊണ്ടുപോയി ഉടനെ തന്നെ ശ്രീരാമസ്വാമിയിൽ അർപ്പിക്കുക.''

രാവണന്റെ മുഖത്തുനിന്നു കോപജ്വാലകൾ പുറപ്പെട്ടു. നീലാഞ്ജന

മുഖം കനൽക്കട്ടപോലെയായി. ആ അഗ്നിജ്വാലയുടെ തീക്ഷ്ണതയിൽ ചാമരം വീശുന്ന തരുണികൾ വിയർത്തു.

ജനകപുത്രിപോലും! ദശരഥ മഹാരാജാവിന്റെ കൽപനപോലും! ധർമ്മപത്നിയത്രെ, ധർമ്മപത്നി. ആരുടെ ധർമ്മപത്നി?

രാവണൻ കോപം അടക്കി.

ഹനുമാൻ തുടർന്നു:

“ഹേ ദശഗ്രീവാ, അങ്ങയുടെ അധീനതയിൽ, അതീവദുഃഖിതയായി ഇരിക്കുന്ന സീതാദേവിയെ ഞാൻ കണ്ടു. അശോകവനികയിൽ ആ ദേവി ഇരിക്കുന്നത് ഒരു ശിംശിപാവൃക്ഷച്ചുവട്ടിലാണ്. അതുകൊണ്ടു തന്നെ ആ വൃക്ഷം ഞാൻ നശിപ്പിച്ചിട്ടില്ല. കേട്ടുകൊള്ളുക ലങ്കേശ്വരാ, എന്റെ സ്വാമി ശ്രീരാമചന്ദ്രൻ, അദ്ദേഹത്തിന്റെ പത്നിയെ അപഹരിച്ച വന്റെ വംശം തന്നെ നശിപ്പിക്കും എന്നു പ്രതിജ്ഞയെടുത്തിരിക്കുന്നു. അതുകൊണ്ട് ഹേ രാക്ഷസരാജാവേ, സീതാദേവിയെ തിരിച്ചു നൽകുക. ഒരു കാര്യം കൂടി അങ്ങ് മനസ്സിലാക്കിയാൽ കൊള്ളാം.”

എന്താണെന്ന മട്ടിൽ ദശഗ്രീവൻ വായുപുത്രനെ നോക്കി.

“ദേവന്മാർ, ദൈത്യന്മാർ, ഗന്ധർവന്മാർ, വിദ്യാധരന്മാർ, നാഗങ്ങൾ, യക്ഷന്മാർ ഇവരൊക്കെ ഒരുമിച്ചു ചേർന്നുവന്നാലും രഘുപതിയോട് യുദ്ധത്തിനു നേരിട്ടു നിൽക്കാൻ ശക്തരല്ല. അദ്ദേഹം ഒരാൾ മതി അവരെ നശിപ്പിക്കാൻ. അദ്ദേഹത്തിനു സഹായമായി സുഗ്രീവൻ എന്ന വാനര രാജാവിന്റെ അനുയായികളായ, എന്നെപ്പോലുള്ള അനേകലക്ഷം ശക്ത ന്മാരായ വാനരന്മാരും ഉണ്ട് ഇപ്പോൾ.”

ഹനുമാന്റെ വാക്കുകൾ കേട്ട് ദശാനനന്റെ ശരീരമാകെ കോപം കൊണ്ടു വിറച്ചു. സീതയെ ഇനിയും രാമനു വിട്ടുകൊടുക്കാനോ? അവ ളുടെ കുടുംബജീവിതമാണ് എനിക്കു മുഖ്യം. അതിനു രാമൻ തയ്യാ റാണോ? അതാണു തനിക്കു മുഖ്യം. രാമൻ നേരിട്ടു വരട്ടെ. അല്ലാതെ യുദ്ധകാഹളം മുഴക്കുന്ന ഈ വാനരനെ സേവിക്കുകയല്ല വേണ്ടത്. ദശാനനൻ പലതും ചിന്തിച്ചുകൂട്ടി.

“മന്ത്രിമാരേ, ഇവിടെ, ഈ സഭാമണ്ഡപത്തിൽ വന്നിരുന്ന് യുദ്ധ കാഹളം മുഴക്കുന്ന ഈ വാനരനെ ഈ നിമിഷം വധിക്കുക.”

പരിഭ്രാന്തിയോടെ സ്വന്തം ഇരിപ്പിടത്തിൽ നിന്നു ചാടി എഴുന്നേറ്റു വിഭീഷണൻ.

“പ്രഭോ, ജ്യേഷ്ഠാ അരുതേ, അധർമ്മമാണിത്. നിഗ്രഹിക്കാനുള്ള ആജ്ഞ പിൻവലിക്കാൻ മനസ്സുണ്ടാവണം അവിടുന്ന്.”

“ഇവിടെ വന്നിരുന്ന് അഹങ്കാരം പറയുന്ന ഈ അധമനെ വെറുതെ വിടണമെന്നാണോ അനുജൻ പറയുന്നത്?”

“ജ്യേഷ്ഠാ, വീരധീരനായ അങ്ങേയ്ക്ക് അൽപംപോലും യോജിക്കാത്ത താണ് ഒരു വാനരനെ വധിക്കുക എന്നത്. ലോകാചാരത്തിനു വിരുദ്ധ വുമാണ്. ശത്രുക്കളെ നിശ്ശേഷം ഇല്ലാതാക്കാൻ കഴിവുള്ള അങ്ങ് ഈ വെറും ദൂതനെ വധിക്കാൻ ഒരുങ്ങരുതേ.”

“വിഭീഷണാ, പാപികളെ വധിക്കുന്നത് നിന്ദ്യമോ ദോഷമോ അല്ല. അതികഠിനമായ രാജ്യദ്രോഹമാണ് ഈ കപി ഇവിടെ നടത്തിയത്. ഞാൻ സീതയെ അപഹരിക്കുകയല്ല ഉണ്ടായത്. അവകാശമുള്ളതാണ് ഞാൻ നേടിയെടുത്തത്. അക്കാര്യം വഴിയേ പറയും. ഇപ്പോൾ നിന്നോടും പറയാറായിട്ടില്ല ആ രഹസ്യം.”

“പ്രഭോ, ലങ്കേശ്വരനായ ജ്യേഷ്ഠാ, പ്രസാദിക്കണേ. ഏതു കാലത്തും അന്യോന്യം കാര്യങ്ങൾ അറിയാൻ ദൂതന്മാരെ അയയ്ക്കുന്നതാണു പതിവ്. ഒരു രാജാവ് അയച്ച ദൂതനെ മറ്റൊരു രാജാവ് വധിക്കുന്നതു ശരിയല്ല. ധർമ്മവുമല്ല. ജ്യേഷ്ഠാ, ഇന്ദ്രാദികളായ ദേവന്മാരെപ്പോലും വധിക്കാൻ കഴിവുള്ള പരാക്രമശാലിയാണ് അങ്ങ്. ഇവനെ ഇപ്പോൾ

നിഗ്രഹിച്ചാൽ, നമ്മുടെ ശത്രുക്കളുടെ അടുത്തുചെന്ന്, നമ്മുടെ നിർദ്ദേശങ്ങൾ അറിയിക്കാൻ ആരാണുള്ളത്? അതുകൊണ്ട് കുറേ സൈന്യങ്ങൾ അവിടുത്തെ ആജ്ഞാകാരന്മാരായി ഇവനോടൊപ്പം പോകട്ടെ. എന്നിട്ട് ലങ്കാധിപന്റെ പ്രഭാവം എന്തെന്ന് അറിയാത്ത ആ രാജകുമാരന്മാരെ പിടിച്ചുകൊണ്ടുവരട്ടെ.''

രാവണൻ ഒന്നു ശാന്തനായി. വിഭീഷണൻ ചില നേരത്തു ചൊല്ലുന്ന ഉപദേശം ശ്രവിക്കാതിരിക്കാനാവില്ല.

ഹനുമാന്റെ നേർക്ക് ഒന്നുകൂടി തറപ്പിച്ചുനോക്കി ദശഗ്രീവൻ.

''വിഭീഷണാ, അനുജൻ പറഞ്ഞതു ശരിയാണ്. ഇവനല്ല എന്റെ ശത്രു. ഇവനെ വധിക്കുന്നത് ധർമ്മവുമല്ല. പക്ഷേ, ഇത്രയൊക്കെ ഇവിടെയിരുന്ന് ചങ്കൂറ്റം പറഞ്ഞ ഇവനെ ശിക്ഷിക്കാതെ വിടുന്നത് ശരിയല്ല.''

''ശിക്ഷിക്കണം എന്നു തന്നെയാണ് എന്റെയും അഭിപ്രായം.''

''എന്തു ശിക്ഷകൊടുക്കാം?'' വിഭീഷണൻ ഒന്നാലോചിച്ചു.

''ജ്യേഷ്ഠാ, കപികൾക്ക് അലങ്കാരം അവരുടെ വാലാണ്. അങ്ങനെയാണ് കേട്ടിരിക്കുന്നത്. വാനരശൗര്യവും വാലിലാണ്. അതില്ലാതായാൽ ഇവനെ സ്വന്തമാക്കാൻ ഒരു പെണ്ണുപോലുമുണ്ടാവില്ല. മാത്രമല്ല കൂട്ടത്തിൽ നിന്നു പുറത്താക്കുകയും ചെയ്യും.''

''ശരിയാണനുജാ.'' രാവണന്റെ മുഖം പ്രസന്നമായി. ''ഇവന്റെ വാൽ നശിപ്പിക്കുക. കത്തിക്കരിഞ്ഞ വാലോടുകൂടി. ഇവിടെ നിന്നു തിരിച്ചു പോകട്ടെ. പുഛം ഇല്ലാത്ത ഇവനെ ഇവന്റെ ബന്ധുമിത്രാദികളും ആ രാജകുമാരന്മാരും കാണട്ടെ. കത്തിക്കാളുന്ന വാലോടുകൂടി ഇവനെ ലങ്കാനഗരത്തിലൂടെ നടത്തുകയും വേണം. അഹങ്കാരത്തിനുള്ള ശിക്ഷ എന്താണെന്ന് നമ്മുടെ ജനങ്ങളും കാണട്ടെ.''

''അതുതന്നെ പ്രഭോ. രാത്രിയിൽ വന്ന കള്ളനെ പകൽവെളിച്ചത്തിൽ ലങ്കാപുരവാസികൾ കാണട്ടെ.''

''ആജ്ഞ നടപ്പാക്കുക.''

ഗർജിച്ചുകൊണ്ട് എഴുന്നേറ്റു രാവണൻ.

ദശാനന വാക്കുകൾ കേട്ട ഉടനെ ഉത്സാഹത്തോടെ കുറേ രാക്ഷസന്മാർ ഹനുമാനെ സഭാമണ്ഡപത്തിൽനിന്നു പിടിച്ച് പുറത്തേക്കു കൊണ്ടുപോയി. അവരുടെ ആർപ്പുവിളികളും അട്ടഹാസങ്ങളും കാർമേഘഗർജനം പോലെ അവിടെയൊക്കെ ഉയർന്നുപൊങ്ങി.

പാപിയെ ശിക്ഷിച്ച സംതൃപ്തിയോടെ സ്വന്തം മന്ദിരത്തിലേക്ക് നടന്നു രാവണൻ. മട്ടുപ്പാവിൽനിന്ന് പുറത്തേക്ക് അവിശ്വസനീയതയോടെ നോക്കി അയാൾ. എന്താണ്, എന്താണ് ഈ കാണുന്നത്?

പുറത്ത് ലങ്കാനഗരത്തിൽ അഗ്നി ആളിപ്പടരുന്നു. രാക്ഷസ സ്ത്രീകൾ ദീനമായി വിലപിച്ചുകൊണ്ട് മന്ദിരങ്ങൾക്കു പുറത്തേക്ക് ഓടുന്നു. ആകാശത്തേക്കുവരുന്ന അഗ്നിനാളങ്ങളെ അണയ്ക്കാൻ രാക്ഷസന്മാർ അങ്ങുമിങ്ങും ഓടിനടക്കുന്നു. ദൂരെ എവിടെയോ നിന്ന് ഒരു കുരങ്ങന്റെ അലർച്ചയും കേൾക്കുന്നു. കാതടപ്പിക്കുന്ന അലർച്ച.

ഒരു ദീർഘനിശ്വാസത്തിന്റെ സ്വരം തൊട്ടുപിന്നിൽ കേട്ട് മുഖം തിരിച്ചു രാവണൻ ഭയപ്പെട്ടു. ദുഃഖപ്പെട്ട ഏതോ ഓർമയുമായി തൊട്ട ടുത്ത് മണ്ഡോദരി.

‘‘പ്രഭോ.’’ പതിഞ്ഞ ശബ്ദത്തിൽ ഭയം നിറഞ്ഞ ഭാവത്തിൽ മണ്ഡോ ദരി പറഞ്ഞു:

‘‘ഒരു കാര്യം എനിക്ക് ഓർമ്മ വരുന്നു. വർഷങ്ങൾക്കു മുൻപ് എന്റെ പിതാവ് പറഞ്ഞ ഒരു കാര്യം, ഒരു ജാതകഫലത്തിന്റെ കാര്യം. അതി പ്പോൾ ഓർമ്മവരികയാണ്. അത് സത്യമാവുകയാണോ പ്രഭോ?’’

വിഭീഷണോപദേശം

പത്തു കണങ്ങളെയും നീറ്റുന്ന അസ്വസ്ഥതയോടെ രാവണൻ മഞ്ച ത്തിൽ വന്നിരുന്നു. ഓർമ്മകൾ രാക്ഷസചക്രവർത്തിയുടെ മനസ്സിലൂടെ കടന്നുപോകുകയായി.

വൈശ്രവണന്റെ സൈന്യത്തെ നശിപ്പിച്ച്, പുഷ്പകവിമാനവും കൊണ്ട് കൈലാസം വഴി ലങ്കയിലേക്കു മടങ്ങുകയായിരുന്നു, രാവണൻ. മണ്ഡോദരിയുടെ പ്രസവം അടുത്തിരിക്കുന്നു എന്നറിയാം. കുഞ്ഞിന്റെ മുഖം ആദ്യം കാണുന്നത് താനായിരിക്കണമെന്നും അയാൾക്ക് ആഗ്രഹ മുണ്ട്. അതിനുള്ള ബദ്ധപ്പാടിലാണ് യാത്ര. വിമാനം ആകാശമാർഗ ത്തിലൂടെ സഞ്ചരിച്ചു.

പെട്ടെന്നു ഞെട്ടി ചുറ്റും നോക്കി. പിന്നെ കോപം കൊണ്ടു വിറച്ചു. കൈലാസത്തിന്റെ ശിഖരത്തിൽ തട്ടിയാണു വിമാനം നിന്നുപോയ തെന്നറിഞ്ഞ രാവണൻ അലറി.

''ഭേ പശുപതീ, എന്റെ പുഷ്പകത്തിന്റെ വഴി തടഞ്ഞ ഈ ശിഖരത്തെ ഞാനിതാ പറിച്ചെറിയാൻ പോകുന്നു.''

രാക്ഷസേന്ദ്രൻ കൈലാസത്തിന്റെ അടിയിലേക്കു തന്റെ ''മുസല സദൃശമായ ബാഹുക്കൾ കടത്തി ഒന്നു കുലുക്കി. കൈലാസം ഒന്ന് ആടിയുലഞ്ഞു. ശിവപാർഷദന്മാർ ഞെട്ടിവിറച്ചു. പാർവതീദേവി അഭയ ത്തിനായി മഹാദേവനെ കെട്ടിപ്പിടിച്ചു. ആനന്ദനൃത്തം ചെയ്യുകയായി രുന്ന മഹേശ്വരൻ വലംകാലിന്റെ വിരൽത്തുമ്പുകൊണ്ട് പർവതത്തിന്റെ നെറുകയിൽ പതുക്കെ ഒന്നമർത്തി. കൈലാസം നിശ്ചലമായി അമർന്നു നിന്നു. രാവണന്റെ കൈ അതിനിടയിൽ പെട്ടു.

മൂന്നു ലോകങ്ങളും അതിനുമുമ്പു കേട്ടിട്ടില്ലാത്ത ശബ്ദത്തിൽ രാവണൻ അലറി.

കൽപാന്തകാലത്തെ ഇടിനാദമെന്നാണ് എല്ലാവരും വിചാരിച്ചത്. സമസ്തലോകങ്ങളും ഭയന്നു.

പരമശിവൻ പുഞ്ചിരിയോടെ രാവണനെ നോക്കി.

"ദശാനനാ, കൈലാസം പോലും എടുത്ത് അമ്മാനമാടാൻ തുനിഞ്ഞ നിന്റെ ശൗര്യം, എന്നെ സന്തുഷ്ടനാക്കിയിരിക്കുന്നു. നിന്റെ അലർച്ച യുടെ പ്രതിധ്വനി കേട്ട് മുപ്പാരും നടുങ്ങിയിരിക്കുന്നു. അതുകൊണ്ട് രാവണൻ എന്ന നാമം ഇനി മുതൽ പ്രസിദ്ധമാകും."

'ചന്ദ്രഹാസം' എന്ന് പേരുള്ള വാൾ രാവണനു നൽകിക്കൊണ്ട് ശിവൻ പറഞ്ഞു:

"ഹേ പൗലസ്ത്യ. ഞാനിതാ ഈ ഖഡ്ഗം നിനക്കു തരുന്നു. യഥേഷ്ടം യഥാസുഖം പൊയ്ക്കൊള്ളുക."

ലങ്കയിൽ തിരിച്ചെത്തിയപ്പോൾ വൈകി. കുഞ്ഞിനെ കൈയിലെടുത്ത് ഭയത്തോടെ ഇരിക്കുന്ന ഭാര്യാപിതാവിനെയാണ് രാവണൻ കണ്ടത്.

"മകനേ രാവണാ, ഇതൊരു പെൺകുഞ്ഞാണ്. മണ്ഡോദരിയുടെ ജന്മജാതകമനുസരിച്ച് ഇവൾക്കുണ്ടാവുന്ന പെൺകുഞ്ഞ് രാക്ഷസ കുലത്തെത്തന്നെ മുടിക്കും. അതുകൊണ്ട് ഇതിനെ കൊന്നുകളഞ്ഞേക്കൂ."

കുഞ്ഞിനെ തന്റെ കൈകളിലേക്കു വാങ്ങി ദശഗ്രീവൻ. ഓമനത്തം തുളുമ്പുന്ന ആ കുഞ്ഞിന്റെ മുഖത്തേക്കു തന്നെ കുറേനേരം നോക്കി ക്കൊണ്ടു നിന്നു അയാൾ. പിന്നെ ശ്വശുരനായ മയനോട് ശങ്കയോടെ ചോദിച്ചു:

"മണ്ഡോദരി?"

"അവൾക്കും അറിയാം ഈ സത്യം. അവളോട് ഞാൻ പറഞ്ഞി രുന്നു. ഇപ്പോൾ ഒരിക്കൽക്കൂടി ഓർമ്മിപ്പിക്കേണ്ടതായി വന്നു. ഇപ്പോൾ ത്തന്നെ ഇതിനെ വധിക്കുകയാണെങ്കിൽ ഇതിനോടുള്ള ബന്ധപാശ ത്തിനും അതിനുശേഷമുള്ള സങ്കടങ്ങൾക്കും ശക്തി കുറയും. കൊണ്ടു പോകൂ മകനേ.... ഇതിനെ കൊണ്ടുപോയി വധിക്കൂ."

ഭാര്യാപിതാവിന്റെ വാക്കുകൾ!

പക്ഷേ, സ്വന്തം രക്തത്തിൽ ജനിച്ച ആ കുഞ്ഞിനെ കൊല്ലാൻ തോന്നിയില്ല രാവണന്. ഒരു സ്വർണപേടകത്തിലാക്കി ജനകപുരിക്കു സമീപം ഉപേക്ഷിച്ചു. ആയുസ്സുണ്ടെങ്കിൽ വളരട്ടെ. വിധിഹിതം എന്താ ണെന്നുവച്ചാൽ നടക്കട്ടെ എന്ന ചിന്തയോടെ.

ആ ജാതകഫലത്തിന്റെ കാര്യമാണ് മണ്ഡോദരി ഓർത്തതും ഓർമ്മി പ്പിച്ചതും.

സഭാമണ്ഡപത്തിൽ രാജസദസ്സ് പ്രധാനമായും ചർച്ച ചെയ്തത് ഹനു മാന്റെ പരാക്രമങ്ങളെക്കുറിച്ചായിരുന്നു.

''അവനെ കൊല്ലാതെ വിട്ടത് തെറ്റായിപ്പോയി പ്രഭോ.''

സൈനികച്ചുമതലയുള്ള മന്ത്രി പ്രഹസ്തൻ കുറ്റബോധത്തോടെ പറഞ്ഞു: ''അന്നു ഞാൻ അല്പമൊന്ന് ശ്രദ്ധിച്ചിരുന്നെങ്കിൽ അവൻ ഈ ലങ്കവിട്ട് പോകുമായിരുന്നില്ല. അവിടുന്ന് കൽപിച്ച് അനുവാദം തരൂ. ഭൂമിയിലെ സർവകുരങ്ങന്മാരെയും ഞാൻ ഇല്ലാതാക്കാം.''

''ഈ നഗരത്തെ അപമാനിച്ചു അവൻ.'' ക്രൂരദംഷ്ട്രകൾ പുറത്തു കാട്ടി ചീറിക്കൊണ്ട് ദുർമ്മുഖൻ എന്ന രാക്ഷസൻ പറഞ്ഞു:

''ആ മർക്കടൻ മഹാശ്രീമാനായ ലങ്കാധിപനോട് യുദ്ധകാഹളം മുഴക്കി. മഹാപ്രഭോ, സ്വർഗത്തിലോ പാതാളത്തിലോ അഗാധസമുദ്രാന്തർഭാഗത്തോ ഉള്ള എല്ലാ വാനരന്മാരെയും ഞാൻ വധിക്കുന്നുണ്ട്.''

കുംഭകർണപുത്രനായ നികുംഭൻ കോപത്തോടെ ചാടി എഴുന്നേറ്റു.

''പ്രഭോ, നിങ്ങളെല്ലാവരും ഇവിടെ ഇരിക്കുവിൻ. സുഗ്രീവനെയും ഹനുമാനെയും രാമലക്ഷ്മണന്മാരെയും വധിച്ച് ഞാൻ വരുന്നുണ്ട്.''

''ആരും പോകണ്ട.'' വലിയ നാക്കുനീട്ടി ചുണ്ടും കവിളും നക്കിക്കൊണ്ട് വജ്രഹനു എന്ന പർവതതുല്യനായ രാക്ഷസൻ പറഞ്ഞു: ''ഞാൻ പോകാം. ഞാൻ തനിച്ചു ചെന്ന് രാമനെയും ലക്ഷ്മണനെയും സകലവാനരന്മാരെയും കൊന്നുകൊള്ളാം.''

എല്ലാവരെയും വിസ്തരിച്ചൊന്നു നോക്കി രാവണൻ. ഒന്നും ഉരിയാടാതെ ഒരിടത്തിരിക്കുന്ന വിഭീഷണനോട് രാവണൻ ചോദിച്ചു: ''എന്താണനുജാ ഒന്നും പറയാത്തത്?''

''ഇവരെല്ലാം പറയുന്നുണ്ടല്ലോ.''

വിനയത്തോടെ വിഭീഷണൻ പറഞ്ഞു: ''എനിക്കൊരഭിപ്രായമുണ്ട് ജ്യേഷ്ഠാ.''

''കേൾക്കട്ടെ.''

''സാമം, ദാനം, ഭേദം എന്നീ മൂന്നുപായങ്ങൾകൊണ്ടു കാര്യം സാധിക്കുന്നില്ലെങ്കിൽ മാത്രമേ പരാക്രമത്തോടു കൂടിയ ദണ്ഡം എടുക്കാവൂ എന്ന് വിജ്ഞാനികൾ പറയുന്നു. ജ്യേഷ്ഠാ, നമുക്ക് എണ്ണിയാലൊടുങ്ങാത്ത സൈന്യമുണ്ട്. കണക്കില്ലാത്ത ബലവുമുണ്ട്. എന്നാലും ശത്രുവിൽ അവജ്ഞ തോന്നരുത്.''

''എന്റെ ശത്രുവാണ് രാമൻ എന്ന് നിന്നോടാരു പറഞ്ഞു വിഭീഷണാ.''

''അതുകൊണ്ടല്ലേ ആ രാമദൂതൻ ഇവിടെ വന്ന് ഇത്രയും പരാക്രമങ്ങൾ കാട്ടിയത്? ജനസ്ഥാനത്തുനിന്ന് ദാശരഥിയുടെ പത്നിയെ അങ്ങ് അപഹരിച്ചു പോന്നതുകൊണ്ടല്ലേ ഇതൊക്കെ ഉണ്ടായത്?''

“അതുകൊണ്ട് രാമൻ എന്റെ ശത്രുവാകുന്നുവോ? അതോ രാമന്റെ ശത്രുവാകുന്നുവോ?”

“രണ്ടും തമ്മിൽ എന്താണ് വ്യത്യാസം?”

“ആലോചിച്ചാൽ മനസ്സിലാവും അനുജാ, സാവകാശത്തോടെ ആലോചിക്കണമെന്നു മാത്രം.”

രാവണൻ പ്രഹസ്തനോട് പറഞ്ഞു:

“പ്രഹസ്താ, ലങ്കയുടെ കാവൽ കൂടുതൽ ശക്തിപ്പെടുത്തണം. രാജസദസ്സിനെ പ്രത്യേകം സംരക്ഷിക്കണം.”

“അതു ചെയ്തു കഴിഞ്ഞു പ്രഭോ. ശക്തരായ സൈന്യങ്ങളെ ചുറ്റും വിന്യസിച്ചുകഴിഞ്ഞു.” പ്രഹസ്തൻ പറഞ്ഞു:

ആറുമാസത്തെ ഗാഢനിദ്ര കഴിഞ്ഞ് കുംഭകർണ്ണൻ അപ്പോൾ അങ്ങോട്ടു കടന്നുവന്നു. അതുകണ്ട് രാവണന്റെ മുഖം പ്രസന്നമായി.

“അനുജാ കുംഭകർണാ, നീ കൂടി ഇവിടെ സന്നിഹിതനായത് നന്നായി. എല്ലാവരോടുമായി പ്രധാനപ്പെട്ട ഒരു കാര്യം പറയുകയാണ് ഞാൻ.”

സദസ്സിനെ ആകെ ഒന്നു വീക്ഷിച്ച് രാവണൻ തുടർന്നു.

“ദാശരഥിയുടെ പത്നിയെ ദണ്ഡകാരണ്യത്തിൽനിന്നും കൂട്ടിക്കൊണ്ടു പോന്നത് ഞാൻ തന്നെയാണ്.

“മോഷ്ടിച്ചുകൊണ്ടു പോന്നെന്നു പറയൂ, ജ്യേഷ്ഠാ.” വിഭീഷണൻ തിരുത്താൻ ശ്രമിച്ചു.

“അങ്ങനെ വ്യാഖ്യാനിക്കേണ്ടവർക്ക് അങ്ങനെയാവാം. ഞാൻ മുഴുവൻ പറയട്ടെ.”

രാവണന്റെ കണ്ണുകൾ ആർദ്രമായി.

“ജാനകിയെപ്പോലെ സർവാംഗസുന്ദരിയായ ഒരു കന്യക മൂന്നു ലോകത്തിലും ഇല്ല.”

വിഭീഷണൻ എന്തോ പറയാൻ തുടങ്ങിയത്, കൈ ഉയർത്തി തടഞ്ഞ് രാവണൻ തുടർന്നു:

“ഭർതൃമതിയാണെങ്കിലും അവൾ കന്യകതന്നെ. വനവാസിയായ ആ രാമനെ, എന്നിട്ടും ഇപ്പോൾ അവൾ ധ്യാനിച്ചു പ്രണയിച്ചുകൊണ്ടിരിക്കുന്നു. എന്നാൽ, ആ രാമനോ? അയാൾ ഈ വൈദേഹിയെ സദാ സാക്ഷാൽ ത്രിപുരസുന്ദരിയായി പൂജിച്ചും ധ്യാനിച്ചും കൊണ്ടിരിക്കുന്നു. അതെന്തുകൊണ്ടാണെന്ന് എനിക്കറിയണം. മറിച്ചാണെങ്കിലും എനിക്കറിയണം. ഏതായാലും വാനരക്കൂട്ടത്തെയുംകൊണ്ട് രാമനും അയാളുടെ അനുജൻ ലക്ഷ്മണനും സമുദ്രതീരത്ത് എത്തിക്കഴിഞ്ഞിരിക്കുന്നു

എന്ന് ആകാശസഞ്ചാരികളായ ചാരന്മാർ പറയുന്നു. എന്തു ചെയ്യണം നമ്മൾ? നിങ്ങളുടെ തീർപ്പു പറയുവിൻ.''

തെല്ലരിശത്തോടെ കുംഭകർണൻ പറഞ്ഞു:

''മന്ത്രിമാരും സഹോദരന്മാരും കൂടിയാലോചിച്ച് തീർപ്പുണ്ടാക്കിയിട്ടാണോ ജ്യേഷ്ഠാ, അങ്ങ് രാമന്റെ പത്നിയെ അപഹരിച്ചത്? പ്രഭോ, വലിയൊരു കർമ്മമാണ് ആരോടും ആലോചിക്കാതെ അങ്ങ് ചെയ്തു വച്ചത്. കാകുൽസ്ഥൻ ശക്തനാണെന്ന് ഇവിടെയൊക്കെ പറഞ്ഞു കേൾക്കുന്നു. ആവട്ടെ, അങ്ങ് പരിഭ്രമിക്കാതിരിക്കുക. എന്തായാലും ഇത്രയുമൊക്കെയായിപ്പോയില്ലേ. അങ്ങ് ചെയ്ത ആ കൃത്യം ഈ അനുജൻ തിരുത്തിത്തരുന്നുണ്ട്. ദേവേന്ദ്രനോ ആദിത്യനോ ആയാലും അഗ്നിയോ വായുവോ ആയാലും അന്തകനോ കുബേരനോ ആയാലും മഹാപരിഘം കൈയിലുള്ള ഈ ഞാൻ മതി അവരെ ഇല്ലാതാക്കാൻ.''

''പ്രഭോ.'' ഇരിപ്പിടത്തിൽനിന്ന് എഴുന്നേറ്റ് തൊഴുതുകൊണ്ട് മഹാപാർശ്വൻ എന്ന രാക്ഷസൻ പറഞ്ഞു: ''അമേയബലവാന്മാരായ ഇളയ രാജാവ് കുംഭകർണനും യുവരാജാവ് ഇന്ദ്രജിത്തും ഞങ്ങളോടൊന്നിച്ച് ഉണ്ടായാൽ മതി. വജ്രായുധം ഓങ്ങിനിൽക്കുന്ന ദേവേന്ദ്രനെപ്പോലും ഞങ്ങൾ തടുത്തു നിർത്തും. സാമം, ഭേദം, ദാനം എന്നീ മൂന്നുപായങ്ങളെക്കുറിച്ച് അൽപം മുൻപ് ഇളയരാജാവ് വിഭീഷണൻ പറഞ്ഞല്ലോ.''

വിഭീഷണനെ നോക്കി, മഹാപാർശ്വൻ.

''അശക്തന്മാർക്കു വിധിച്ചതാണ് ആ മൂന്നുപായങ്ങളും. ശത്രുക്കൾ ഈ ലങ്കാനഗരത്തിലേക്കു കാലെടുത്തു വയ്ക്കുന്ന ആ നിമിഷം അവരില്ലാതായിക്കഴിയും എന്നു വിശ്വസിച്ചുകൊള്ളുക.'' പറയേണ്ടതു പറഞ്ഞു എന്ന സംതൃപ്തഭാവത്തിൽ മഹാപാർശ്വൻ ഇരിപ്പിടത്തിലേക്കു മടങ്ങി.

അസ്വസ്ഥതയോടെ വിഭീഷണൻ പറഞ്ഞു:

''നിങ്ങളെല്ലാവരും പറയുംപോലെ, രാമനെ നേരിടുക എന്നത് എളുപ്പമാണെന്ന് എനിക്കു തോന്നുന്നില്ല. രഘുവംശത്തിന്റെ അന്തസ്സും അഭിമാനവും കാത്തുസൂക്ഷിക്കേണ്ട ബാധ്യതയും ചുമതലയും ദശരഥപുത്രനായ രാമനിൽ നിക്ഷിപ്തമാണ്. അതിൽനിന്നു വ്യതിചലിക്കാൻ രാമനാവില്ല. അപാരമായ ഒരു അഗ്നിസാഗരമാണ് രഘുവംശം. അതിലെ ബഡവാഗ്നി ആണ് രാമൻ. അതിലേക്കാണ് ജ്യേഷ്ഠൻ പതിക്കാൻ പോകുന്നത്. ആരെങ്കിലുമൊക്കെ ജ്യേഷ്ഠനെ അതിൽനിന്നു പിന്തിരിപ്പിക്കണം. നിങ്ങളാരും അതിനു തയ്യാറാവുന്നി ല്ലെങ്കിൽ ഞാൻ അത് ഏറ്റെടുക്കുന്നു. ജ്യേഷ്ഠാ, ജാനകിയെ രാമനു തിരിച്ചു നൽകൂ. രാക്ഷസേശ്വരാ, ദിവ്യരത്നങ്ങളോടും കൂടി സീതയെ രാമന് സമർപ്പിച്ചാൽ നമുക്കെല്ലാം ബന്ധുമിത്രാദികളോടു കൂടി ഇവിടെ സസുഖം വസിക്കാം.''

രാവണന്റെ മുഖം കോപം കൊണ്ട് കത്തിജ്വലിച്ചു.

''ഹേ, നീ എന്റെ അനുജനായിപ്പോയി. മറ്റൊരുവനാണ് ഈ സദസ്സിലിരുന്ന് ഇങ്ങനെ പറഞ്ഞിരുന്നതെങ്കിൽ, അവന്റെ ശിരസ്സ് ആ നിമിഷം ഞാൻ ഈ തറയിൽ വീഴ്ത്തുമായിരുന്നു. വംശദൂഷകനാണങ്കിലും മഹാകശ്മലനാണെങ്കിലും നീ എന്റെ അനുജനായി ജനിച്ചുപോയല്ലോ. എന്റെ ഉദ്ദേശ്യശുദ്ധിയെ നിനക്കൊരിക്കലും തിരിച്ചറിയാനാവില്ല. നീ അതിനു ശ്രമിക്കുന്നുമില്ല. ഈ കുമാരിയുടെ ദുഃഖം എനിക്കു മനസ്സിലാവുന്നതുപോലെ മറ്റാർക്കും മനസ്സിലായെന്നു വരില്ല.''

''പ്രഭോ, പിതാവിനെപ്പോലെ അഭിവന്ദ്യനാണ് ജ്യേഷ്ഠസഹോദരൻ.'' വിനയം വിടാതെ വിഭീഷണൻ പറഞ്ഞു: ''പക്ഷേ, അങ്ങ് ധർമ്മസ്ഥനല്ല. അതുകൊണ്ടാണ് രാക്ഷസകുലത്തിന്റെ നന്മയ്ക്കു വേണ്ടി ഞാൻ പറഞ്ഞ വാക്കുകൾ അങ്ങ് ചെവികൊള്ളാത്തത്. ദയവായി അങ്ങ് അതു സ്വീകരിക്കുക.''

''കടന്നുപോ എന്റെ മുന്നിൽനിന്ന്.''

രാവണൻ അലറി.

വിഭീഷണൻ രാവണനെ തൊഴുതു.

''പ്രഭോ, പ്രിയമോതുവാൻ ആളുകൾ ധാരാളം ഉണ്ടാവും. അപ്രിയമാണെങ്കിലും പരസ്യമായ കാര്യങ്ങൾ പറയാനും കേൾക്കാനും ചുരുക്കം പേരേ ഉണ്ടാകൂ. ജ്യേഷ്ഠാ, അവിടത്തേക്കു സ്വസ്തി ഭവിക്കട്ടെ. ഞാൻ പോകുന്നു. അവിടത്തെ ഹിതത്തിനു വേണ്ടിയാണ് ഞാൻ പറഞ്ഞതൊക്കെയും. ഇഷ്ടപ്പെട്ടില്ലെങ്കിൽ ക്ഷമിക്കണേ.''

സഭാവാസികൾ മുഴുവൻ സ്തബ്ധരായി ഇരിക്കെ, വിഭീഷണൻ സന്നിധിവിട്ട് പുറത്തേക്കു പോയി. രാവണൻ ദീർഘശ്വാസമുതിർത്തു.

ആരോടും ഒന്നും തുറന്നുപറയാനാവാത്ത അവസ്ഥ. വിഭീഷണനോടും സത്യം തുറന്നു പറയാറായിട്ടില്ല. താനിത്രയും കഷ്ടപ്പെട്ടത് തന്റെ സീതയ്ക്കുവേണ്ടിയാണെന്ന് ഒരിക്കൽ മനസ്സിലാക്കട്ടെ, എല്ലാവർക്കുമൊപ്പം തന്റെ അനുജനും.

ദക്ഷിണസാഗരതീരം

ഭൂമി മുഴുവൻ മൂടിക്കൊണ്ട് കിഷ്കിന്ധയിൽനിന്നു സാഗരതീരത്തേക്കു പാരാവാരസദൃശമായ വാനരസേന നീങ്ങി.

മഹാശക്തന്മാരായ ഒരു ലക്ഷം വാനരസേനയോടുകൂടി കപി പുംഗവനായ നീലൻ മുന്നിൽ. നൂറ്, ആയിരം എന്നിങ്ങനെയുള്ള സംഘ ങ്ങളായി തിരിച്ച് ഗജൻ, ഗവയൻ, ഗവാക്ഷൻ, നഭാഗൻ എന്നീ പരാക്രമ ശാലികളായ കപികളുടെ നേതൃത്വത്തിൽ മറ്റൊരു സംഘം പിന്നാലെ. ഋഷഭൻ എന്ന വാനരവീരൻ സേനയുടെ വലതുഭാഗവും ഗന്ധമാദനൻ സേനയുടെ ഇടതുഭാഗവും സംരക്ഷിക്കുന്നു. മധ്യത്തിൽ വായുപുത്രനായ ഹനുമാന്റെ ചുമലിലേറി രാമനും ബാലിയുടെ പുത്രനായ അംഗദന്റെ ചുമലിലേറി ലക്ഷ്മണനും.

ഋക്ഷരാജാവായ ജാംബവാൻ മഹാസത്ത്വനായ സുഷേണൻ, അതി വേഗമുള്ള പ്ലഗവൻ* എന്നിവർ സേനയുടെ പിൻഭാഗത്തിന് സംരക്ഷണ മേകുന്നു.

സർവസൈന്യാധിപനും വാനരരാജാവുമായ സുഗ്രീവൻ വാനര ന്മാർക്ക് ആജ്ഞകൊടുത്തുകൊണ്ട് എല്ലായിടത്തും ചുറ്റിനടക്കുന്നു.

ഉത്കണ്ഠ പിടയുന്ന കണ്ണുകൾ ചുറ്റും പായിച്ച് ശ്രീരാമചന്ദ്രൻ ഹനുമാനോടു ചോദിച്ചു:

''മാരുതീ, ചില കാര്യങ്ങൾ അറിയണം എനിക്ക്. ലങ്കാരാജ്യത്തിന് എത്ര ദുർഗ്ഗങ്ങളുണ്ട്? ഗോപുരദ്വാരത്തിലെ ഗൂഢയന്ത്രങ്ങൾ എന്തെല്ലാം? പടകളുടെ എണ്ണമെത്ര? ലങ്കാനഗരിയുടെ കാവൽ എങ്ങനെ? രാക്ഷസ ഗൃഹങ്ങളുടെ പ്രത്യേകതകൾ എന്തെല്ലാം, എല്ലാം നീ സൂക്ഷിച്ചുകണ്ട് മനസ്സിലാക്കിയിട്ടില്ലേ? പറഞ്ഞുതരിക. വിശദമായിത്തന്നെ പറഞ്ഞു തരിക.''

''ആവുന്നിടത്തോളം മനസ്സിലാക്കിയിട്ടുണ്ട്.''

---

* കുരങ്ങൻ

ഒരു രാത്രിയുടെയും പകലിന്റെയും ഒരഗ്നിജ്വാലയുടെയും ഓവു വീണ്ടെടുക്കാൻ ശ്രമിച്ചുകൊണ്ട്, ലങ്കാരാജ്യത്തെ മനസ്സിൽ സങ്കൽപിച്ച് ഹനുമാൻ പറഞ്ഞു:

“മഹാലങ്കയിലെ സൈന്യസംവിധാനം അങ്ങേയറ്റം മികച്ചതാണ്. മത്തേഭങ്ങളുടെ വലിയ കൂട്ടം. രഥസമൂഹങ്ങൾ അനവധി. സർവ്വത്ര ഉറപ്പും വലുപ്പവുമുള്ള നാലു കോട്ടവാതിലുകളാണ് ലങ്കയ്ക്കുള്ളത്. അവയ്ക്കെല്ലാം ബലമേറിയ തഴുതുകളുണ്ട്. മാരകങ്ങളായ ശിലായന്ത്രങ്ങളും ബാണയന്ത്രങ്ങളും ഓരോ കോട്ടയിലും ഘടിപ്പിച്ചു നിർത്തിയിട്ടുണ്ട്. അത്യുഗ്രങ്ങളായ കാരിരുമ്പു കൊണ്ടുണ്ടാക്കിയ ശതഘ്നികൾ നൂറെണ്ണം വീതം ഓരോ കോട്ടവാതിൽക്കലും തീർത്തുവച്ചിരിക്കുന്നു.

ലങ്കാനഗരിയെ ചുറ്റിപ്പണിത മതിലുകൾ പൊന്നുകൊണ്ട് പൊതിഞ്ഞതാണ്. അതിൽത്തന്നെ ഇടയ്ക്കിടയ്ക്കു പവിഴം, മുത്ത്, വൈഡൂര്യം എന്നീ അപൂർവരത്നങ്ങൾ പതിച്ചിട്ടുണ്ട്. മതിലിനു ചുറ്റും അതിശൈത്യമുള്ള വെള്ളം നിറച്ച കിടങ്ങുകൾ. ഭീകരരൂപികളായ മുതലകളും ചീങ്കണ്ണികളും അതിലുണ്ട്. കിടങ്ങിന്റെ നാലുഭാഗത്തുമുള്ള പാലങ്ങളിലും അനേകതരത്തിലുള്ള യന്ത്രങ്ങൾ ഘടിപ്പിച്ചിട്ടുണ്ട്. അനുവാദമില്ലാതെ അതിലേക്ക് കയറുന്നവരെ കിടങ്ങിലേക്കു വീഴ്ത്താനുള്ള സംവിധാനങ്ങളാണതൊക്കെ.

മഹാപ്രഭോ, രാവണന്റെ ലങ്കാനഗരം ദേവലോകത്തിനു തുല്യം.

പടിഞ്ഞാറേ കോട്ടവാതിൽക്കൽ പതിനായിരം രാക്ഷസന്മാർ കാവൽ നിൽക്കുന്നു. ദക്ഷിണഗോപുരത്തിൽ അരലക്ഷം. സർവശാസ്ത്രവിദഗ്ധരായ പത്തുലക്ഷംപേർ കിഴക്കേ കോട്ടയ്ക്കു കാവൽ. വടക്കേ ഗോപുരത്തിൽ മഹാരഥികളും അശ്വാരൂഢരും അടക്കം ഒരുകോടിയിൽ പരം രാക്ഷസയോദ്ധാക്കൾ മധ്യഭാഗം കാത്തുരക്ഷിച്ചു നിൽക്കുന്നു.

രാമചന്ദ്രപ്രഭോ, അടിയൻ ഈ പറഞ്ഞതിൽ നാലിലൊന്ന് നശിക്കപ്പെട്ടു കഴിഞ്ഞു. അഗ്നിക്കിരയാക്കിക്കഴിഞ്ഞു അടിയൻ. എങ്കിലും ശേഷിച്ച മുക്കാൽ ഭാഗം ഇപ്പോഴും അവിടെ ബാക്കി.”

ആരണ്യങ്ങളും ജലാശയങ്ങളും മരുപ്പറമ്പുകളും കടന്ന് അവർ മൂന്നാം നാൾ നാനാതരത്തിലുള്ള വൃക്ഷങ്ങൾ നിറഞ്ഞ മഹേന്ദ്രപർവതത്തിൽ എത്തിച്ചേർന്നു.

ഹനുമാന്റെ ചുമലിൽനിന്നു രാമനും അംഗദന്റെ ചുമലിൽ നിന്ന് ലക്ഷ്മണനും താഴെയിറങ്ങി.

അപ്പുറം കടൽ. കടലിന്റെ പരന്ന തീരം. പാറക്കൂട്ടത്തിലേക്ക് ആഞ്ഞടിക്കുന്ന തിരമാലകൾ, അസ്വസ്ഥജന്മങ്ങളെപ്പോലെ. അറ്റം കാണാത്ത

അലയാഴിയിലേക്ക് കണ്ണുകൾ ഉറപ്പിച്ച് രാമൻ ആലോചിച്ചു കിഷ്കിന്ധയിൽ വച്ച് ആലോചിച്ച അതേ കാര്യം തന്നെയാണ്.

ഹനുമാൻ എന്ന ഒരു വാനരൻ മഹേന്ദ്രപർവതത്തിന്റെ നെറുകയിൽ കയറിനിന്ന് അപ്പുറത്തുള്ള ലങ്കയിലേക്ക് ചാടിയിരിക്കുന്നു. അതുപോലെയാണോ ഈ വാനരസൈന്യം? ഈ വൻസൈന്യത്തെയും കൊണ്ട് എങ്ങനെ മറുകരയിലെത്തും? അഥവാ എങ്ങനെയെങ്കിലും എത്തിയാൽത്തന്നെ സുശക്തമായ ലങ്കയെ എങ്ങനെ കീഴടക്കും? സാധ്യമാണോ അതൊക്കെ?

ഇനി സാധ്യമായാൽത്തന്നെ ജാനകിയെ മോചിപ്പിച്ചുകൊണ്ടുവന്ന് അയോധ്യയിൽ ഒരിക്കൽ ഒരു വിഗ്രഹമായി ഇരുത്തി പൂജിക്കാനോ? അങ്ങനെയായാലും തെറ്റില്ല. ജനങ്ങളുടെ ചോദ്യത്തിന് ഒരിക്കൽ മറുപടി പറയേണ്ട രാജാവാണ് ഞാൻ. ജനവിശ്വാസം തനിക്കു പ്രിയപ്പെട്ടതല്ലേ? അതാണ് പ്രധാനം.

വിവാഹപ്പിറ്റേന്ന് കൈകേയിയോടു പറഞ്ഞ വാക്കുകൾ രാമൻ വീണ്ടും ഓർത്തു:

"സീതാദേവിയെ തന്റെ ഭാര്യയായി കാണുക പ്രയാസം. ദേവത യാണവർ. വിളക്കു കൊളുത്തി പൂജിക്കേണ്ട ദേവത. പ്രാതസന്ധ്യയിലും മധ്യാഹ്നസന്ധ്യയിലും ആരതിയുഴിഞ്ഞ് പ്രസാദിപ്പിക്കേണ്ട ദേവത."

മഹാസാഗരത്തിന്റെ വടക്കേ തീരത്ത് വാനരസൈന്യത്തെ നിർത്തി ക്കഴിഞ്ഞിരുന്നു, സൈന്യാധിപനായ നീലൻ. സേനാനായകന്മാരായ മൈന്ദനും, ദ്വിവിദനും ഓരോ സംഘത്തിനും വേണ്ട നിർദ്ദേശങ്ങൾ കൊടുത്തുകൊണ്ടു ചുറ്റിനടന്നു. വൻവാനരപ്പടയെ ഒരിക്കൽക്കൂടി നോക്കിയിട്ട് ലക്ഷ്മണനെ അടുത്തേക്കു വിളിച്ച് രാമൻ പറഞ്ഞു:

"കുമാരാ, മറുകര കാണാത്ത ഈ സാഗരം കണ്ടില്ലേ നീ? നിനക്ക് തോന്നുന്നുണ്ടോ ഈ വൻസൈന്യത്തെയുംകൊണ്ട് അക്കരെ കടക്കാൻ കഴിയുമെന്ന്? എന്തുപായംകൊണ്ടാണ് നമ്മളീ മഹാസാഗരം തരണം ചെയ്യുക?"

രാമന്റെ നാവിൽ നിന്നു മറ്റൊരു വാചകംകൂടി അറിയാതെ വീണു.

"എന്തിനാണ് ഈ സാഹസങ്ങളൊക്കെ? ഇതുകൊണ്ട് എന്തു നേടാൻ?"

അമ്പരപ്പിന്റെ പുക മുഖത്തു നിറഞ്ഞിട്ടെന്നപോലെ ശിരസ്സു കുടഞ്ഞു ലക്ഷ്മണൻ.

"ജ്യേഷ്ഠാ, അങ്ങ് ഇങ്ങനെ നിരാശനാവുകയാണോ? നട്ടുച്ചയ്ക്ക് വന്നുചേർന്ന വിജയം എന്ന ശുഭമുഹൂർത്തത്തിലാണ് നമ്മൾ കിഷ് കിന്ധയിൽ നിന്നു പുറപ്പെട്ടത്. ഉത്രം നാളിൽ നമ്മൾ വിജയിക്കുക തന്നെ ചെയ്യും. ജ്യേഷ്ഠത്തിയെ ആ ദംഷ്ട്രരാക്ഷസനിൽനിന്നു വീണ്ടെ ടുക്കും. പരഭാര്യാഹരണം എന്ന ദുഷ്കർമ്മം ചെയ്തവനാണ് രാവണൻ. അതോടെ അവന്റെ ആയുസ്സിനും യശസ്സിനും അവസാനമായി ഈ സമുദ്രം തരണം ചെയ്യാൻ എന്തെങ്കിലും മാർഗമുണ്ടാവും. അത് ചിന്തിക്കാം നമുക്ക്."

"നോക്കൂ കുമാരാ, സൂര്യാസ്തമയത്തോടെ കടൽ അതീവഭീഷണ മായിരിക്കുന്നു. കൊടുങ്കാറ്റുപോലെ അതിവേഗം ചലിക്കുന്ന ചീങ്കണ്ണി കൾ, മുതലകൾ, വലിയ വലിയ തിമിംഗലങ്ങൾ, ഘോരസർപ്പങ്ങൾ, ഭീകരരൂപികളായ ജന്തുക്കൾ എന്നിവയുടെ ആവാസസ്ഥാനമാണ് വരുണാലയം."

"ആവട്ടെ ജ്യേഷ്ഠാ, എന്നാലും നമ്മൾ ഒരു മാർഗം കണ്ടെത്തും."

ഒന്നും കണ്ടെത്തില്ല. രാമൻ ആലോചിച്ചു. ആഘോഷത്തോടെ ആരംഭിച്ച യാത്ര ഇവിടെ അവസാനിക്കുന്നു.

രാത്രിയായി, കടൽത്തീരത്ത് അവിടവിടെയായി പന്തങ്ങൾ ജ്വലിപ്പിച്ചു വാനരന്മാർ. ആകാശത്തു മിന്നുന്ന അനേകം നക്ഷത്രങ്ങളെപ്പോലെ

കടൽത്തീരത്തും അനേകം തീജ്വാലകൾ തിളങ്ങിനിന്നു. തിരമാലകളിൽ അവയുടെ വെളിച്ചം കടൽരത്നങ്ങളെപ്പോലെ പ്രതിഫലിച്ചു. ആകാശം പോലെതന്നെയാണ് സാഗരവും തരണം ചെയ്യാൻ പ്രയാസം. രണ്ടുമഹാസൈന്യങ്ങളെപ്പോലെ അവ അകലെയെവിടെയോ കൂട്ടിമുട്ടി ഇരമ്പുന്നു. കടൽത്തിരമാലകൾ പോർക്കളത്തിലെ ഭേരീനാദത്തെ ഓർമ്മിപ്പിക്കുന്നു.

യുദ്ധം അനിവാര്യം എന്ന് അവർ വിളിച്ചലറുന്നു. എന്തിനീ യുദ്ധമെന്ന് രാമന്റെ മനസ്സു പിന്നെയും പിന്നെയും ചോദിക്കുന്നു. ആരെ തിരിച്ചു കൊണ്ടുവരാൻ? എന്തിനുവേണ്ടി? ഭാര്യാപദം അലങ്കരിക്കണമെന്ന് ആർക്കൊക്കെയോ ആഗ്രഹം, തനിക്കോ? ഭർതൃപദം അലങ്കരിക്കാൻ തീർത്തും യോഗ്യനല്ല താൻ. അഗാധമായ ചിന്തയിലേക്കു വഴുതിയിറങ്ങി രാമൻ.

''രാമചന്ദ്രപ്രഭോ?''

സുഗ്രീവന്റെ കേട്ടാണ് രാമൻ ചിന്തയിൽ നിന്നുണർന്നത്. മുഖമുയർത്തി നോക്കി രാമൻ. തൊഴുകൈകളോടെ വാനരരാജാവ് തന്റെ മുന്നിൽ നിൽക്കാൻ തുടങ്ങിയിട്ട് കുറച്ചുനേരമായെന്നു തോന്നുന്നു.

''എന്താ കപിശ്രേഷ്ഠാ?''

''രാക്ഷസ ചക്രവർത്തിയായ രാവണന്റെ അനുജൻ വിഭീഷണൻ നാല് അനുചരന്മാരോടൊത്ത് വന്നിരിക്കുന്നു. ഗൂഢസഞ്ചാരികളും കാമരൂപികളുമാണ് നക്തഞ്ചരന്മാർ. സൂത്രശാലികളാണവർ. ഈ വന്നവൻ ആ രാക്ഷസരാജാവിന്റെ ചാരനാവാം ചിലപ്പോൾ. ഇവൻ നമുക്കിടയിൽ ഛിദ്രമുണ്ടാക്കാൻ വന്നവനാണോ എന്നും സംശയമുണ്ടെനിക്ക്. മിത്രബലത്തേക്കാൾ ഉറപ്പുള്ളതാണ് ഭൃത്യബലമെന്നും ശത്രുബലത്തെ ഒരിക്കലും ആശ്രയിക്കരുതെന്നും കേട്ടിരിക്കുന്നു ഞാൻ.''

സുഗ്രീവന്റെ വാക്കുകളിൽ പരിഭ്രമം നിറഞ്ഞിരുന്നു. അത് ആ മുഖത്തു ചിറകടിച്ചു ചിറകടിച്ചു നിന്നു.

സുഗ്രീവന്റെ തൊട്ടുപിന്നിലായി നിൽക്കുകയായിരുന്ന ഹനുമാനോടു രാമൻ ചോദിച്ചു:

''കേട്ടില്ലേ മാരുതീ, രാവണാനുജനെക്കുറിച്ച് വാനരരാജാവ് പറഞ്ഞത്, എന്തു തോന്നുന്നു?''

ദൃഢഭാവത്തോടെ ഹനുമാൻ പറഞ്ഞു:

''പ്രഭോ, രാവണാനുജനായ വിഭീഷണനെക്കുറിച്ച് അടിയന് ഒരു കാര്യം ഉണർത്തിക്കാനുണ്ട്. അടിയൻ രാവണസദസ്സിൽ ചെന്ന സമയത്ത് അടിയനെ വധിക്കാനാണ് രാക്ഷസരാജാവ് ആജ്ഞാപിച്ചത്. ദൂതനെ വധിക്കരുതെന്നു ശക്തിയായി വാദിച്ചത് വിഭീഷണനായിരുന്നു.

ദുഷ്ടനായ ജ്യേഷ്ഠനെ ഉപേക്ഷിച്ചുവന്ന ഈ രാക്ഷസൻ ദുഷ്ടനല്ല എന്ന് അടിയന് തോന്നുന്നു.''

''എനിക്കു തോന്നുന്നത് ദുഷ്ടനാണ് എന്നുതന്നെയാണ്.'' സുഗ്രീവൻ പറഞ്ഞു. ''അനിലാത്മജാ, രാവണൻ ആപത്തിൽപ്പെട്ടിരിക്കുന്നു എന്നു വിഭീഷണന് നന്നായി അറിയാം. ആപത്തിൽപ്പെട്ട സ്വന്തം ജ്യേഷ്ഠനെ ഉപേക്ഷിക്കുന്നതിലും വലിയ ദുഷ്ടത മറ്റെന്താണുള്ളത്?''

രാമന്റെ നേർക്കു മുഖം തിരിച്ചു സുഗ്രീവൻ.

''പ്രഭോ, അതല്ലെങ്കിൽ, അഗ്രജനിർദേശമനുസരിച്ച് നമ്മെ ചതിക്കാൻ വന്നവനാവാം ഇവൻ. അതിദുഷ്ടനായ രാവണന്റെ നേരനുജനാണിവൻ എന്ന് ഓർമ്മിക്കണേ.''

സുഗ്രീവനെ നോക്കി ഒന്നു പുഞ്ചിരിച്ചു രാമൻ.

''കപീശ്വരാ, പണ്ട് ഒരു പ്രാവ്, തന്നെ ശരണം പ്രാപിച്ച് ഒരു ശത്രുവിനെപ്പോലും പൂജിച്ചതായി കേട്ടിട്ടുണ്ട്. സുഗ്രീവാ, സ്വന്തം പതിയെ അപഹരിച്ചവനാണെന്ന് മനസ്സിലായിട്ടും ആ പ്രാവ് സ്വമാംസത്തെ അവനു സസന്തോഷം കൊടുത്തു. ഒരു കപോതത്തിനുപോലും അങ്ങനെ ചെയ്യാമെങ്കിൽ എനിക്കെന്തുകൊണ്ട് അങ്ങനെ ചെയ്തുകൂടാ? എന്നെ സമീപിച്ച്, രക്ഷിക്കണേ എന്നപേക്ഷിക്കുന്നവന്, അവൻ ശത്രുവാണെങ്കിൽപോലും ഞാൻ അഭയം നൽകും. അത് എന്റെ ഒരു വ്രതമാണ്. അതുകൊണ്ട്, ആ രാക്ഷസനെ ഇങ്ങോട്ടു വിളിച്ചുകൊണ്ടുവരൂ. നോക്കൂ സുഗ്രീവാ, വിഭീഷണനല്ല സാക്ഷാൽ രാവണനാണ് ഇങ്ങനെ വന്നതെങ്കിൽപോലും ഞാൻ അഭയം നൽകും. എന്റെ നിശ്ചയത്തിന് മാറ്റമില്ല.''

രാമന്റെ മുന്നിൽ നമസ്കരിച്ചു സുഗ്രീവൻ.

''പ്രഭോ അങ്ങേയ്ക്കു മംഗളം ഉണ്ടാവട്ടെ. എന്റെ സംശയങ്ങൾ ഞാൻ പറഞ്ഞുവെന്നേയുള്ളൂ. അങ്ങയുടെ വാക്കുകൾ കേട്ടപ്പോൾ ആ സംശയങ്ങൾ മുഴുവൻ, മാറിക്കഴിഞ്ഞിരിക്കുന്നു. അങ്ങയുടെ ആജ്ഞ പാലിക്കാൻ ഞാനിതാ പുറപ്പെടുകയായി.''

ശ്രീരാമസന്നിധിയിൽ എത്തിയ വിഭീഷണൻ സാഷ്ടാംഗം നമസ്കരിച്ചെഴുന്നേറ്റിട്ടു പറഞ്ഞു:

''പ്രഭോ, ജ്യേഷ്ഠനാൽ അപമാനിതനായ ഞാൻ, പുറത്താക്കപ്പെട്ട ഞാൻ അങ്ങയെ അഭയം പ്രാപിക്കുന്നു. ഇനി മുതൽ എന്റെ നാടും വീടും ജീവിതവും സുഖവും എല്ലാം ഈ പാദങ്ങളിലാണ്. അങ്ങേയ്ക്ക് സമ്മതമാണെങ്കിൽ, രാവണവധത്തിലും ശ്രീരാമവിജയത്തിലും യഥാശക്തി ഞാൻ സഹായിക്കാം. അങ്ങയുടെ സൈന്യത്തിലെ ഒരംഗവും ആകാം.''

വിഭീഷണന്റെ ചുമലിൽ കൈവച്ച് അടുത്തുപിടിച്ച് ഇരുത്തിക്കൊണ്ട് രാമൻ പറഞ്ഞു:

''സുഹൃത്തേ, അതിനേക്കാളൊക്കെ വിശേഷപ്പെട്ട ഒരു സ്ഥാന ത്തേക്ക് നിങ്ങളെ അവരോധിക്കാൻ നിശ്ചയിച്ചിരിക്കുന്നു ഞാൻ.'' പിന്നെ ലക്ഷ്മണനോട്;

''അനുജാ, സാഗരജലം കൊണ്ടുവരൂ. രാക്ഷസന്മാരുടെ രാജാവായി ലങ്കേശ്വരനായി ഈ വിഭീഷണനെ ഞാൻ വാഴിക്കാൻ നിശ്ചയിച്ചു. രാജ്യാഭിഷേകം ഉടനെ നടക്കും.''

വാനരസൈന്യം മുഴുവൻ അമ്പരപ്പോടെ ആ പ്രഖ്യാപനം കേട്ടു. അവർ പരസ്പരം പിറുപിറുത്തു. ഇതാ ലങ്കയുടെ പുതിയ ചക്രവർത്തി യായി വിഭീഷണൻ അഭിഷിക്തനാവാൻ പോകുന്നു. അതിനർത്ഥം രാവ ണൻ വധിക്കപ്പെട്ടു എന്നുതന്നെ.

സീതാസമ്മോഹനം

പ്രമദവനത്തിലെ ശിംശിപാവൃക്ഷച്ചുവട്ടിൽ ഒരു പകൽക്കിനാവിൽ മുഴുകി ഇരിക്കുകയാണ് സീത.

ഹനുമാൻ വന്നുപോയതിനുശേഷം ദേവിയുടെ ആത്മവിശ്വാസം വർധിച്ചുകഴിഞ്ഞിരുന്നു. തന്റെ ഹൃദയനാഥന്റെ സമീപത്തു ചെന്ന് മാരുതി വൃത്താന്തങ്ങളെല്ലാം അറിയിച്ചുകാണും. ലങ്കയിലെ ഈ ഉദ്യാനത്തിന്റെ തടവറയിലാണ് താനെന്ന് അദ്ദേഹം അറിഞ്ഞുകഴിഞ്ഞിരിക്കും. ഒട്ടും സമയം കളയാതെ അദ്ദേഹം ഇവിടെ വന്നെത്തും. തന്നെ മോചിപ്പിക്കും. സീതാദേവി മുല്ലപ്പൂവു വിരിച്ച, സുഗന്ധദ്രാവകങ്ങൾ തളിച്ച, മണിയറ സ്വപ്നം കണ്ടു. ഭർത്താവിന്റെ സമീപം നമ്രമുഖിയായി നിൽക്കുന്ന തന്നെ ഇരുകരങ്ങളിൽ തന്റെ പ്രാണപ്രിയൻ മാറോടമർത്തിച്ചേർക്കുന്നത് ലജ്ജയോടെ അനുഭവിക്കുന്നതറിഞ്ഞു.

സമുദ്രത്തിന്റെ മറുകരയിൽ അദ്ദേഹവും വാനരസൈന്യവും എത്തിയ കാര്യം സരമയാണു പറഞ്ഞത്, സരമ എന്ന നല്ലവളായ രാക്ഷസി. ലങ്കയിലെ ഈ ദുഃഖദിനങ്ങളിൽ അവൾ മാത്രമായിരുന്നു ഒരാശ്രയം. കാമുകീകാമുകഹൃദയങ്ങളെപ്പറ്റി അവൾ സംസാരിച്ചു. ഭാര്യാഭർതൃ ജീവിതത്തെപ്പറ്റി പലതും പറഞ്ഞു തന്നെ മോഹിപ്പിച്ചു. എപ്പോഴും തന്റെ കാര്യങ്ങളിൽ അതീവശ്രദ്ധാലുവാണ്. പക്ഷേ, ആ ഉപദേശം തനിക്ക് അരോചകമായി തോന്നി. ഒന്നു കാണാൻ പോലും താൻ കൂട്ടാക്കിയില്ല.

ശ്രീരാമചന്ദ്രനെ ശരണം പ്രാപിച്ച രാവണാനുജനെ ലങ്കേശ്വരനായി വാഴിച്ചു കഴിഞ്ഞു എന്നും അവളാണ് പറഞ്ഞത്. പ്രിയ സമാഗമത്തിന് ഇനി അധികം കാത്തിരിക്കേണ്ടിവരില്ല. ദുഷ്ടനായ രാവണനെ ശ്രീരാമചന്ദ്രൻ വധിക്കും. തന്നെ അയോധ്യയിലേക്കു കൂട്ടിക്കൊണ്ടുപോകും. ഇത്രയും വർഷങ്ങളായി മനസ്സിൽ സൂക്ഷിച്ചുവച്ച ദാമ്പത്യസ്വപ്നം ഏതൊരു സാധാരണ പെണ്ണും ആഗ്രഹിക്കുന്നതുപോലെ സഫലമാകും. ഇനി വളരെക്കുറച്ചു ദിവസങ്ങൾ മാത്രം. കാത്തിരിപ്പിന് അവസാനമുണ്ടാവാൻ പോകുന്നു.

‘‘സീതാ...’’ രാമന്റെ കാതരശബ്ദം എവിടെനിന്നോ കേൾക്കുന്നതു പോലെ.

തന്റെ പ്രിയൻ ഇപ്പോൾ എങ്ങനെയാവും കാഴ്ചയിൽ? വിരിഞ്ഞ മാറിടം മെലിഞ്ഞ് അസ്ഥികൂടം പോലെയായോ? മൃദുമേനിയാകെ ചുക്കിച്ചുളിഞ്ഞ്, കരുവാളിച്ച്, വികൃതമായിരിക്കുമോ? പ്രണയചഷകം നിറഞ്ഞ ഹൃദയമിടുപ്പുകളിപ്പോൾ വിരഹദുഃഖംകൊണ്ട് മരവിച്ചോ? തന്നെക്കണ്ടാൽ ആസക്തി തോന്നുമോ?

ഭർത്താവിനെത്തന്നെ സ്മരിച്ച്, രാമനാമം ജപിച്ച് ഇരിക്കുകയായിരുന്ന ജാനകിയുടെ കാതുകളിലേക്ക് ഒരാരവം വന്നു വീണു. ഒരു വിജയാരവം. രാവണന്റെ പൊട്ടിച്ചിരിയായിരുന്നു അത്.

മൈഥിലിയെ സമീപിച്ച് രാവണൻ വീണ്ടും പൊട്ടിച്ചിരിച്ചു.

‘‘സീതേ, നിന്റെ ഭർത്താവ് രാമൻ യുദ്ധത്തിൽ വധിക്കപ്പെട്ടിരിക്കുന്നു.’’ രാവണൻ പറഞ്ഞു.

‘‘ഇനിയെങ്കിലും നീ രാജധാനിയിലേക്ക് വരൂ. നിന്റെ വിവാഹം ഞാൻ മംഗളമായി, മനോഹരമായി നടത്തുന്നുണ്ട്. അതിനായി നല്ലൊരു വരനെ ഞാൻ മനസ്സിൽ കണ്ടിരിക്കുന്നു. സമയമാകുമ്പോൾ ഈ രാജാവ് സീതയോട് അത് ബോദ്ധ്യപ്പെടുത്താം, മക്കളും പേരക്കുട്ടികളുമായി നിനക്കിവിടെ കഴിയാം.’’

‘‘ഇല്ല. ഒരിക്കലുമില്ല. അവധ്യനാണ് രാമൻ.’’

രാവണന്റെ മുഖത്തു പരിഹാസത്തിന്റെ കാൽ പതിഞ്ഞു.

‘‘ഏതു കൽപത്തിലെ, ഏതു ബ്രഹ്മാവിൽ നിന്നാണ് അയാൾ അങ്ങനെ ഒരു വരം നേടിയത്, അറിഞ്ഞില്ലല്ലോ ഞാൻ.’’

‘‘എന്നാൽ കേട്ടോളൂ. സാഗരത്തിന്റെ ഉത്തരതീരത്ത്, എന്നെ വധിക്കാനുള്ള ഉദ്ദേശ്യത്തോടെ രാമനും അയാളുടെ അനുജൻ ലക്ഷ്മണനും എത്തിച്ചേർന്നുപോൽ. സുഗ്രീവൻ എന്ന വാനരരാജാവിന്റെ നേതൃത്വത്തിൽ വന്ന വാനരപ്പടയും ഉണ്ടായിരുന്നുവത്രെ. എന്റെ അനുജൻ വിഭീഷണൻ അവരോടൊപ്പം ചേർന്നു. നീചൻ. വഴി നടന്ന ക്ഷീണത്താൽ തളർന്നുറങ്ങുകയായിരുന്ന വൻസൈന്യത്തെ ആദ്യം എന്റെ ചാരന്മാർ നോക്കിക്കണ്ടു. പിന്നെ എന്റെ രാക്ഷസസൈന്യത്തെയും കൊണ്ട് പ്രഹസ്തൻ അവിടെയെത്തി. രാമലക്ഷ്മണ സമീപത്തുവച്ചു തന്നെ മുഴുവൻ വാനരന്മാരെയും രാക്ഷസസൈന്യം കൊന്നൊടുക്കി. പിന്നെ രാമന്റെ ശിരസ്സ് കൊയ്തെടുത്തു.’’

അവിശ്വസനീയത കലർന്ന ഭാവത്തോടെ കിടുകിടെ വിറച്ചിരിക്കുന്ന സീതയോട് കർക്കശ ശബ്ദത്തിൽ രാവണൻ തുടർന്നു:

‘‘വലിയൊരു വാളുകൊണ്ടാണ് പ്രഹസ്തൻ നിന്റെ ഭർത്താവിന്റെ തലയറുത്തത്. ലക്ഷ്മണനും വിഭീഷണനും തടുക്കാൻ ശ്രമിച്ചു. എന്തു

ഫലം? വിഭീഷണൻ വധിക്കപ്പെട്ടു. ലക്ഷ്മണനാവട്ടെ, തോറ്റ് പിന്തിരിഞ്ഞോടി. അയോധ്യയിലെത്തിയിട്ടേ ഇനി അവൻ നിൽക്കൂ.''

''നുണയാണ്.'' സീത അലറി വിളിച്ചു.

''നിങ്ങളീ പറയുന്നതു മുഴുവൻ നുണയാണ്. അസംഭവ്യം.''

''നീ അതേ പറയൂ എന്നെനിക്കറിയാം. അതുകൊണ്ടാണ് നിന്നെ വിശ്വസിപ്പിക്കാനായി, രക്തവും പൊടിയും ഇഴുകിപ്പിടിച്ച ആ ശിരസ്സ് ഞാൻ കൊണ്ടുവരാൻ പറഞ്ഞത്. നിന്റെ രാമന്റെ ശിരസ്സ്.''

അപ്പുറത്തു നിൽക്കുകയായിരുന്ന രാക്ഷസികളിൽ ഒരുവളോട് ഉച്ചത്തിൽ ആജ്ഞാപിച്ചു രാവണൻ;

''നിശാചരീ, ഘോരകർമങ്ങൾ ചെയ്യാൻ പ്രാപ്തനായ വിദ്യുജ്ജിഹ്വനെ വേഗം വിളിച്ചു കൊണ്ടുവാ. യുദ്ധക്കളത്തിൽനിന്ന് രാമശിരസ്സ് എടുത്തുകൊണ്ടു വന്നത് അവനാണ്.''

നിശാചരി ഓടിപ്പോയി വിദ്യുജ്ജിഹ്വനെ കൂട്ടിക്കൊണ്ടുവന്നു.

''ആ ശിരസ്സും രാമന്റെ ചാപബാണങ്ങളും സീതയുടെ മുന്നിൽ വയ്ക്ക്. ഭർതൃശിരസ്സെങ്കിലും കണ്ട് സമാധാനിക്കട്ടെ, ഈ മണ്ടിയായ വൈദേഹി.''

വിദ്യുജ്ജിഹ്വൻ ചാപബാണങ്ങളും രാമന്റെ അറുത്തെടുത്ത ശിരസ്സും സീതയുടെ മുന്നിൽ വച്ചു. വില്ലെടുത്ത് ഉയർത്തിക്കൊണ്ട് രാവണൻ പറഞ്ഞു:

''പണ്ട് ഒരു വില്ലെടുത്ത് ഉയർത്തിയിട്ടാണ് രാമൻ നിന്നെ നേടിയത്. നിന്നെ നേടാൻ ഒരർഹതയും ഇല്ലാത്ത രാമൻ, നിന്റെ ജീവിതം തുലയ്ക്കാൻ വേണ്ടി വന്നവൻ. ങും. അവന്റെ വില്ലാണിത്. എന്റെ സഹോദരങ്ങളായ ഖരനെയും മറ്റും വധിച്ചത് ഈ വില്ലിൽനിന്ന് തൊടുത്ത ബാണങ്ങളാണ്. ഇതാ കണ്ടോളൂ, എന്നെ കൊല്ലാൻ സൂക്ഷിച്ചുവച്ച കാർമുകം കോദണ്ഡം എന്ന അതിപ്രശസ്തമായ വില്ല്.''

വില്ല് താഴേക്കു വലിച്ചെറിഞ്ഞ് രാവണൻ അവിടെനിന്നുപോയി. അലറിക്കരഞ്ഞുകൊണ്ട് സീത മണ്ണിൽക്കിടന്നുരുണ്ടു. അവൾ ദീനദീനം വിലപിച്ചു.

''ഹേ ദേവീ കൈകേയീ, തൃപ്തിയാവട്ടെ അവിടുത്തേക്ക്, എന്റെ സ്വാമി, രഘുകുലനന്ദനൻ ഇതാ വധിക്കപ്പെട്ടിരിക്കുന്നു. ഇതിനുവേണ്ടിയാണല്ലോ അവിടുന്ന്, അദ്ദേഹത്തെ മരവുരി ധരിപ്പിച്ച് കാട്ടിലേക്കയച്ചത്. ഇനി ആയുഷ്കാലം മുഴുവൻ ദേവിയുടെ പുത്രന് അയോധ്യാധിപനാവാം. പതിന്നാലു വർഷം കഴിഞ്ഞു തിരിച്ചുവരാൻ ശ്രീരാമചന്ദ്രൻ ഇല്ല ഇനി. അയ്യോ... ഞാനൊരു വിധവയായിത്തീർന്നുവല്ലോ. മഹാ

പരാക്രമിയായ അവിടുത്തേക്ക് ദീർഘായുസ്സുണ്ട് എന്ന് ആരോ പ്രവചിച്ച താണല്ലോ. സ്വാമീ, അവരുടെ വാക്കുകൾ ഇതാ അസത്യമായിത്തീർ ന്നിരിക്കുന്നു. അവിടുന്ന് അൽപ്പായുസ്സായിത്തീർന്നു. പിതൃസ്നേഹി യായ അവിടുന്ന് ദശരഥ മഹാരാജാവിനോടൊപ്പം സ്വർഗത്തിൽ എത്തിയല്ലോ. ദുഷ്ടയാണു ഞാൻ. ഞാൻ കാരണമാണല്ലോ അങ്ങേ യ്ക്ക് അപമൃത്യു സംഭവിച്ചത്. രാജേന്ദ്രനായ എന്റെ ഭർത്താവിന്റെ ശിരസ്സോടൊന്നിച്ച് എന്റെ ഈ വ്യർഥശിരസ്സും ഉടലോടൊന്നിച്ച് എന്റെ ഈ ശപ്തശരീരവും ആരെങ്കിലും ചേർത്തു തരണേ. മഹാത്മാവായ പതിയോടൊപ്പം ഞാനും പാതിവ്രത്യത്തോടെ ഗമിക്കട്ടെ.''

മണ്ണിൽ വീണുരുണ്ട് പിന്നെയും പിന്നെയും കരയുകയായിരുന്ന ജാനകിയുടെ ചുമലിൽ ഒരു കൈ പതുക്കെ പതിഞ്ഞു. അടുത്തു വന്നി രുന്നുകൊണ്ട്, സമാധാനവചനംപോലെ സരമ പറയാൻ തുടങ്ങി:

''ദേവീ, വൈദേഹീ ഇങ്ങനെ കരയരുതേ. രാക്ഷസചക്രവർത്തി ദേവിയോട് പറഞ്ഞതെല്ലാം ഞാൻ കേട്ടു. അതു വിശ്വസിച്ച് ഭവതിയുടെ വിലാപങ്ങളും കേട്ടു. കല്ലും മരവും എടുത്ത് യുദ്ധം ചെയ്യുന്ന വാനര ന്മാരെ കൊല്ലുവാൻ രാക്ഷസന്മാർക്കു കഴിയില്ല. നരവ്യാഘ്രനായ ശ്രീരാമ ചന്ദ്രനെ വധിക്കാൻ ഒട്ടും കഴിയില്ല.''

''പിന്നെ ഞാൻ കണ്ടതും കേട്ടതും?''

സീത അമ്പരപ്പോടെ ചോദിച്ചു.

''രാക്ഷസചക്രവർത്തിയുടെ മായ. എവിടെ? അതെവിടെപ്പോയി ഇപ്പോൾ? മായ കൊണ്ടുണ്ടാക്കിയ ശിരസ്സ്?''

സീത ചുറ്റും നോക്കി. ശരിയാണ്. രാവണൻ കൊണ്ടുവന്നു വച്ച ശിരസ്സും ചാപബാണങ്ങളും അപ്രത്യക്ഷമായിരിക്കുന്നു.

''സീതാദേവീ, ശ്രീരാമചന്ദ്രൻ തെക്കെ സമുദ്രം തരണം ചെയ്തു കഴിഞ്ഞു. വാനരപ്പെരുംപടയൊന്നിച്ച് അദ്ദേഹം ലക്ഷ്മണസമേതനായി സുവേലപർവതത്തിൽ എത്തിക്കഴിഞ്ഞു. അവിടെ ഇരുന്ന് ലങ്കാനഗ രത്തെ വീക്ഷിക്കുകയാണദ്ദേഹം. തെക്കെ ഗോപുരത്തിനു മുകളിൽ നിന്നുകൊണ്ട് ഞാൻ നേരിട്ടു കണ്ടതാണിത്.''

ആശ്വാസത്തോടെ കൈ നെഞ്ചത്തു വച്ച് ദീർഘനിശ്വാസത്തോടെ സീത വിളിച്ചു: ''ശ്രീരാമചന്ദ്ര സ്വാമീ! സ്വാമീ...''

സംശയം തീർക്കാനെന്നപോലെ സീത വീണ്ടും സരമയോടു ചോദിച്ചു.

''സത്യമാണോ സരമ?''

''ദേവീ, ഈ അവസാന നിമിഷത്തിലും ചക്രവർത്തിയുടെ മാതു ലനായ മാല്യവാൻ അദ്ദേഹത്തെ ഉപദേശിച്ചു. ദേവിയെ ശ്രീരാമചന്ദ്രനു

തിരിച്ചുകൊടുക്കാൻ. കേട്ടില്ല അദ്ദേഹം പകരം യുദ്ധത്തിനു കോപ്പു കൂട്ടുകയാണ്. ലങ്കാരാജ്യരക്ഷയെക്കുറിച്ച് സചിവന്മാരോട് കൂടിയാലോചന നടത്തിക്കഴിഞ്ഞു. രാവണൻ കിഴക്കെ ഗോപുരത്തിൽ പ്രഹസ്തനെയും തെക്കെ വാതിൽക്കൽ മഹാവീരന്മാരായ മഹാപാർശ്വനെയും മഹോദരനെയും നിർത്തിയിരിക്കുന്നു. പടിഞ്ഞാറെ ഗോപുരത്തിൽ ചക്രവർത്തിയുടെ സീമന്തപുത്രനായ ഇന്ദ്രജിത്ത് തന്നെയാണ് അനേകം രാക്ഷസന്മാരുടെ അകമ്പടിയോടെ നിൽക്കുന്നത്. വടക്കെ ഗോപുരത്തിൽ ശുകൻ, സാരണൻ എന്നീ രണ്ടു ചാരപ്രമുഖന്മാരുണ്ട്. അവരോടൊപ്പം ചക്രവർത്തി എഴുന്നള്ളി നിൽക്കുന്നു.''

സരമയെ ആശ്ലേഷിച്ചുകൊണ്ട് സീത പറഞ്ഞു: ''സരമേ, നിന്റെ ഈ വാക്കുകൾ എന്റെ കാതുകളിൽ അമൃതവർഷംപോലെ നിറയുന്നു. എനിക്കു പുതുജീവൻ കിട്ടിയിരിക്കുന്നു.''

''ദേവീ, ദേവിയുടെ വാക്കുകൾ അതേപോലെ അവിടുത്തെ ഹൃദയേശ്വരനെ അറിയിച്ച് ആരും കാണാതെ തിരിച്ചുവരാനുള്ള കഴിവുണ്ട് ഈ സരമയ്ക്ക്. അന്തരീക്ഷത്തിലൂടെ അതിവേഗം സഞ്ചരിക്കാൻ കഴിവുണ്ടെനിക്ക്. എന്നെ പിൻതുടരാൻ സാക്ഷാൽ വായുവിനോ വൈനതേയനോ പോലും സാധ്യമല്ല പറയൂ. എന്താണ് ഞാനവിടെച്ചെന്ന് ഉണർത്തിക്കേണ്ടത്?''

''സ്വർഗത്തിലോ പാതാളത്തിലോ പ്രവേശിക്കാൻ കഴിവുള്ളവളാണ് നീയെന്ന് എനിക്കറിയാം. സരമേ, എന്റെ സ്വാമിയോട് രണ്ടേ രണ്ടു വാക്കുകളേ എനിക്ക് ഉണർത്തിക്കാനുള്ളൂ. അത് ഇതാണ് 'സീത കാത്തിരിക്കുന്നു'.''

''ഹേ ജനക രാജകുമാരി, കാറ്റ് ചെവിയിൽ മൂളുംപോലെ. ഈ വർത്തമാനം ഞാനിവിടെ എത്തിച്ചുകൊള്ളാം. ദേവിയുടെ സ്വപ്നം എത്രയും വേഗം നടക്കട്ടെ.''

രാമൻ, ലക്ഷ്മണൻ, സുഗ്രീവൻ, ഹനുമാൻ, അംഗദൻ, ശരഭൻ, ദ്വിവിഭൻ, ഗജൻ, ഗവാക്ഷൻ എന്നിവർ സുവേലാചലത്തിലിരുന്ന് ലങ്കാനഗരിയെ വീക്ഷിക്കുകയാണ്.

''രാക്ഷസരാജാവിന്റെ ലങ്കാപുരിയിതാ കാണുന്നു.'' രാമൻ പറഞ്ഞു.

''ഏറ്റവും ദുർഘടമായതാണ് ഈ നഗരം.''

അവരുടെ മുന്നിലേക്കു വന്നുകൊണ്ട് വിഭീഷണൻ പറഞ്ഞു.

''പ്രഭോ, എന്റെ അനുചരന്മാരായ അനലൻ, ശരഭൻ, സമ്പാതി, പ്രഘസൻ എന്നിവർ പക്ഷിരൂപമെടുത്ത് ലങ്കയിൽ ചെന്ന് എല്ലാ വിവരങ്ങളും അറിഞ്ഞു വന്നിരിക്കുന്നു. പടകളെക്കൊണ്ട്, സുരക്ഷിതമായിക്കഴിഞ്ഞു ലങ്കാനഗരി.'' യുദ്ധസന്നാഹങ്ങൾ വിശദീകരിച്ചു വിഭീഷണൻ.

‘‘പ്രതീക്ഷിക്കുന്നു ഞാനത്.’’ രാമൻ പറഞ്ഞു.

‘‘വാനരപ്രമുഖനായ നീലൻ പ്രഹസ്തനെ എതിരിടാൻ കിഴക്കെ കോട്ട വാതിൽക്കലേക്ക് ചെല്ലട്ടെ. അംഗദൻ സൈന്യങ്ങളെയുംകൊണ്ട് തെക്കേ ഗോപുരം ആക്രമിക്കട്ടെ, പശ്ചിമഗോപുരം തട്ടിത്തകർത്ത ഹനുമാൻ ഇന്ദ്രജിത്തിനെ നേരിടട്ടെ. രാവണൻ നിൽക്കുന്ന ഉത്തര ഗോപുരത്തെ ഞാനും സൗമിത്രിയും കൂടി ആക്രമിക്കുന്നുണ്ട്.’’

വാനരന്മാരുടെ അലർച്ച അവിടെയൊക്കെ മുഴങ്ങി.

കപിസൈന്യം ലങ്കാനഗരിയെ വളഞ്ഞു.

സരമയുടെ വാക്കുകൾ രാമന്റെ മനസ്സിലും കാതുകളിലും മീന ക്കാറ്റുപോലെ ചുട്ടു. രഘുവംശത്തിലെ രാജാവിന് കഴിവില്ലെന്ന് ഒരു സ്ത്രീരത്നവും പറയാനിടവരരുത്.

കുംഭകർണവധം

കിരീടം നഷ്ടപ്പെട്ട രാവണന്റെ ശിരസ്സ് സ്വന്തം മടിയിലേക്ക് എടുത്തു വച്ച്, മുറിവേറ്റ ശരീരത്തിൽ പതുക്കെ തലോടി മണ്ഡോദരി ചോദിച്ചു:

''പ്രഭോ, ഇനിയും എന്തിനാണ് ഈ യുദ്ധം?''

തളർച്ചയോടെ രാവണൻ പറഞ്ഞു:

''യുദ്ധം തുടങ്ങിയതല്ലേയുള്ളൂ മണ്ഡോദരീ.''

രാവണന്റെ ശബ്ദത്തിൽ ദുഃഖത്തിന്റെ കറുത്ത മൂടുപടം വീണു.

''രാമൻ ശക്തനാണെന്നതിൽ തർക്കമൊന്നുമില്ല മണ്ഡോദരീ.''

''സീതയെ വീണ്ടെടുക്കാൻ വേണ്ടിയല്ലേ അദ്ദേഹം ഇപ്പോൾ ലങ്കയെ ആക്രമിച്ചത്. ആ അയോധ്യാപുത്രന്റെ ഉദ്ദേശ്യം വ്യക്തമായിക്കഴിഞ്ഞില്ലേ പ്രഭോ? ഇനി സീതയെ അയാൾക്കു വിട്ടുകൊടുത്തുകൂടേ?''

സ്വന്തം ഭർത്താവിനെക്കുറിച്ചുള്ള ആധി ആ രാക്ഷസരാജ്ഞിയുടെ വാക്കുകളിൽ പതയിട്ടുനിന്നു.

''അത് പരാജയം അംഗീകരിച്ചു തരാതിരിക്കാൻ വേണ്ടി മാത്രമാവാം മണ്ഡോദരീ. സീതയോടുള്ള അടങ്ങാത്ത ഇഷ്ടംകൊണ്ടാണെന്ന് ഞാൻ വിശ്വസിക്കുന്നില്ല. സീതയോട് അത്രയേറെ സ്നേഹമുണ്ടായിരുന്നെങ്കിൽ ഈ യുദ്ധം ഒഴിവാക്കി രാമന് എന്റെ സമീപത്തേക്കു വന്ന് അവളെ നേരിട്ട് ആവശ്യപ്പെടാമായിരുന്നില്ലേ? അപ്പോൾ ഉദ്ദേശ്യം അതല്ലെന്ന് ഞാൻ സംശയിക്കുന്നു. ബഹുജനങ്ങളെ ബോധ്യപ്പെടുത്താൻ രാമചന്ദ്രന്റെ ഒരു തന്ത്രം ആണെന്നും സംശയിക്കുന്നു. ഇന്നേവരെ എന്റെ സംശയങ്ങളൊന്നും പാഴായിപ്പോയിട്ടില്ല. ഈ രാവണൻ സത്യസന്ധനാണ്, ത്രികാലജ്ഞാനിയാണ്, ധൈര്യശാലിയാണ്. ഈ ഞാൻ പരാജയം രുചിച്ചിട്ടില്ല; ഇതുവരെ നന്മയ്ക്കു വേണ്ടിയാണ് പൊരുതിയിട്ടുള്ളത്.'

''അങ്ങെന്തൊക്കെയാണ് ചിന്തിക്കുന്നത്?''

‘‘അതേ മണ്ഡോദരീ, രാവണനെ വേണമെങ്കിൽ വധിക്കാം. പക്ഷേ, പരാജയപ്പെടുത്താൻ കഴിയില്ല. യുദ്ധാരംഭത്തിൽ തന്നെ നമ്മുടെ മകൻ ഇന്ദ്രജിത്ത് രാമലക്ഷ്മണന്മാരെ നാഗാസ്ത്രം കൊണ്ട് ബന്ധിച്ചതായി രുന്നു. ആ കാഴ്ച സീതയ്ക്കു കാണിച്ചുകൊടുക്കുകയും ചെയ്തതാണ്; നിശാചരികൾ. പക്ഷേ, രാമന് എങ്ങനെയോ പുറത്തുനിന്നു സഹായം ലഭിച്ചിരിക്കുന്നു. നാഗബന്ധനത്തിൽ നിന്ന് മോചിപ്പിക്കാൻ സാക്ഷാൽ വൈനതേയൻ തന്നെ വന്നു എന്നാണ് ചാരന്മാർ പറയുന്നത്.’’

‘‘ഗരുഡന്റെ പോലും സഹായവും സഖ്യവുമുള്ള രാമനെ എങ്ങനെ തോൽപ്പിക്കാനാണ്?’’

‘‘രാമനെ തോൽപ്പിക്കണമെന്ന് ആരു പറഞ്ഞു? എന്റെ പുത്രിയെ അർഹിക്കുന്നുണ്ടോ എന്നു മാത്രമല്ലേ എനിക്കറിയേണ്ടത്. ശരിക്കും അവളെ അയാൾ ഭാര്യയായി പരിഗണിക്കുമോ എന്നെനിക്കറിയണം. അവൾക്ക് ഒരു നല്ല ഭർത്താവായി അയാൾക്കു കഴിയാനാവുമോ എന്ന റിയണം. ഇത്രയും കാലം എന്റെ മകളെ അയാൾ മനസ്സിൽ പോലും ഭാര്യയായി കാണാൻ ശ്രമിച്ചിട്ടില്ല എന്നാണെനിക്കു കിട്ടിയ വിവരം. ദേവിയായി കണ്ടു ഉപാസിക്കുകയാണ്. വിവാഹം കഴിച്ച പെൺകുട്ടിയെ ഏതു പുരുഷനാണ് ദേവിയായി സങ്കൽപ്പിക്കുക, ധ്യാനിക്കുക? എന്റെ കുടുംബത്തിന്റെ പാരമ്പര്യം നിലനിർത്തേണ്ട ഒരേ ഒരു കണ്ണിയാണവൾ. രാക്ഷസകുലം അന്യം നിൽക്കുകയോ? രണ്ടു പുത്രന്മാർ അവൾക്കു ശേഷം പിറന്നു വളർന്നപ്പോഴാണ് ഈ മനസ്സ് പുത്രീദുഃഖം എന്താ ണെന്ന് തിരിച്ചറിഞ്ഞതും വേവലാതിയടങ്ങിയതും. സീത എവിടെയാ ണെന്ന് അന്വേഷണം തുടങ്ങിയിട്ട് കാലമെത്രയായെന്ന് ഭവതിക്കറിയില്ല. എനിക്കൊന്നേ അറിയേണ്ടൂ. എനിക്കതറിയണം. അതറിയാൻ വേണ്ടി യുദ്ധക്കളത്തിൽ മരിച്ചുവീഴാനും ഞാൻ തയ്യാറാണ്.’’

മണ്ഡോദരി ഒന്നു ഞെട്ടി. തേങ്ങലോടെ അവർ പറഞ്ഞു:

‘‘യുദ്ധവിശാരദന്മാരായ അനേകം രാക്ഷസന്മാരെ ആ സഹോദര ന്മാർ കൊന്നുകഴിഞ്ഞു. ധൂമ്രാക്ഷൻ, വ്രജാഭംഷ്ടൻ, അകമ്പനൻ, പ്രഹ സ്തൻ തുടങ്ങിയ അനേകം പേരെ ഇനിയും...’’

‘‘അറിയാം കുതിരകൾ ചത്ത്, സൂതൻ മരിച്ച്, വില്ലുമുറിഞ്ഞ്, നിസ്സ ഹായനായി യുദ്ധഭൂമിയിൽ നിന്ന എന്നോടു രാമൻ പറഞ്ഞത് എന്താ ണെന്നറിയുമോ മണ്ഡോദരീ? പോർ നടത്തി പരവശനായ അങ്ങ് അന്തഃപ്പുരത്തിൽ ചെന്ന് ക്ഷീണം മാറ്റി വരൂ എന്ന്, വിജയത്തിന്റെ അഹങ്കാരം കൊണ്ടാണ് അയാളങ്ങനെ പറഞ്ഞത്, ആവട്ടെ, എന്നെ അപമാനിച്ചു വിട്ടിരിക്കുന്നു. അയാൾ എന്റെ മകളുടെ ഭർത്താവ് യുദ്ധത്തിൽ വിജയിച്ചാൽ അഭിമാനിക്കാൻ തോന്നുന്നുണ്ട്. പക്ഷേ, എന്റെ മകളെ പൂർണമായി തിരിച്ചു കിട്ടുക എന്ന ഒരു വാശികൂടി

ശ്രീരാമചന്ദ്രന്റെ മനസ്സിൽ ഉണ്ടായിരുന്നെങ്കിൽ ഞാൻ സന്തോഷവാനാകുമായിരുന്നു മണ്ഡോദരീ. ഇതങ്ങനെ കരുതാനാവുന്നില്ല. ജനങ്ങളോടു മറുപടി പറയേണ്ടിവരുന്ന സാഹചര്യം കണക്കിലെടുത്തുള്ള തീരുമാനം മാത്രമാണിത്. മറ്റാരെയൊക്കെയോ ബോധ്യപ്പെടുത്താൻ വേണ്ടി എന്നല്ലേ അതിനർത്ഥം കാണേണ്ടത്. സീതയെ കിട്ടാനുള്ള സമർപ്പണമല്ലിത്.''

എന്തു പറയണമെന്നറിയാതെ അസ്വസ്ഥതയോടെ ഇരുന്നു മണ്ഡോദരി.

''മണ്ഡോദരീ.... പ്രിയപ്പെട്ടവളേ, ഞാൻ വൻതപസ്സു ചെയ്തു നേടിയ വരങ്ങളെല്ലാം വെറുതെയായി. ദേവേന്ദ്രതുല്യനായ ഞാൻ കേവലം ഒരു മനുഷ്യനോട് പരാജിതനായിരിക്കുന്നു. ബ്രഹ്മാവിന്റെ ഘോരമായ വാക്കുകൾ ഇപ്പോൾ ചെവിയിൽ മുഴങ്ങുന്നു. ദേവന്മാർ, ഗന്ധർവന്മാർ, നാഗങ്ങൾ, രാക്ഷസന്മാർ, യക്ഷന്മാർ എന്നിവരാൽ വധിക്കപ്പെടരുത് എന്ന വരം വാങ്ങി. മനുഷ്യനിൽ നിന്നും എന്ന് ഞാൻ അപേക്ഷിച്ചില്ല. സൂത്രക്കാരനായ ബ്രഹ്മാവ് അതെടുത്തു പറയുകയും ചെയ്തു. ഇഷ്വാകുവംശത്തിൽ ജനിച്ച അനരണ്യൻ എന്ന രാജാവിന്റെ ശാപവാക്കുകളും ഇപ്പോൾ ഫലിക്കാറായിരിക്കുന്നു. എല്ലാം ഞാൻ ക്ഷമിക്കാം. സന്തോഷപൂർവം മരണവും വരിക്കാം. പക്ഷേ, എന്റെ മകളെ സ്നേഹപാരവശ്യത്തോടെ ആ രാമൻ ഭാര്യയായി സ്വീകരിക്കുകയും അംഗീകരിക്കുകയും ചെയ്തിരുന്നെങ്കിൽ, തന്റേടമുള്ള ഒരു ഭരണകർത്താവായിരുന്നെങ്കിൽ! വിവാഹം കഴിച്ചിട്ടും വിവാഹേതരബന്ധമില്ലാതെ ഭാര്യയെ പട്ടിണി കിടത്തുന്ന പുരുഷനെ ഒരിക്കലും ഒരു ഭാര്യാപിതാവിന് ഉൾക്കൊള്ളാനാവില്ല. എനിക്കതാണ് അയാളോടു പുച്ഛം.''

''അങ്ങ് ആഗ്രഹിക്കുന്നത് തീർച്ചയായും നടന്നേക്കും. സീതയെ തിരിച്ചു കൊടുക്കുക. നമ്മുടെ കുട്ടിയാണ് അവളെന്ന് മറ്റാരേയും അറിയിക്കുകയും വേണ്ട. അറിയിച്ചാൽ ഒരുപക്ഷേ രാമന് നമ്മുടെ മകളോടു കൂടുതൽ ശത്രുത ഉണ്ടാകുമോയെന്ന് ഞാൻ ഭയക്കുന്നു. ആ രഹസ്യം രഹസ്യമായി തന്നെ ഇരിക്കട്ടെ ഭവാൻ.''

''നിനക്കു തെറ്റി മണ്ഡോദരീ. ലങ്കയുടെ രാജാവായിപ്പോലും രാമൻ എന്നെ കാണുന്നില്ലിപ്പോൾ. പകരം വിഭീഷണനെ വാഴിച്ചുകഴിഞ്ഞിരിക്കുന്നു. വിഭീഷണനു പകരം എന്റെ മരുമകനായ രാമൻ തന്നെ ലങ്ക ഭരിക്കേണ്ടതല്ലേ?''

''എന്തൊക്കെയാണ് അങ്ങയുടെ സ്വപ്നം ഇനി?''

''എന്റെ സ്വപ്നം ഞാൻ രാജ്ഞിയോടു തുറന്നു പറഞ്ഞതല്ലേ പല വട്ടം? രാജ്യം നഷ്ടപ്പെട്ടവനാണ് രാമൻ. അയാൾക്ക് എന്റെ മകളോടും താൽപര്യമില്ല. അതുകൊണ്ട് എന്റെ അവസാനത്തെ പരീക്ഷണം കൂടി

നടത്തിനോക്കാം. അതോടെ രാമന്റെ അന്ത്യമായെങ്കിൽ നമ്മുടെ ആഗ്രഹങ്ങളൊക്കെ സഫലമാകും. എന്റെ മകൾക്ക് ഉത്തമനായ ഒരു രാക്ഷസവര്യനെ ഭർത്താവായി ലഭിക്കും. കുലം നിലനിർത്താൻ അതാവശ്യമാണ്.''

''മറ്റെന്താണങ്ങിനി ചെയ്യാൻ പോകുന്നത്?''

''കുംഭകർണനെ ഉണർത്താനുള്ള ആജ്ഞ കൊടുക്കാൻ പോകുകയാണ് ഞാൻ. അതുല്യബലവാനായ കുംഭകർണ്ണൻ ആ വാനരപ്പടയെ മുഴുവനും രാമലക്ഷ്മണന്മാരടക്കം തിന്നു മുടിക്കട്ടെ. മന്ത്രാലോചന കഴിഞ്ഞതിന്റെ ഒൻപതാം ദിവസം തുടങ്ങിയതാണ് അവന്റെ ഉറക്കം. നിർദേവത്വം മോഹിച്ച അവന്റെ നാക്കു പിഴയ്ക്കാൻ വന്ന നിദ്രാവത്വം. അവൻ ഉറങ്ങിയില്ലായിരുന്നുവെങ്കിൽ എനിക്ക് ഈ ദുർഗതി വരില്ലായിരുന്നു.''

''അതുംകൂടി പരാജയപ്പെടുമോ? എങ്ങനെ സംഭവിച്ചാൽ? ഇദ്ദേഹം എന്തു ചെയ്യും?'' മണ്ഡോദരിക്ക് ആശങ്ക നിറഞ്ഞു.

''അങ്ങനെ സംഭവിക്കാനോ? നീ എന്നിലേക്ക് പകരുന്നത് ധൈര്യമില്ലായ്മയാണോ മണ്ഡോദരീ?''

''പ്രഭോ, ഒരു മാത്ര മനസ്സിൽ കുറച്ചു ദിവസമായി നിറഞ്ഞു നിൽക്കുന്ന പലതരം ശങ്കകളിലൊന്ന്.''

''അങ്ങനെയായാൽ ഞാൻ എന്റെ മകളോട് സത്യം പറഞ്ഞിട്ട് രാമന്റെ മുമ്പിലേക്കു വിരിഞ്ഞ മാറു കാട്ടി പൊരുതി അന്ത്യം. വരിക്കും.'' ധൃതിയിൽ എഴുന്നേറ്റ് പുറത്തേക്കു നടന്നു രാവണൻ.

യുദ്ധഭൂമിയിൽ കോദണ്ഡവും ധരിച്ച് ചുറ്റും നോക്കിയ രാമൻ കണ്ടത് കിരീടമണിഞ്ഞ ഒരു പർവതം നടന്നുപോകുന്നതാണ്. ആ രൂപത്തെ കണ്ട് വാനരന്മാർ ഭയന്ന് നാലുപാടും കുതിച്ചോടുന്നു. അത്ഭുതത്തോടെയും അവിശ്വസനീയതയോടെയും രാമൻ അടുത്തു നിന്ന വിഭീഷണനോടു ചോദിച്ചു:

''മാമലപോലുള്ള ഈ രാക്ഷസൻ ആരാണ് വിഭീഷണാ? അഗ്നി ജ്വലിക്കുന്ന കണ്ണുകളുള്ള ഇവൻ ആരാണ്? അനേകം രാക്ഷസന്മാരെ യമപുരിയിലേക്കയച്ച ഞാൻ ഇതുപോലൊരു ജന്തുവിനെ ഇതുവരെ കണ്ടിട്ടില്ല.''

''മഹാപ്രഭോ,'' അത്ഭുതവും പരിഭ്രമവും കലർന്ന ശബ്ദത്തിൽ വിഭീഷണൻ പറഞ്ഞു: ''ഇവനാണ് വിശ്രവസ്സിന്റെ പുത്രനും മഹാപ്രതാപിയുമായ കുംഭകർണ്ണൻ, എന്റെ ജ്യേഷ്ഠൻ. ദേവേന്ദ്രനെയും യമധർമനെയും പോരിൽ ജയിച്ചവനാണിവൻ. ശൂലപാണിയും വിരൂപനേത്രനും കരുത്തനുമായ ഈ രാവണാനുജനെ ജയിക്കാൻ ഇതുവരെ ഒരു ദേവനും

സാധിച്ചിട്ടില്ല. ജനിച്ചതു മുതൽ തന്നെ അത്യുഗ്രതേജസ്വിയും അതിശക്തനുമാണ് കുംഭകർണ്ണൻ. രാവണനേക്കാൾ ബലവാൻ.'' വിഭീഷണന്റെ പരിഭ്രമം വർധിച്ചു.

''പ്രഭോ, കുംഭകർണ്ണൻ ഉണരേണ്ട കാലമായിട്ടില്ല. പക്ഷേ, ഇദ്ദേഹത്തെ ഉണർത്തിയിരിക്കുന്നു അവർ. അതിനർത്ഥം എന്റെ ജ്യേഷ്ഠൻ രാവണൻ, അങ്ങയെ ഭയന്നിരിക്കുന്നു എന്നാണ്. ഇവൻ വാനരന്മാരെ മുഴുവൻ ഭക്ഷിക്കും പ്രഭോ. സൈന്യങ്ങളോട് അറിയിക്കാനാജ്ഞാപിക്കൂ. ഇവൻ രാക്ഷസനല്ല. വലിയൊരു യന്ത്രമാണ്, കണ്ണിൽ കാണുന്നതു മുഴുവൻ തിന്നുമുടിക്കുന്ന യന്ത്രം.''

യുദ്ധക്കളത്തിൽ വന്നുനിന്ന് ഒന്നലറി കുംഭകർണ്ണൻ. ലങ്കാനഗരത്തിനപ്പുറത്തുള്ള സാഗരം ആ അലർച്ചകേട്ട് ഇളകി മറിഞ്ഞു. നിർദേവത്വം വാനരന്മാർ ഭയന്ന് ഓടാൻ തുടങ്ങി. ബാലിപുത്രനായ അംഗദൻ അവരെ തടഞ്ഞുനിർത്തിക്കൊണ്ടു പറഞ്ഞു:

''ഇതെന്താണിത്? ഭീരുക്കളെപ്പോലെ ഓടുകയോ? ഇതൊരു വേഷം കെട്ടിയ യന്ത്രമാണ്. ഇതിനെ നമുക്കു തച്ചുടയ്ക്കാം.''

അംഗദന്റെ വാക്കുകൾ കേട്ട് വാനരന്മാർ അവിടവിടെ കൂട്ടം കൂടി. പിന്നെ വന്മരങ്ങൾ പിഴുതെടുത്ത് കുംഭകർണന്റെ ചുറ്റും നിന്ന് അവനെ അടിക്കാൻ തുടങ്ങി. തെരുതെരെ പ്രഹരമേറ്റിട്ടും ആ രാക്ഷസൻ കുലുങ്ങിയില്ല. അവന്റെ ദേഹത്തു തട്ടിയ കല്ലുകൾ നൂറുനൂറായിത്തകർന്നു. വൻവൃക്ഷങ്ങൾ ഒടിഞ്ഞൊടിഞ്ഞു വീണു. കുംഭകർണ്ണൻ കോപം കൊണ്ടു വിറച്ചു. പിന്നെ വാനരന്മാരെ മാത്രമല്ല, കണ്ണിൽ കണ്ടവരെയെല്ലാം പിടിച്ചു വിഴുങ്ങി. ഇതു കണ്ട് ലക്ഷ്മണൻ ജ്യേഷ്ഠനോടു പറഞ്ഞു:

''പ്രഭോ, ഇവൻ വാനരന്മാരെയും രാക്ഷസന്മാരെയും വേർതിരിച്ച് അറിയുന്നതേയില്ല. രക്തഗന്ധം കൊണ്ട് മദിച്ച ഇവന്റെ ബുദ്ധി കെട്ടുപോയിരിക്കുന്നു. സ്വന്തം കൂട്ടരെപോലും പിടിച്ചു ഭക്ഷിക്കുന്നതു കണ്ടില്ലേ?''

അതു കേട്ട രാമൻ കോദണ്ഡത്തിന്റെ ചെറുഞാണൊലിയൊന്നു മുഴക്കി. ആ നാദം കേട്ട് കുംഭകർണ്ണൻ രാമന്റെ നേർക്കു പാഞ്ഞടുത്തു.

''അല്ലയോ കുംഭകർണ്ണാ.'' രാമൻ പറഞ്ഞു. ''ഞാനാണ് രാമൻ. ഇനി നിനക്ക് അൽപസമയം കൂടിയേ ജീവിതമുള്ളൂ. എന്റെ കരംകൊണ്ട് നിന്റെ ജീവനെടുക്കുന്നുണ്ട്. അത് സംഭവിച്ചേ മതിയാകൂ. അതു നടപ്പാക്കാൻ കൂടിയാണ് ഈ യുദ്ധം, എനിക്കങ്ങനെയും ഒരു ജന്മോദ്ദേശ്യം ഉണ്ടെന്ന് വച്ചോളൂ.''

''ഹേ രാമാ, ഇതിപ്പോൾ ഞാൻ കേട്ടതും അറിയുന്നതും ഈ ഞാൻ കുംഭകർണ്ണനാണ്. നിന്റെ ആണത്തം എന്നോടൊന്ന് കാണിക്ക്. അതു

കണ്ടതിനുശേഷം, അതിനുശേഷം മാത്രം ഞാൻ നിന്നെ വിഴുങ്ങിക്കൊള്ളാം.''

അനേകം ബാണങ്ങൾ കുംഭകർണന്റെ നേർക്ക് അയച്ചു രാമൻ. സപ്തസാലങ്ങളെ നിഷ്പ്രയാസം പിളർത്ത ബാണങ്ങൾ, വാനരേന്ദ്രനായ ബാലിയെ വധിച്ച ബാണം. ഇന്ദ്രവജ്രം പോലെയുള്ള ബാണം. ഇതൊക്കെ ദേഹത്തിൽ തറച്ചിട്ടും കുംഭകർണന് യാതൊരു പതർച്ചയോ വേദനയോ ഉണ്ടായില്ല. അവൻ തന്റെ വലംകയ്യിലെ മുൾത്തടി ആഞ്ഞു വീശി ദേവന്മാരെ മുഴുവൻ ഓടിച്ച ആ മുൾമരം ചുഴറ്റി മുന്നോട്ടാഞ്ഞപ്പോൾ കപികൾ കാറ്റുതട്ടിയ പഞ്ഞിപോലെ നാലുപാടും പറന്നു.

മുൾത്തടിയും ഉയർത്തിപ്പിടിച്ചു നിന്ന കുംഭകർണന്റെ നേർക്കു രാമൻ മായാസ്ത്രം തൊടുത്തു. ആയുധത്തോടുകൂടി ആ വലംകൈ യുദ്ധഭൂമിയിൽ വീണു. അതിനിടയിൽ പെട്ട് അനേകം വാനരന്മാർ ചതഞ്ഞരഞ്ഞു.

അത്യുച്ചത്തിൽ ഗർജിച്ചുകൊണ്ട് ഇടംകയ്യിൽ വലിയൊരു മരവുമെടുത്ത് കുംഭകർണൻ വീണ്ടും മുന്നോട്ടടുത്തു. ഇത്തവണ രാമൻ അയച്ചത് ഐന്ദ്രാസ്ത്രം. മരത്തോടുകൂടിയ ആ കയ്യും അറ്റുവീണു.

കൈകൾ രണ്ടും മുറിഞ്ഞു വീണ കുംഭകർണൻ വാ പിളർത്തിക്കൊണ്ട് മുന്നോട്ടടുത്തു. അർദ്ധചന്ദ്രാകാരമായ രണ്ടു ബാണങ്ങൾ ഒരുമിച്ചയച്ചു രാമൻ. രണ്ടു കാലുകളും അറ്റുപോയ നിശാചരൻ വലിയ ഗുഹപോലുള്ള വായും പിളർത്തി രാമനെ വിഴുങ്ങാനായി ഇഴഞ്ഞു. ആ വാ നിറയെ ബാണങ്ങൾ എയ്തുനിറച്ചു രാമൻ. പിന്നെ ബ്രഹ്മാണ്ഡത്തിനും അന്തകദണ്ഡത്തിലും തുല്യമായ ഒരു സായകം. കോദണ്ഡത്തിലണച്ചു രാമൻ. ആ ബാണം കുംഭകർണന്റെ തലയറുത്തു.

ആ തല ശൈലതുല്യം വീണപ്പോൾ രാജപാതപ്പുരകളും ഗോപുരങ്ങളും തകർന്നു. വാനരപ്പടയുടെ ആഹ്ലാദാരവം അവിടെയെങ്ങും മുഴങ്ങി.

ശിംശിപാവൃക്ഷച്ചുവട്ടിൽ ധ്യാനനിരതയായി ഇരുന്ന സീതാദേവിയെ ഇതെല്ലാം സരമ അപ്പഴപ്പോൾ അറിയിക്കുന്നുണ്ടായിരുന്നു.

''ദേവീ, മഹാബലവാനായ കുംഭകർണനും യുദ്ധക്കളത്തിൽ മരിച്ചു വീണു. എല്ലാം ദേവിയെ വീണ്ടെടുക്കാൻ വേണ്ടിയാണ്. ശ്രീരാമദേവൻ ദേവിയെ അത്രമാത്രം പ്രണയിക്കുന്നുണ്ട്. ഭാഗ്യവതിയാണ് ദേവി.''

സീത സന്തോഷത്താൽ സരമയെ ആശ്ലേഷിച്ചു. ''പറയൂ സരമേ, എന്റെ ദേവന് എന്നെ കാണാൻ തിടുക്കമായിട്ടുണ്ടാവും ഇല്ലേ? ആ അടങ്ങാത്ത ആശകൊണ്ടല്ലേ രാക്ഷസന്മാരെ മുഴുവൻ എന്റെ സ്വാമി വധിക്കുന്നത്? എത്രയും വേഗം എന്നെ ഇവിടെനിന്നു മോചിപ്പിച്ച് അയോധ്യയിലേക്ക് കൊണ്ടുപോകും. അപ്പോഴേക്കും കൈകേയി ദേവി

ആശ്ചര്യപ്പെടും. അവർ ആവശ്യപ്പെട്ട പതിന്നാലു വർഷം കഴിഞ്ഞിരിക്കും. ഒരുപക്ഷേ അവർ പറഞ്ഞിട്ടാവാം ലങ്കേശ്വരൻ ഇതൊക്കെ ചെയ്തതും. ഇങ്ങനെയായാൽ എന്റെ പ്രാണനാഥൻ എനിക്കു വേണ്ടി യുദ്ധം ചെയ്യുമെന്നും ആ യുദ്ധത്തിൽ എന്റെ സ്വാമി മരിക്കുമെന്നും അവർ കണക്കു കൂട്ടിയിരിക്കാം. അവരാൽ നിഷേധിക്കപ്പെട്ട ഞങ്ങളും ദാമ്പത്യബന്ധം അവർ കാണാൻ പോകുന്നതേയുള്ളൂ. അയോധ്യാപതിയായ ശ്രീരാമചന്ദ്ര പ്രഭുവിന്റെ പാദങ്ങൾ സേവിച്ച് ഈ സീത ജന്മത്തിന്റെ ബാക്കി ഭാഗം കഴിച്ചുകൂട്ടും.''

''ഓ, അങ്ങനെയുമുണ്ടോ ഒരു കഥ?''

''ആ ആദ്യരാത്രി എനിക്കിന്നും ഓർമ്മയുണ്ട് സരമേ. പലതരം സുഗന്ധപുഷ്പങ്ങൾ കൊണ്ടലങ്കരിച്ചിരുന്ന ഞങ്ങളുടെ, മണിയറയിൽ നിന്നും തന്നെ ഇടങ്കണ്ണിട്ടു നോക്കി പുറത്തേക്കിറങ്ങിയ ശ്രീരാമചന്ദ്രൻ. അദ്ദേഹത്തിന്റെ വരവും പ്രതീക്ഷിച്ച് കിടക്കയിൽത്തന്നെ കാത്തിരുന്ന ഞാൻ, മടങ്ങി വരാൻ വൈകിയപ്പോൾ ജനാല വഴി പുറത്തേക്കു നോക്കിയപ്പോൾ പൂങ്കാവനത്തിലെ മുല്ലച്ചെടിയുടെ ചോട്ടിൽ എന്റെ പ്രാണനാഥനോടൊപ്പം സംസാരിച്ചു നിൽക്കുന്ന കൈകേയിച്ചെറിയമ്മ. മണിയറയിലേക്ക് മടങ്ങിവന്ന അദ്ദേഹം എന്നോട് ഉരുവിട്ടത് വ്രതശുദ്ധിയെപ്പറ്റിയും അദ്ദേഹം എടുക്കേണ്ട ഉപവാസത്തെപ്പറ്റിയുമായിരുന്നു. അന്നു ഞാനും എടുത്ത ഒരു ശപഥമായിരുന്നു അയോധ്യാപതിയായ ശ്രീരാമചന്ദ്രപ്രഭുവിന്റെ പാദങ്ങൾ സേവിച്ച് ഒരു സന്ന്യാസിനിയെപ്പോലെ ഈ സീതാജന്മത്തിന്റെ ബാക്കി ഭാഗം കഴിച്ചുകൂട്ടും എന്ന്.''

സരമ സീതയുടെ കണ്ണുനീർ സ്വന്തം ചേലത്തുമ്പെടുത്ത് ഒപ്പിക്കൊണ്ടു പറഞ്ഞു:

''സന്ന്യാസജീവിതത്തിന് താമസിയാതെ ഒരറുതി വരും ദേവിക്ക്. ആ ഇളയമ്മയുടെ മുന്നിൽ സുപുത്രന്മാരോടൊപ്പം സീതാശ്രീരാമദമ്പതികൾക്ക് സസുഖം വാഴാം. അന്ന് ഈ സരമയെ മറക്കരുത്.''

സീത പ്രതീക്ഷയുടെ ഒരു നോട്ടം സരമയുടെ നേർക്ക് നോക്കി. അധികം വൈകുന്നതിനു മുമ്പുതന്നെ ഇന്ദ്രജിത്ത് മായായുദ്ധം തുടങ്ങി.

അസുരസൈന്യത്തെ വിട്ട് അന്തർദ്ധാനം ചെയ്തു അയാൾ. മായയിൽ മറഞ്ഞു നിൽക്കുന്ന ഇന്ദ്രജിത്ത് അയയ്ക്കുന്ന ഘോരാസ്ത്രങ്ങളേറ്റ് കപികൾ വലഞ്ഞു.

രാമലക്ഷ്മണന്മാരിൽ ആദിത്യതുല്യങ്ങളായ ആയിരമായിരം അസ്ത്രങ്ങൾ അയച്ചു, രാവണപുത്രൻ. ഒടുവിൽ ബ്രഹ്മാസ്ത്രം തന്നെ പ്രയോഗിച്ചു. കപിസൈന്യം മുഴുവനും രാമലക്ഷ്മണന്മാരും യുദ്ധഭൂമിയിൽ ബോധം കെട്ടു വീണു.

സുഗ്രീവൻ, അംഗദൻ, നളൻ, ദ്വിവിദൻ, ജ്യോതിർമുഖൻ എന്നീ വാനരശ്രേഷ്ഠന്മാർ മരിച്ചു വീണു.

തന്റെ നേർക്കു വന്ന ബ്രഹ്മാസ്ത്രത്തെ നമസ്കരിച്ചു, ഹനുമാൻ എന്നിട്ട് അടുത്തു നിൽക്കുന്ന വിഭീഷണനോടു പറഞ്ഞു:

''ലങ്കേശ്വരാ, മരിക്കാതെ കിടക്കുന്നവർ ആരൊക്കെയാണെന്നു നോക്കാം നമുക്ക്. അവരെയെങ്കിലും ശുശ്രൂഷിക്കാം.''

പ്രായംകൊണ്ട് ജരാനര ബാധിച്ച, വൃദ്ധനായ ജാംബവാൻ ഒരിടത്തു കിടക്കുന്നതു കണ്ട്, അടുത്തു ചെന്ന് വിഭീഷണൻ ചോദിച്ചു.

''ബ്രഹ്മാസ്ത്രം ഏറ്റിട്ടും അങ്ങേയ്ക്ക് മരണമില്ലേ?''

''ശബ്ദംകൊണ്ട് ഈ ചോദിക്കുന്നത് വിഭീഷണനാണെന്ന് ഞാൻ അനുമാനിക്കുന്നു. ലങ്കേശ്വരാ, എനിക്ക് ഒന്നും കാണാനാവുന്നില്ല. വിഭീഷണാ, അഞ്ജനയുടെയും വായുവിന്റെയും പുത്രനായ ഹനുമാൻ എന്ന വാനരൻ എവിടെയെങ്കിലും ജീവിച്ചിരിക്കുന്നുണ്ടോ?''

ജാംബവാന്റെ ചോദ്യം കേട്ട് അത്ഭുതപ്പെട്ടു വിഭീഷണൻ.

''കപീശ്വരാ, രാമലക്ഷ്മണന്മാരെ കൂടി അന്വേഷിക്കാതെ എന്താണ് അങ്ങ് ഹനുമാനെക്കുറിച്ചു മാത്രം അന്വേഷിക്കുന്നത്?''

''വിഭീഷണാ, ഹനുമാൻ ജീവിച്ചിരിപ്പുണ്ടെങ്കിൽ നമ്മളെല്ലാം ജീവിക്കും. ഇല്ലെങ്കിൽ രാമലക്ഷ്മണന്മാരടക്കം എല്ലാവരും മരിക്കും.''

പെട്ടെന്ന് വായുപുത്രനായ ഹനുമാൻ ജാംബവാന്റെ മുന്നിൽ സാഷ്ടാംഗം നമസ്കരിച്ച് ആ കാലുകൾ പിടിച്ചു. സ്വന്തം പാദങ്ങളെ സ്പർശിച്ച കൈകളെ തിരിച്ചറിഞ്ഞ ജാംബവാൻ സന്തോഷത്തോടെ പറഞ്ഞു:

''ഉണ്ണീ, ഇപ്പോൾ നിന്റെ ശൗര്യം മാത്രമാണ് ഞങ്ങൾക്കാശ്രയം. ആഞ്ജനേയാ, നീ ഉടനെത്തന്നെ മഹാഗിരിയായ ഹിമവാനിൽ എത്തണം. ഉയർന്നു നിൽക്കുന്ന രണ്ടു കൊടുമുടികൾ കാണാം. അവിടെ ഋഷഭാചലവും മഹാകൈലാസവും. ആ ഉന്നതശിഖരങ്ങളുടെ മധ്യത്തിലാണ് സർവ ദിവ്യഔഷധങ്ങളോടുകൂടിയ ഔഷധഗിരി. പത്തു ദിക്കിലും പ്രകാശം ചൊരിയുന്ന നാലു മരുന്നുകൾ, മൃതസഞ്ജീവനി, വിശല്യകാരിണി, സാവർണ്യകാരിണി, സന്ധാനകരിണി എന്നീ നാലു മരുന്നുകൾ അവിടെയുണ്ട്. അവ നാലും അതിവേഗത്തിൽ കൊണ്ടുവരണം. ഇപ്പോൾ ഉടനെ.''

ജാംബവാന്റെ വാക്കുകൾ കേട്ട ഉത്സാഹത്തോടെയും ഉന്മേഷത്തോടെയും ഹനുമാൻ ആകാശത്തിലേക്കു കുതിച്ചു.

മണ്ഡോദരീവിലാപം

ബ്രഹ്മാസ്ത്രബന്ധനത്തിൽനിന്നു രാമലക്ഷ്മണന്മാരും വാനരസൈന്യവും മോചിതരായ വിവരം ഇന്ദ്രജിത്ത് തന്നെയാണ് രാവണനോടു പറഞ്ഞത്. അച്ഛന്റെ മൗഢ്യഭാവം കണ്ട് രാവണി പറഞ്ഞു:

''അച്ഛാ, മായാസീതയെ ഞാൻ അടർക്കളത്തിൽ വെച്ച് കൊന്നിരിക്കുന്നു. ആകെ ദുഃഖിച്ചിരിക്കുകയാണ് രാമലക്ഷ്മണന്മാർ. സീത വധിക്കപ്പെട്ടു എന്നതിലല്ല എന്നു തോന്നുന്നു, രാമന്റെ ദുഃഖം. യുദ്ധത്തിൽ തോൽവി സംഭവിച്ചത് മറ്റുള്ളവരുടെ മനസ്സിൽ എന്തു പ്രതികരണം സൃഷ്ടിക്കും എന്ന ചിന്തയിലാണ് കപികൾ. ആകെ ക്ഷോഭം ഇരച്ചു കയറിയിരിക്കുന്നത് അവർക്കാണ്.''

''അവർ എന്തുചെയ്യും?''

''നമ്മുടെ കുലം മുടിക്കാൻവരെ അവർ തയ്യാറാവും. എന്തായാലും എനിക്കൊരൽപം സമയം കിട്ടണം. അതിനുവേണ്ടിയാണ് ഞാനങ്ങനെ ചെയ്തത്. നികുംഭിലയിലേക്കു പോകുന്നു ഞാൻ. അവിടെ മഹത്തായ ഒരു ഹോമം ചെയ്യാൻ ഒരുങ്ങുകയാണ്. വാനരസൈന്യം കുറച്ചു സമയത്തേക്ക് ഇനി യുദ്ധം ചെയ്യില്ല. അതിനുള്ളിൽ ഹോമം പൂർത്തിയാക്കണം എനിക്ക്.''

''പോയി വരൂ മകനേ.'' കുംഭകർണന്റെ നഷ്ടം വരുത്തിയത് താനാണ് എന്ന കുറ്റബോധത്തിൽനിന്ന് ഇനിയും മോചിതനായിട്ടില്ലാത്ത രാവണൻ പറഞ്ഞു:

''വിജയിച്ചു വരൂ.''

ഇന്ദ്രജിത്ത് ഹോമം തുടങ്ങിക്കഴിഞ്ഞു. മനസ്സ് ഏകാഗ്രമാക്കി പകുതിയാകും മുൻപുതന്നെ ചൈത്യത്തിനു പുറത്ത് രാക്ഷസന്മാരുടെ ദീനരോദനങ്ങൾ കേട്ടു ഇന്ദ്രജിത്ത്.

''ഹേ പ്രഭോ, രാവണാത്മജാ, ഈ വാനരന്മാർ ഞങ്ങളെ മുച്ചൂടും ഇല്ലാതാക്കിക്കൊണ്ടിരിക്കുന്നു. ഞങ്ങളെ രക്ഷിക്കണേ. ഞങ്ങളെ രക്ഷിക്കണേ.''

സശ്രദ്ധം ഹോമകർമം നടത്തുകയായിരുന്ന ഇന്ദ്രജിത്തിന് ഈ വിലാപം സഹിക്കാൻ കഴിഞ്ഞില്ല. ചൈത്യത്തിൽനിന്നു ക്രുദ്ധഭാവത്തിൽ എഴുന്നേറ്റു അയാൾ.

താൻ ചിന്തിച്ചതും മനസ്സിൽക്കണ്ടതും ഇതുതന്നെയാണ്. ഉന്നം പിഴച്ചില്ല. ഹനുമാൻ വെറുതെ വിടില്ല. രാമനുവേണ്ടി, സീതയ്ക്കു വേണ്ടി എന്തും ചെയ്യും. പിന്നെ ലക്ഷ്മണനുമുണ്ട് അവരോടൊപ്പം, സഹായിയായി. ലങ്കാധികാരികളെ ഉന്മൂലനം ചെയ്യുക എന്നതാണെന്നു തോന്നുന്നു അവരുടെ ലക്ഷ്യം. രാമൻ അതുമാത്രമാണ് ആഗ്രഹിക്കുന്നതും.

പുറത്തു വിഭീഷണനുമുണ്ട്. അവർക്കു ചുറ്റും വാനരന്മാർ. ഒരു വൻവൃക്ഷം കയ്യിൽപ്പിടിച്ച് നക്തഞ്ചരനെ തല്ലിച്ചതയ്ക്കുന്ന ഹനുമാൻ ഒരു വശത്ത്.

ഹനുമാനെ വധിക്കാൻ ഇന്ദ്രജിത്ത് വില്ലു കുലച്ചു.

അപ്പുറത്തു നിൽക്കുകയായിരുന്ന വിഭീഷണൻ ലക്ഷ്മണനോടു പറഞ്ഞു:

''കുമാരാ, രാവണപുത്രനായ മേഘനാഥനതാ, മാരുതിയെ വധിക്കാനൊരുങ്ങുന്നു. അവന് അതു സാധിക്കും എന്നുതന്നെ എനിക്കു തോന്നുന്നു. അതുകൊണ്ട് ലക്ഷ്മണകുമാരാ, ഈ നിമിഷം ഇന്ദ്രജിത്തിനെ വധിക്കുക.''

ചെറിയച്ഛന്റെ വാക്കുകൾ കേട്ട് ആ ഭാഗത്തേക്കു നോക്കി ഇന്ദ്രജിത്ത്. എന്നിട്ടു പുച്ഛത്തോടെ പറഞ്ഞു:

''അങ്ങ് ഈ ലങ്കാരാജ്യത്ത് ജനിച്ചു വളർന്നവൻ. എന്റെ അച്ഛന്റെ ഇളയസഹോദരൻ. അദ്ദേഹം എത്രമാത്രം നിങ്ങളെ സ്നേഹിച്ചതാണ്. അദ്ദേഹത്തിന്റെ കാലശേഷം ലങ്കാരാജ്യം അങ്ങേയ്ക്കാണെന്ന് മനസ്സിൽ ഉറപ്പിച്ചിരുന്നതുമാണല്ലോ. പക്ഷേ, അതിനൊക്കെ മുൻപേ മറ്റൊരാളാൽ അതു നേടാനുള്ള കുതന്ത്രവും അങ്ങ് ചെയ്തു കഴിഞ്ഞു. എന്നിട്ടും എന്റെ പിതാവ് ക്ഷമിച്ചു. നിങ്ങൾ എന്റെ ഇളയച്ഛനാണെന്ന ബഹുമാനത്തോടെയും സ്നേഹത്തോടെയും അപേക്ഷിക്കുകയാണ്. അങ്ങ് ഈ യുദ്ധത്തിൽ നിന്ന് പിന്മാറുക.''

''ഇല്ല, എനിക്കീപക്ഷമാണ് പ്രിയം.''

ഇന്ദ്രജിത്തിന് കോപം ഇരട്ടിച്ചു.

''ഹേ ദുരാത്മാവായ രാക്ഷസാ, ചേർച്ചയും വേഴ്ചയുമില്ലാത്ത നികൃഷ്ടജീവീ, സൗഭ്രാത്രമോ ധർമ്മമോ ഇല്ലാത്ത ദുഷ്ടാ, സ്വജനങ്ങളെ ഉപേക്ഷിച്ച് ശത്രുവിന്റെ ഭൃത്യനായിത്തീർന്നുവല്ലോ അങ്ങ്. ഹേ നീചാ, സ്വജനമൊന്നിച്ചുള്ള ജീവിതമെവിടെ? അന്യനെ ആഗ്രഹിച്ചു കഴിച്ചുകൂട്ടുക. ഏതൊരുവൻ സ്വപക്ഷത്തെ വിട്ട് അന്യപക്ഷത്തു ചേരുന്നുവോ, സ്വപക്ഷനാശത്താടെ അവനെയും ശത്രു വധിക്കും. അതറിഞ്ഞുകൊള്ളുക?''

വിഭീഷണൻ തെല്ലും കൂസലില്ലാതെ പറഞ്ഞു:

''നിന്റെ അച്ഛൻ, എന്റെ ജ്യേഷ്ഠൻ ചെയ്ത തെറ്റ് എന്താണെന്ന് അറിയാഞ്ഞിട്ടാണ് നീയിങ്ങനെയൊക്കെ സംസാരിക്കുന്നത്. പരസ്വത്തിനെ അപഹരിക്കുന്നവനും പരഭാര്യയെ ആഗ്രഹിക്കുന്നവനും ദുർവൃത്തനാണ്. അഭിവന്ദ്യരായ മാമുനിമാരെ വധിക്കൽ സജ്ജനപ്രാതികൂല്യം, അതികോപം, അഹങ്കാരം എന്നീ ദുർഗുണങ്ങളുടെ വിളനിലമാണ്. നിന്റെ ആ അച്ഛനെ, എന്റെ ആ ജ്യേഷ്ഠനെ ഞാൻ ഉപേക്ഷിച്ചു. ഉപേക്ഷിക്കുന്നു എന്ന് മുഖത്തുനോക്കി പറഞ്ഞിട്ടാണ് ഈ ലങ്ക വിട്ടിറങ്ങിയത് ഞാൻ. ഇനി എനിക്കു ലങ്കാനഗരിയില്ല. നിന്റെ അച്ഛനില്ല. നീയും ഇല്ല. നെറികെട്ട ഒരു ഊറ്റക്കാരൻ ചെറുക്കനാണ് നീ. നിന്റെ അവസാനമടുത്തു. എനിക്ക് നിന്നോടിങ്ങനെ പറയുന്നതിൽ വിഷമമുണ്ട്. എങ്കിലും അത് നടന്നേ തീരൂ. അത് നടന്നേ തീരൂ. അതിനുവേണ്ടിയാണ് ഈ സൗമിത്രി ഇവിടെ വന്നിട്ടുള്ളത്.''

''**ല**ക്ഷ്മണാ, വജ്രം, ശനിപോലുള്ള അസ്ത്രങ്ങൾ കൊണ്ട് നിങ്ങളെ മുഴുവൻ ബോധം കെടുത്തിയവനാണ് ഞാൻ. അതോർമ്മ വേണം. ഒളിവിൽ നിന്നാണല്ലോ അങ്ങ് എതിർത്തത്. ആ യുദ്ധം വീരന്മാർക്കു ചേർന്നതല്ല മേഘനാഥാ. അങ്ങയുടെ നേരെ നേർക്കാണിപ്പോൾ ഞാൻ നിൽക്കുന്നത്. എന്റെ ഈ ബാണങ്ങൾ തടുക്കാമെങ്കിൽ തടുത്തുകൊള്ളുക.''

അതിതീക്ഷ്ണങ്ങളായ നാലു ഹാരാചാപങ്ങൾ തൊടുത്തു വിട്ടു സൗമിത്രി. പൊൻകോപ്പുകളണിഞ്ഞ കറുത്ത നാലശ്വങ്ങളിൽ അവ ചെന്നു തറച്ചു. അതിന്റെ പിന്നാലെ വെളുത്തു തിളങ്ങുന്ന മറ്റൊരസ്ത്രവും ആ കർണ്ണാന്തം വലിച്ചുവിട്ടു ലക്ഷ്മണൻ. മേഘനാഥസാരഥിയുടെ മസ്തകം മുറിച്ചു വീഴ്ത്തി ആ സായകം. തേജസ്വിയായ ഇന്ദ്രജിത്താവട്ടെ, സൂതൻ വീണപ്പോൾതന്നെ മറ്റൊരു തേരിൽ കയറി സാരഥിയായി. അടുത്ത നിമിഷത്തിൽ വില്ലുമെടുത്തു.

ആശ്ചര്യജനകമായിരുന്നു ലക്ഷ്മണകുമാരന്റെ ആയോധനം. ഒരു നിമിഷം മാത്രമേ ഇന്ദ്രജിത്തിനു കടിഞ്ഞാണിൽ കൈവയ്ക്കണ്ടൂ. അടുത്ത നിമിഷത്തിൽ വില്ലെടുക്കണം. കൈ കടിഞ്ഞാണിലായാൽ അവന്റെ ദേഹത്ത് അമ്പു കൊള്ളുകയായി. വില്ലെടുത്താൽ കുതിരകളിലും. ലക്ഷ്മണനെ പ്രോത്സാഹിപ്പിച്ചുകൊണ്ട് വിഭീഷണൻ പറഞ്ഞു:

''കുമാരാ, ഈ നിൽക്കുന്ന ഒരൊറ്റ ആളാണ് ലങ്കേശ്വരന്റെ ശക്തി. ഈ മഹാപാപിയെ നിഗ്രഹിച്ചു കഴിഞ്ഞാൽ രാവണന്റെ കഥ തീർന്നു. ലങ്കയിലെ വൻപടനായകന്മാർ മുഴുവൻ അവസാനിച്ചിരിക്കുന്നു. ഇവൻ മാത്രമേയുള്ള ബാക്കി മേഘനാഥനിതാ തളർന്നു തുടങ്ങുന്നു.''

വിഭീഷണന്റെ വാക്കുകൾ കേട്ട സുമിത്രാനന്ദൻ അഗ്നിജ്വാലയുടെ തീക്ഷ്ണതയാർന്ന ഒരസ്ത്രം പുറത്തെടുത്തു. അത്യുഗ്രസർപ്പത്തിന്റെ കാകോളവിഷം പോലെയുള്ളതും ദേവവൃന്ദങ്ങൾ മുഴുവനും പൂജിക്കുന്നതുമായ ഐന്ദ്രാസ്ത്രമായിരുന്നു അത്. ആ സായകത്തെ ചാപത്തിൽ തൊടുത്തു വലിച്ചുകൊണ്ട് ലക്ഷ്മണൻ പ്രാർത്ഥിച്ചു.

''ദശരഥനന്ദനനായ ശ്രീരാമചന്ദ്രദേവൻ ധർമസ്വരൂപിയും സത്യസന്ധനും പൗരുഷത്തിൽ അദ്വിതീയനുമാകയാൽ, ഹേ, ദിവ്യാസ്ത്രമേ ഇന്ദ്രജിത്തിനെ വധിക്കൂ.''

ശരം ചാപത്തിൽനിന്നു കുതിച്ചു. ഉജ്ജ്വലിക്കുന്ന കുണ്ഡലങ്ങളും മനോഹരകിരീടവുമണിഞ്ഞ ഇന്ദ്രജിത്തിന്റെ ശിരസ്സ് അടുത്ത നിമിഷം മണ്ണിൽ പതിച്ചു.

രാക്ഷസസൈന്യം മുഴുവൻ നിലവിളിച്ചുകൊണ്ട് അവിടെനിന്ന് ഓടിപ്പോയി.

ചേതനയറ്റു കിടക്കുന്ന ഇന്ദ്രജിത്തിന്റെ ശരീരത്തിലേക്കു നോക്കിക്കൊണ്ട് വിഭീഷണൻ പറഞ്ഞു:

''കുമാരാ, ഇതാ ഇന്ദ്രജിത്ത് വധിക്കപ്പെട്ടുകഴിഞ്ഞു. കുമാരനു മാത്രമേ ഇന്ദ്രജിത്തിനെ വധിക്കാനാവൂ എന്ന് എനിക്കറിയാമായിരുന്നു. അതുകൊണ്ടാണ് ശ്രീരാമചന്ദ്രനോട് ഞാനപേക്ഷിച്ചത്. കുമാരനെ എന്റെ കൂടെ അയയ്ക്കാൻ. പതിന്നാലു വർഷത്തോളം അന്നപാനാദികളും നിദ്രയും ഉപേക്ഷിച്ച് ഒരാൾക്കേ തന്നെ വധിക്കാൻ കഴിയാവൂ എന്ന വരം നേടിയവനായിരുന്നു മേഘനാഥൻ. ജ്യേഷ്ഠനെ ശുശ്രൂഷിച്ച് ഇക്കാലമത്രയും കഴിഞ്ഞുകൂടിയ അങ്ങ് അങ്ങറിയാതെതന്നെ ഒരു വ്രതത്തിലായിരുന്നു.''

ഇന്ദ്രജിത്തിന്റെ വധവാർത്ത അറിഞ്ഞ ലങ്കയിലെ രാക്ഷസന്മാർ ഭയന്നു വിറച്ചു. അവർ രാക്ഷസസ്ത്രീകളുമൊന്നിച്ച് ആലോചന തുടങ്ങി. വിധവകൾ, പുത്രന്മാർ മരിച്ചവർ, ബന്ധുക്കൾ എന്നിവർ മാത്രമുള്ള ഭവനങ്ങളേ ലങ്കയിൽ ഉള്ളൂ. ദുഃഖാധിക്യത്താൽ അവർ ഒന്നിച്ചു ചേർന്നു വിലാപം തുടങ്ങി. എന്റെ മകൾ, എന്റെ സഹോദരൻ, എന്റെ ഭർത്താവ് നിഗ്രഹിക്കപ്പെട്ടു എന്നിങ്ങനെയുള്ള ദീനവിലാപങ്ങൾ ഓരോ ഗൃഹത്തിൽ നിന്നും പുറപ്പെട്ടു.

''അതിഭയത്തിൽ മഗ്നരായ നമുക്ക് ഒരാളെയും ആശ്രയമായിക്കാണുന്നില്ലല്ലോ. വിഭീഷണൻ ചെയ്തതാണ് ശരി. ഏതൊരാളെ ശരണം പ്രാപിക്കുന്നുവോ അവിടെയാണ് ശരണം ലഭിക്കേണ്ടത്. ഏതൊരാളിൽ നിന്നു ഭയമുണ്ടാകുന്നുവോ അവിടെയാണ് അഭയം യാചിക്കേണ്ടത്. വിഭീഷണനാണ് ഭാഗ്യവാൻ.''

വിലപിച്ചുകൊണ്ട് പരസ്പരം കെട്ടിപ്പിടിച്ച് ദുഃഖിതരായ രാക്ഷസ സ്ത്രീകൾ ഇതിനൊക്കെ കാരണക്കാരിയായ ശൂർപ്പണഖയെ ശാപ വാക്കുകൾ കൊണ്ടു പൊതിഞ്ഞു.

നെഞ്ചത്തടിച്ചു നിലവിളിച്ചുകൊണ്ട് രാവണസന്നിധിയിൽ എത്തി മണ്ഡോദരി.

"മഹാപ്രഭോ, അറിഞ്ഞില്ലേ അങ്ങ്, ഒന്നും അറിഞ്ഞില്ലെന്നുണ്ടോ? നമ്മുടെ ഉണ്ണി, ഇന്ദ്രജിത്ത് വധിക്കപ്പെട്ടിരിക്കുന്നു. ശ്രീരാമാനുജൻ അവനെ നിഗ്രഹിച്ചിരിക്കുന്നു പ്രഭോ. ആ ഭയങ്കര സംഭവം നടക്കുമ്പോൾ, അങ്ങയുടെ സഹോദരനായ വിഭീഷണനും ഉണ്ടായിരുന്നു ലക്ഷ്മണന്റെ കൂടെ. മതിയാക്കിക്കൂടെ ഇനിയെങ്കിലും ഇത്? കുലം നിലനിർത്താ നാണെന്നു പറഞ്ഞ് പറഞ്ഞ് ഇപ്പോൾ കുലം മുടിയാറായില്ലേ തീർത്തും. ആൺകുട്ടികൾ രണ്ടെണ്ണമാണ് മൃത്യുവിന്നടിമയായത്. കുലം നില നിർത്തേണ്ടത് പെൺകുട്ടികളാണെങ്കിലും എനിക്കിത് സഹിക്കാനാകു ന്നില്ല. ഇനി സീതയെക്കൂടി നമുക്കു ലഭിക്കാതിരുന്നാൽ... അങ്ങന്തെ ങ്കിലും ഒരു തീരുമാനമെടുക്കൂ."

"മണ്ഡോദരീ, എന്റെ ശേഷക്രിയ നടത്തേണ്ടവനാണ് അവിടെ മരിച്ചു കിടക്കുന്നത്. എനിക്കു ദുഃഖമില്ലെന്നാണോ? പക്ഷേ, ഒക്കെ മറിച്ചായിത്തീർന്നിരിക്കുന്നു. സുഗ്രീവൻ, സൗമിത്രി, രാമൻ എന്നിവർ ജീവിച്ചിരിക്കുന്നതുപോലും എനിക്കിപ്പോൾ ശല്യമായിരിക്കുന്നു. പക്ഷേ, നമ്മുടെ മകൾ അവളെ ലങ്കയിൽ വാഴിക്കണം. അവളെങ്കിലും നമുക്കു വേണ്ടേ? നീ ദുഃഖിക്കരുത്. ഇത്രയും കാലം ആൺകുട്ടികൾ നമ്മളോ ടൊപ്പം എല്ലാ സുഖസൗകര്യങ്ങളോടും കൂടി സ്നേഹം നുകർന്ന്, ഐശ്വര്യത്തോടെ ജീവിച്ചു. എന്നാൽ, നമ്മുടെ സീതയോടൊപ്പം നമുക്ക ങ്ങനെ വാഴാൻ സാധിച്ചിട്ടില്ല. ഇനിയുള്ള കാലം അവളോടൊപ്പം കഴി യണം, നമ്മൾ ചെയ്ത അവിവേകത്തിന് പ്രായശ്ചിത്തമായി."

മണ്ഡോദരി കണ്ണീർ വാർത്തു.

"വിരിഞ്ചന്റെ തീർപ്പ് എന്താണെന്നറിയില്ല. അതിനു മുൻപ് ഒരു സത്യം എനിക്കു പറയാനുണ്ട് മണ്ഡോദരീ. സീതയോട് ആ സത്യം പറയാൻ സമയമായിരിക്കുന്നു. അശോകവനിയിലേക്കു പോകുക യാണ് ഞാൻ. ഇനി അവളെയെങ്കിലും എനിക്കു വേണ്ടേ? എല്ലാം നഷ്ടപ്പെടുത്തിയത് അവൾക്കു വേണ്ടിയല്ലേ?"

കണ്ണുകളിൽ നിന്നു ധാരധാരയായി ഒഴുകുന്ന കണ്ണുനീർ തുടയ് ക്കാൻ പോലും മിനക്കെടാതെ രാവണൻ നടന്നു.

ദുഃഖാർത്തരായ രാക്ഷസസ്ത്രീകൾ ഓരോ ഗൃഹങ്ങളിൽനിന്നും വിലപിക്കുന്നത് അദ്ദേഹത്തിനു കേൾക്കാം. ദീർഘദീർഘം നിശ്വസിച്ചു കൊണ്ട് ലങ്കാനഗരത്തിലൂടെ നടന്ന് അശോകവനിയിലെത്തി രാവണൻ. ശിംശിപാവൃക്ഷച്ചുവട്ടിൽ ചെന്നു നിന്ന് അയാൾ വിളിച്ചു.

“സീതേ...”

കോപം കത്തുന്ന കണ്ണുകളുമായി സീത രാവണനെ നോക്കി.

“രാവണപുത്രിയായ സീതേ...” രാവണൻ വീണ്ടും വിളിച്ചു. “നിന്നെ ഇവിടേക്ക് കൊണ്ടുവന്ന അന്ന് ഞാൻ പറഞ്ഞിരുന്നു, നിന്നോട് എനിക്ക് ഒരു രഹസ്യം പറയാനുണ്ടെന്ന്. അപ്പോൾ നീ അതു ചെവികൊള്ളാൻ തയ്യാറായില്ല. പല തവണ വീണ്ടും ഞാൻ ശ്രമിച്ചു. അപ്പോഴും ഞാൻ പരാജിതനായി പിൻവാങ്ങി. ഇനി അതു പറയാതെ വയ്യ. നിർബന്ധ പൂർവം നീ അത് കേട്ടേ മതിയാകൂ. ഈ ലങ്കാധിപൻ നിന്നോട്, നിന്നോടു മാത്രം താഴ്മയായി വർത്തമാനം പറയുന്നു.”

സീത അമ്പരന്നിരുന്നു.

“വെറും ഒരു വില്ലു കുലച്ചുപോയതുകൊണ്ട് നേടിയതാണ് രാമൻ നിന്നെ. ഒരിക്കലും നിന്നെ ആഗ്രഹിച്ചു നേടിയതല്ല. അതുകൊണ്ടു തന്നെ അയാൾക്കു നിന്നിൽ യാതൊരു മതിപ്പും അഗ്നിപോലെ പൊള്ളുന്ന പ്രണയവും വിരഹക്ലേശവും ഇല്ല. നിന്നിൽ അയാൾ വശ്യനുമല്ല. നിന്നെ തുളസീസ്പർശം പോലെ ധ്യാനിക്കുകയാണ്. സകല പുഷ്പങ്ങളും കൊണ്ട് അർച്ചിച്ച് പൂജ നടത്തുകയാണ് രാമനു പ്രിയം. നീ എന്റെ ഏക മകളായതുകൊണ്ട് അകലെയിരുന്ന് ഞാൻ ഓരോന്നും അന്വേ ഷിച്ചറിയുന്നുണ്ടായിരുന്നു. എന്റെ നിവൃത്തികേടുകൊണ്ടും ബുദ്ധി മോശം കൊണ്ടും വീണ്ടുവിചാരമില്ലായ്മ കൊണ്ടുമാണ് എന്റെ ആദ്യ സന്തതിയായ നീ മറ്റൊരിടത്ത് ജീവിക്കേണ്ടി വന്നത്. അതോർത്ത് ഇപ്പോഴും പശ്ചാത്തപിക്കുകയാണ് ഞാൻ. നിന്റെ ഭാവി ഓർത്ത് പശ്ചാ ത്തപിക്കുക മാത്രമല്ല ദുഃഖിതരുമാണ് ഞാനും നിന്റെ മാതാവായ മണ്ഡോദരിയും. മോളേ, ഭാര്യയായിട്ടും ഭാര്യാപദം നൽകാത്ത പുരുഷ നോടൊപ്പം കഴിയുന്ന സ്ത്രീയുടെ മാനസം തീച്ചൂളയ്ക്കു തുല്യ മാണെന്നാണ് നിന്റെ മാതാവ് മണ്ഡോദരി പറയുന്നത്. നിന്റെ സഹോ ദരങ്ങൾ മുഴുവൻ മരിച്ചു കഴിഞ്ഞിരിക്കുന്നു. വീരപരാക്രമിയായ ഇന്ദ്രജിത്തടക്കം. ഇന്ദ്രജിത്തിനു പകരം നീ ഒരു പുത്രനു ജന്മം കൊടുത്ത് ഈ ലങ്കയിൽ വാഴണം. അതാണ് ഈ പിതാവിന്റെ അന്ത്യാ ഭിലാഷം.”

രാവണന്റെ തപിക്കുന്ന വാക്കുകൾ സീത വിശ്വസിക്കാൻ കൂട്ടാ ക്കിയില്ല. രാവണൻ പറയുന്നതു വീർപ്പടക്കിക്കൊണ്ട് കേട്ടുനിന്നു വെങ്കിലും.

“കൂടുതൽ ത്യാഗത്തോടെ, കൂടുതൽ പരാക്രമത്തോടെ, വാശിയോടെ, വീറോടെ നിന്നെ രാമൻ വീണ്ടെടുക്കുമ്പോൾ നേരത്തേ പറഞ്ഞതി നെല്ലാം വിരുദ്ധമായി രാമൻ നിന്നെ ഉൾക്കൊള്ളുമെന്ന് ഞാൻ കണക്കു കൂട്ടുന്നു. വിരഹം അതിനൊരു പാലമാണല്ലോ. അതിനു വേണ്ടിയാണ്,

അതിനുവേണ്ടി മാത്രമാണ് പ്രായശ്ചിത്തമായി നിന്നെ അപഹരിച്ചു കൊണ്ടു പോന്നത്.

നാളെ ഞാൻ രാമനോട് എതിരിടാൻ പോവുകയാണ്. ഒരുപക്ഷേ, രാമൻ എന്നെ വധിച്ചേക്കാം. അതിലെനിക്കു ദുഃഖമില്ല. അതിനു ഞാൻ അർഹനാണ്. ജനിച്ചപ്പോഴേ മകളെ ഉപേക്ഷിക്കേണ്ടിവന്ന ഒരു പിതാവാണ് ഞാൻ. രാജ്യത്തിനുവേണ്ടിയും ജനങ്ങൾക്കുവേണ്ടിയും അങ്ങനെ ഒരു ത്യാഗം ചെയ്ത ത്യാഗിയാണ് ഞാൻ. ഇപ്പോൾ മറിച്ചും. സ്വന്തം മകളുടെ നന്മയ്ക്കും ഉറച്ച ദാമ്പത്യത്തിനും വേണ്ടി ഒരു പിതാവിന്റെ ആത്മദാനം. ആ ദാനം എന്റെ മകൾ സന്തോഷത്തോടെ സ്വീകരിക്കണം. തെറ്റിദ്ധരിക്കപ്പെട്ട ഒരച്ഛന്റെ സ്നേഹസമ്മാനമാണിത്. സന്താന സൗഭാഗ്യത്തോടെ നീ ജീവിക്കണം. ഈ പിതാവിന്റെ അവസാന ആഗ്രഹവും ആശ്വാസവുമാണത്.''

തളർന്ന താമരത്തണ്ടുപോലെ വാടിയ മുഖത്തോടെ അശോകവനികയിൽനിന്നു രാവണൻ തിരിച്ചുപോന്നു. അയാളുടെ കണ്ണുകളീറനായിരുന്നത് സീത കണ്ടു.

അവളുടെ കണ്ഠത്തിൽ ഒരു ഗദ്ഗദം ഞെരിഞ്ഞമർന്നു. ഉജ്ജ്വല വ്യക്തിത്വം ഉള്ള രാക്ഷസരാജാവാണോ രാവണൻ?

അതുവരെ അനുഭവപ്പെടാത്ത ഒരു മാനസികാവസ്ഥ സീതയിൽ. രക്തം രക്തത്തെ തിരിച്ചറിയുന്നു. താനദ്ദേഹത്തെ തെറ്റിദ്ധരിച്ചു. എന്റെ ദൈവമേ, ഈ വ്യക്തിത്വത്തിനുടമയുടെ മകളാണോ താൻ, തന്റെ സഹോദരങ്ങൾ തനിക്കു വേണ്ടിയാണ് കാലയവനികയ്ക്കുള്ളിൽ മറഞ്ഞത്. പക്ഷേ...

തൽക്കാലം തനിക്കീ രഹസ്യം തന്നിൽ ഒതുക്കിയും ഒളിപ്പിച്ചും വയ്ക്കാനേ ആകൂ. രാവണാസുരന്റെ മകളെ, ദശരഥ മഹാരാജാവിന്റെ മകൻ സ്വീകരിക്കുമോ? അതുണ്ടാകാൻ വഴിയില്ല.

യുദ്ധാവസാനം

സ്വർണരഥത്തിൽ യുദ്ധഭൂമിയിലേക്കു പോകുകയായിരുന്ന രാവണന്റെ മനസ്സിലൂടെ പഴയ നിഴൽരൂപങ്ങൾ പലതും കടന്നുപോയി.

സൂതികാഗൃഹത്തിനു മുന്നിൽ നവജാതശിശുവിനെയും കൊണ്ട് നിൽക്കുന്ന മണ്ഡോദരിയുടെ വളർത്തച്ഛൻ.

‘‘ഈ കുഞ്ഞ് രാക്ഷസകുലത്തെ മുടിക്കും.’’

അദ്ദേഹത്തിന്റെ പ്രവചനം.

‘‘കുഞ്ഞിനെ കൊണ്ടുപോയി വധിക്കൂ. ഉം... ഇനിയും അമാന്തിക്കരുത്... എത്രയും വേഗം...’’

അദ്ദേഹത്തിന്റെ ആജ്ഞ. ആദ്യമായി പിറന്ന ഓമനയെ വധിക്കാനോ? തീരെ മനസ്സുവന്നില്ല. എത്ര ആഹ്ലാദത്തോടെയാണ് കുഞ്ഞിനെക്കാണാൻ ഓടിയെത്തിയത്. ന്യായങ്ങൾ പലതും പറഞ്ഞുനോക്കി. അവളെ വധിക്കാതിരിക്കാൻ. പക്ഷേ, മഹാപണ്ഡിതനായ അദ്ദേഹം പറഞ്ഞതൊന്നും ഇന്നേവരെ പാഴായിപ്പോയിട്ടില്ലെന്നറിയാം.

‘‘ഒരാൾ നഷ്ടമായാൽ, രാക്ഷസലക്ഷങ്ങളും രാജ്യവും രക്ഷപ്പെടും. നിന്നെ കാത്തുകഴിയുന്ന ഒരു രാജ്യം വേണോ ഈ പിഞ്ചുകുഞ്ഞ് വേണോ? ധർമ്മിഷ്ഠനായ രാജാവാണെങ്കിൽ വേഗം പറയുന്നതു കേൾക്കുക.’’

മടിച്ചു നിന്നു. പൊയ്കയിൽ തുടിച്ചുകളിച്ചുകൊണ്ടിരുന്ന ഹംസങ്ങൾ ഒരു കാരണവുമില്ലാതെ ചത്തു മലർന്നു. മലർവാടിയിലെ കുസുമങ്ങളും ചെടികളും കരിഞ്ഞുമങ്ങി. ഭൂമി താഴ്ന്നുപോകുന്നതുപോലെ അനുഭവപ്പെട്ടതു തനിക്കു മാത്രമായിരുന്നില്ല. സേനാധിപന്മാർ ഒത്തൊരുമിച്ച് ഓടിയടുത്തു. അവർ വിളിച്ചു പറയുന്നുണ്ടായിരുന്നു. ‘‘മഹാരാജാവേ, യാതൊരു കാരണവുമില്ലാതെ സ്ത്രീകളും കുഞ്ഞുങ്ങളും ബോധരഹിതരായി ഭൂമിയിൽ പതിച്ചുകൊണ്ടിരിക്കുന്നു. എന്താണിത്?’’ തന്റെ നെഞ്ചിനകം വിണ്ടുകീറുന്നതായി അനുഭവപ്പെട്ടു.

ഗദ്ഗദത്തോടെ മണ്ഡോദരി കിടക്കയിൽ കിടന്നു. കണ്ണീരൊപ്പി. തൊട്ടടുത്തു കിടന്നിരുന്ന നവജാതശിശുവിനെ ശരീരത്തോടു ചേർത്തു പിടിച്ചിരുന്നു. ഒരമ്മയാണ് മണ്ഡോദരി. കുഞ്ഞിനു മുലയൂട്ടാൻ മാറിടം തുടിക്കുകയാണ്. ബലമുള്ള കരങ്ങൾ ശിശുവിന്റെ നേരെ നീണ്ടു. ഹൃദയം വേദന കൊണ്ടു പിടയുകയായിരുന്നു.

“ദശമുഖാ, അമാന്തിക്കരുത് വേഗം വേഗം. ദാ, മൃഗങ്ങളും ചത്തൊടുങ്ങാൻ തുടങ്ങുന്നു.”

മണ്ഡോദരിയുടെ വളർത്തച്ഛൻ ഗർജിച്ചു. മണ്ഡോദരിയെ നോക്കി. ബോധശൂന്യയായിക്കഴിഞ്ഞിരുന്നു മണ്ഡോദരി.

ഇനിയും അമാന്തിച്ചിട്ടു കാര്യമില്ലെന്നുറപ്പായ നിമിഷം. താൻ ശിശുവിനെ കൊല്ലാതെ ഒരു സ്വർണപ്പെട്ടിയിലാക്കി. സുഷിരങ്ങളുണ്ടാക്കി മിഥിലയിൽ ഉപേക്ഷിച്ചു.

അദ്ദേഹം പറഞ്ഞതു സത്യമായിരുന്നു. തന്റെ പുത്രന്മാരായ അക്ഷകുമാരനും അതികായനായ മേഘനാഥനും വീരസ്വർഗം പ്രാപിച്ചു. സഹോദരൻ കുംഭകർണന്റെ ശരീരം രാമബാണങ്ങളാൽ ഛിന്നഭിന്നമാക്കപ്പെട്ടു. അനേകം മന്ത്രിമാർ യുദ്ധക്കളത്തിൽ വീണു.

രാക്ഷസകുലം അന്യം നിൽക്കില്ല. തന്റെ പുത്രിയായ സീതയിലൂടെ അതു നിലനിൽക്കും. മണ്ഡോദരീപുത്രിയിലൂടെ കുടുംബം നിലനിൽക്കും. തന്റെ മരണശേഷം രാമൻ അവളെ ഭാര്യ എന്ന നിലയിൽ സ്വീകരിക്കുകയാണെങ്കിൽ ആ സന്താനത്തിലൂടെ കുലം നിലനിൽക്കും. ആർക്കും കഴിയില്ല, രാക്ഷസവംശത്തെ മുച്ചൂടും മുടിക്കാൻ. ലങ്ക നിലനിൽക്കുക തന്നെ ചെയ്യും.

ഒരു ഖേദം ബാക്കി. സീത തന്റെ പുത്രിയാണെന്നു വിഭീഷണനോടു പറഞ്ഞിട്ടില്ല. പിന്നീടു പറയാമെന്നു കരുതി. 'ആ പിന്നീട്' ഒരിക്കലും ഉണ്ടായില്ല. ഇപ്പോൾ വൈകി. വളരെ വളരെ വൈകി. അല്ലെങ്കിൽ അത് പറയാതിരുന്നതും നന്നായി. ആ രഹസ്യം അറിയുന്ന മൂന്നുപേർ മാത്രം മതി. താനും മണ്ഡോദരിയും സീതയും. ആ മൂന്നുപേരിൽ ഒരാൾ ഇപ്പോഴിതാ ഇല്ലാതാകാൻ പോകുന്നു. അതിന്റെ ദുർനിമിത്തങ്ങളാണ് മുന്നിൽ കാണുന്നത്. കൊടിയ ചുഴലിക്കാറ്റ് അപ്രതീക്ഷിതമായി വീശുന്നു. രഥത്തിനു ചുറ്റും കഴുകന്മാർ പറക്കുന്നു. ഇടിവെട്ടോടു കൂടി കൊള്ളിമീൻ ചാടുന്നു. രാവണൻ എത്തുന്ന ഭാഗത്തെല്ലാം ഭൂമി കുലുങ്ങിത്തുടങ്ങി. തീ വിഴുങ്ങിക്കുറുക്കന്മാർ അമംഗളമായി ഓരിയിട്ടു. പൊടികൊണ്ട് ആകാശം മൂടി. കാർമേഘങ്ങളിൽ രക്തബിന്ദുക്കൾ പൊടിഞ്ഞു.

രാവണന്റെ രഥം മുന്നോട്ടു നീങ്ങി. മുന്നിൽ വിഭീഷണനും ലക്ഷ്മണനും. തന്റെ സഹോദരനായ ആ കുലദ്രോഹിയെ ശത്രുവോടൊപ്പം മുന്നിൽ കണ്ടപ്പോൾ രാവണന് കോപം അടക്കാനായില്ല. വരബലം കൊണ്ട് കരുത്തനായ രാക്ഷസചക്രവർത്തി അന്തകനുപോലും തടുക്കാൻ കഴിയാത്തതും സ്വയം പ്രകാശിക്കുന്നതുമായ ശൂലം കയ്യിലെടുത്തു. ആ ഘോരവേലിനെ ഒന്നു ചുഴറ്റി. വിഭീഷണന്റെ നേർക്ക് അതെറിയാൻ തുടങ്ങവേ ലക്ഷ്മണചാപത്തിൽനിന്ന് അനേകം ശരങ്ങൾ രാവണന്റെ ദേഹത്തു വന്നു പതിച്ചു.

രാക്ഷസ ചക്രവർത്തി ലക്ഷ്മണന്റെ നേർക്കു തിരിഞ്ഞു:

''ഗർവ്വിഷ്ഠനായ സൗമിത്രീ... നീ രക്ഷിക്കാൻ തുനിയുന്നത് എന്റെ കനിഷ്ഠ സഹോദരനെയാണ്. ശരി, ഇതാ ഈ വേൽ അവനെ വിട്ട് നിന്നിലേക്ക് എറിയുന്നു. എന്റെ കൈകളിൽനിന്നു വരുന്നത് വരമായി ലഭിച്ച ഒരായുധമാണ്. ഇത് നിന്റെ മാറിനെ പിളർത്തി പ്രാണനെ ആ ശരീരത്തിൽനിന്നു പുറത്തേക്ക് തള്ളും.''

എട്ടു കുടമണികൾ കെട്ടിയ ആ ആയുധത്തെ രാവണൻ ലക്ഷ്മണന്റെ നേർക്ക് എറിഞ്ഞു. ലക്ഷ്മണന്റെ മാറിടം പിളർന്നു. നിലത്തു വീണു. രാമൻ ഒരു നിലവിളിയോടെ അവിടേക്ക് ഓടിവന്നു. രാമൻ ലക്ഷ്മണന്റെ മാറിൽ നിന്ന് ആ ശൂലം പറിച്ചെടുത്തു. എന്നിട്ട് വാനരന്മാരോടു പറഞ്ഞു:

''വാനരശ്രേഷ്ഠന്മാരേ, നിങ്ങൾ സൗമിത്രിയെ കാത്തുരക്ഷിച്ചു കൊണ്ടു നിൽക്കുവിൻ. അനേകകാലമായി ഞാൻ ആഗ്രഹിച്ച നിമിഷം വന്നിരിക്കുന്നു. ഇന്നത്തെ അസ്തമയത്തോടെ രാമനെയും രാവണ നെയും രണ്ടുപേരെയുംകൂടി ആരും കാണില്ല. ഒന്നുകിൽ രാമൻ, അല്ലെ ങ്കിൽ രാവണൻ. ഈ ഭൂമിയും ചരാചരങ്ങളും നിൽക്കുന്ന കാലംവരെ നീണ്ടുനിൽക്കുന്ന അനശ്വരമായ ഒരു കർമ്മമാണ് ഞാൻ ചെയ്യാൻ പോകുന്നത്.''

രാമനെ ഒരമ്പെയ്തുപോലും വേദനിപ്പിക്കാൻ മുതിരാതെ നിന്ന രാവണനെ രാമബാണങ്ങൾ പൊതിഞ്ഞു. പിന്നെ രാമരാവണബാണങ്ങൾ പരസ്പരം ഏറ്റുമുട്ടി. ശരങ്ങൾ തുല്യവേഗതയിൽ കൂട്ടിമുട്ടുമ്പോൾ ഉണ്ടാകുന്ന ഭീകരനാദം അവിടെയെങ്ങും മുഴങ്ങി.

അധിക സമയം പിടിച്ചു നിൽക്കാനായില്ല രാവണന്. രഥത്തിൽ ബോധംകെട്ടുവീണു അയാൾ.

പെട്ടെന്ന് രാവണരഥം പിൻതിരിഞ്ഞു പോകുന്നതു കണ്ടു രാമൻ. അദ്ദേഹം ലക്ഷ്മണന്റെ അടുത്തേക്കു ചെന്നു.

ഹനുമാൻ ഔഷധഗിരിയാകെ അടർത്തി എടുത്തുകൊണ്ടു വന്നി രുന്നു.

സുഷേണൻ മരുന്നുകൾ പറിച്ചെടുത്ത് സൗമിത്രിക്ക് നൽകി.

ഉറക്കത്തിൽനിന്ന് ഉണരുന്നതുപോലെ ലക്ഷ്മണൻ എഴുന്നേറ്റു. വാനരന്മാർ സന്തോഷത്തോടെ ആർത്തുവിളിച്ചു.

''അനുജാ'' രാമൻ വാത്സല്യത്തോടെ വിളിച്ചു.

''അന്തകന്റെ കൈയിൽനിന്ന് നിന്നെ എനിക്കു തിരിച്ചു കിട്ടിയിരി ക്കുന്നു. എനിക്കെന്തിനാണ് അയോധ്യ? എന്തിനാണ് സീത, നീയി ല്ലെങ്കിൽ ഞാനുമില്ല. ലക്ഷ്മണാ.''

''ജ്യേഷ്ഠാ, ധൈര്യമില്ലാത്ത ഒരു സാധാരണക്കാരനെപ്പോലെ അങ്ങ് ഇങ്ങനെയൊന്നും പറയരുതേ. അങ്ങേയ്ക്ക് ഒരു പ്രതിജ്ഞ പാലിക്കാ നുണ്ട്. രാവണവധം എന്ന പ്രതിജ്ഞ.''

''രാവണൻ എവിടെയോ ബോധംകെട്ടു കിടക്കുകയാണനുജാ. ബോധക്കേടു വരുന്നതിനു മുമ്പേ എന്തോ എന്നോടു പറയാനായി ആർത്തി കാണിച്ചിരുന്നു. ചുണ്ടുകൾകൊണ്ട്, കൈകാലുകൾ കൊണ്ട് എന്തൊക്കെയോ ഗോഷ്ഠികൾ. ഒരുപക്ഷേ, അവൻ വരും. വീണ്ടും വന്നേക്കും.''

രഥത്തിൽ വച്ച് ബോധം തെളിഞ്ഞ രാവണന് താൻ യുദ്ധക്കളത്തി ലല്ല എന്നു മനസ്സിലായി.

''എടാ ദുരാത്മാവേ...'' ക്രോധം കൊണ്ട് കലങ്ങിയ കണ്ണുകൾ ഉയർത്തി അയാൾ സൂതനോട് കയർത്തു.

“വീര്യമില്ലാത്തവൻ, ശക്തിയില്ലാത്തവൻ, ആണത്തമില്ലാത്തവൻ, മഹാഭീരു, നിസ്സാരൻ, അസ്ത്രപ്രയോഗം അറിയാത്തവൻ എന്നൊക്കെ കരുതിയോ നീ എന്നെക്കുറിച്ച്? അതല്ലെങ്കിൽ ഇങ്ങനെ ഒരു താന്തോന്നിത്തം ചെയ്യുമോ? എന്റെ അഭിപ്രായം ചോദിക്കാതെ, എന്നെ ഒട്ടും കണക്കാക്കാതെ ശത്രുവിന്റെ മുന്നിൽ നിന്ന് രഥം മാറ്റി നിർത്തിയതെന്ത്? അനേക കാലംകൊണ്ട് സമ്പാദിച്ച കീർത്തിയും തേജസ്സും നിന്റെ ഈ ഒരൊറ്റ ദിവസത്തെ പ്രവൃത്തികൊണ്ട് നശിച്ചു. എന്നെ വെറുമൊരു കോമാളിയാക്കിത്തീർത്തു നീ.”

“പ്രഭോ” സൂതൻ വിനയത്തോടെ പറഞ്ഞു.

“അന്നദാതാവായ തിരുമേനിയിലുള്ള സ്നേഹഭക്തികൾ കൊണ്ട് ചെയ്തതാണ് അടിയൻ. ഇവിടുന്ന് രഥത്തിൽ ബോധശൂന്യനായി വീണിരുന്നു. അൽപം വിശ്രമം ഇവിടുത്തേക്കു വേണം എന്ന് അടിയനു തോന്നി. സൂതധർമ്മമാണ് അടിയൻ ചെയ്തത്.”

“ഹേ സാരഥീ, വേഗം തേർ തെളിക്കൂ. എനിക്ക് ഉടനെതന്നെ യുദ്ധഭൂമിയിൽ എത്തണം. രാമന്റെ മുന്നിലെത്തണം.”

വായുവേഗത്തിൽ കുതിരകൾ കുതിച്ചു.

രാമനോട് നേർക്കുനേർ നിന്ന് ചിലതൊക്കെ സംസാരിക്കണം. തന്റെ മകളുടെ ഭാവി കാര്യം. സുപ്രധാനമാണത്.

ഇന്ദ്രരഥത്തിൽ ഇരിക്കുന്ന രാമനെയാണ് രാവണൻ കണ്ടത്. ദേവേന്ദ്രസാരഥിയായ മാതലി തേർ തെളിക്കുന്നു. ആ രഥത്തിനഭിമുഖമായി വന്നുനിന്നുകൊണ്ട് രാവണൻ പറഞ്ഞു:

“ഹേ രാമാ, ഞാൻ നിന്നോട് യുദ്ധം ചെയ്യരുതെന്ന് വിചാരിച്ചാണ് ആദ്യം വന്നത്. പക്ഷേ, നീ എന്റെ നേരെ നിർഭയം എയ്തുവിട്ട അമ്പുകൾ എന്നെ വീഴ്ത്തി. തടയാൻ അറിയാഞ്ഞിട്ടല്ല. ഞാനാ അവസ്ഥയിലാണ് വീണ്ടും എത്തിയിരിക്കുന്നത്. എനിക്കു പറയാനുള്ളത് കേൾക്കണം. നീ ഒരു പുരുഷനാണെന്ന് തെളിയിക്കുക. അല്ലാതെ ഇന്ദ്രരഥത്തിൽ കയറിയിരുന്നതുകൊണ്ട് വലിയ കാര്യമില്ല. ഇതിന്റെ ഉടമസ്ഥനായ ദേവേന്ദ്രൻ സ്വഭാവഗുണം കൊണ്ട് ആരാണെന്ന് അറിയായ്കയല്ല.”

രാമൻ രാക്ഷസന്റെ വാക്കുകൾ ചെവികൊള്ളാനുള്ള ക്ഷമ തീരെ കാണിച്ചില്ല. ഉത്തമരഥങ്ങളിലിരുന്ന് രാമരാവണന്മാർ പോര് തുടങ്ങി. രാക്ഷസവാനരസൈന്യങ്ങൾ പരസ്പരം നേരിടാൻ അടുത്തുവെങ്കിലും ചിത്രത്തിൽ എഴുതിയതുപോലെ നിശ്ചലരായി നിന്ന് യുദ്ധം കണ്ടു.

നിമിത്ത ദർശനങ്ങൾ കണ്ട് ഈ യുദ്ധത്തിന്റെ അവസാനം എന്താകുമെന്ന് രണ്ടുപേരും നിശ്ചയിച്ചതുപോലെ തോന്നി. ജയിക്കാമെന്ന് രാവണനും. രണ്ടുപേരും അവരവരുടെ വീര്യം പോരിൽ പ്രദർശിപ്പിച്ചു. ശരങ്ങളെക്കൊണ്ട് ആകാശം മൂടി.

അമേയദ്വന്ദ്വയുദ്ധം തുടർന്ന രാമരാവണന്മാരാൽ സകല ജീവരാശികളും വിസ്മയപരതന്ത്രരായി, കണ്ണിമ വെട്ടാതെ നോക്കി. ശരമഴ പൊഴിയുന്ന രണ്ടു വൻമേഘങ്ങൾപോലെ രാവണരഥവും വാസവരഥവും തമ്മിൽ കൂട്ടിമുട്ടി. നുകം നുകത്തോടും കുതിരമുഖങ്ങൾ കുതിരമുഖങ്ങളോടും ധ്വജം ധ്വജത്തോടും ചേർന്നു. ആ നിൽപ്പിൽ രാമൻ അയച്ച നാലു ശരങ്ങൾ രാവണ രഥാശ്വങ്ങളെ പിന്നാക്കം നടത്തിച്ചു. ആ സമയം നോക്കി രാഘവൻ ഒരു ഘോരശരം രാവണന്റെ ഗളത്തിനു നേർക്കു വിട്ടു. രാവണശിരസ്സു താഴെ വീണു.

പക്ഷേ, പെട്ടെന്നു തന്നെ യഥാസ്ഥാനത്ത് ആ ശിരസ്സ് ഉയർന്നു. രാമൻ അതിവേഗത്തിൽ ആ തലയും അറുത്തിട്ടു. ഇങ്ങനെ ഒരു നൂറ്റിയൊന്നു തവണ ശിരസ്സറുത്തിട്ടും രാവണശിരസ്സ് വീണ്ടും അതേപോലെ നിന്നു.

രാമൻ ചിന്തയിലാണ്ടു. ഏതു യുദ്ധത്തിലും പൂർണമായി വിശ്വസിക്കാവുന്ന ഈ സായകങ്ങൾ രാവണനിൽ മാത്രം ഫലിക്കാത്തതെന്ത്? രാവണശരീരത്തിലേക്ക് ശരമാരി ചൊരിഞ്ഞു രാമൻ. പെരുംപോര് കൂടുതൽ കൂടുതൽ രൂക്ഷമായി. ദാശരഥിയും പൗലസ്ത്യപുത്രനും തമ്മിലുള്ള ദ്വന്ദ്വയുദ്ധം ആർക്കുമാർക്കും ജയപരാജയങ്ങളില്ലാതെ തുടർന്നു.

ദേവേന്ദ്രസാരഥിയായ മാതലി രാമനോടു പറഞ്ഞു: ‘‘പ്രഭോ, അങ്ങെന്താണ് ഈ രാക്ഷസേന്ദ്രന്റെ വരബലത്തെക്കുറിച്ച് ഒന്നും അറിയാത്തതുപോലെ ഇങ്ങനെ ചെയ്യുന്നത്? ഇവനെ വധിക്കണമെങ്കിൽ ബ്രഹ്മാസ്ത്രം തന്നെ പ്രയോഗിക്കണം. ദേവാ, ശ്രീരാമചന്ദ്രാ, ഈ രാക്ഷസചക്രവർത്തിയുടെ മരണത്തെക്കുറിച്ച് ദേവന്മാർ പ്രവചിച്ച കാലവും ഇതാ വന്നുചേർന്നിരിക്കുന്നു.’’

മാതലിയുടെ വാക്കുകൾ കേട്ട രാമൻ, ദേവേന്ദ്രനുവേണ്ടി പണ്ട് ബ്രഹ്മാവ് നിർമ്മിച്ച ബാണം, ഭഗവാൻ അഗസ്ത്യമഹർഷി തനിക്കു സമ്മാനിച്ച ബാണം പുറത്തെടുത്തു. പക്ഷങ്ങളിൽ മാരുതൻ, മുനയിൽ അഗ്നിയും ആദിത്യനും ശരീരത്തിൽ ആകാശം, ഘനത്തിൽ മേരുമന്ദര മലകൾ എന്നിവ അത്യുജ്ജ്വലമായി ശോഭിക്കുന്ന തൂവൽകൊണ്ട് അലങ്കരിച്ച ആ ദിവ്യാസ്ത്രം വലം കൈയിലേന്തിക്കൊണ്ട് രാമൻ നിന്നു.

യഥാവിധി മന്ത്രം ജപിച്ച് ആ ബാണത്തെ ആകർണാന്തം വലിച്ചുവിട്ടു ദശരഥനന്ദനൻ. മർമ്മഭേദിയായ ആ ശരം കോദണ്ഡത്തിൽനിന്ന് പറന്നു. ആർക്കും തടുക്കാൻ കഴിയാത്ത അന്തകനെപ്പോലെ, രാമബാണം രാവണന്റെ വിശാലമായ മാറിൽ തറച്ചു. ആ മഹാസ്ത്രം നക്തഞ്ചരേന്ദ്രന്റെ നെഞ്ചിനെ പിളർത്തി. ജീവനെ ദേഹത്തുനിന്ന് അടർത്തിക്കൊണ്ട് തന്റെ കർത്തവ്യം ശരിക്കും നിർവഹിച്ച ആ ബാണം രാമചന്ദ്രന്റെ ആവനാഴിയിൽ തിരിച്ചുവന്നു വീണ് പ്രശോഭിച്ചു. പ്രാണൻ പോയതോടെ രാവണന്റെ കൈയിൽ നിന്നു ചാപബാണങ്ങൾ ഊർന്നു ഭൂമിയിൽ വീണു.

ആ മഹാപ്രഭാവശാലി രഥത്തിൽനിന്ന് ഭൂമിയിലേക്ക് പതിച്ചു. ബാക്കിയായി നിന്ന രാക്ഷസന്മാർ തങ്ങളുടെ യജമാനന്റെ പതനം കണ്ട് ഓടാൻ തുടങ്ങി. വൃക്ഷങ്ങൾ ആയുധമാക്കിക്കൊണ്ട് വാനരന്മാർ അവരെ പിന്തുടർന്നു. രാക്ഷസന്മാരെല്ലാവരും യുദ്ധക്കളത്തിൽ നിൽക്കാതെ ഓടിയൊളിച്ചു.

അനാഥരും അവശരും ആലംബഹീനരുമായ അവർ സ്വഭവനങ്ങളിൽ വാതിലുകൾ ബന്ധിച്ച് കരഞ്ഞു. ദിക്കുകൾ തെളിഞ്ഞു. ആകാശം വെട്ടിത്തിളങ്ങി. ഭൂമി അചഞ്ചലമായി. കാറ്റിന്റെ സൗമ്യതയും നിലച്ചു. ആദിത്യൻ മേഘങ്ങളിൽ നിന്നു പുറത്തേക്കു വന്നു.

സുഗ്രീവൻ, വിഭീഷണൻ എന്നിവർ ലക്ഷ്മണനോടൊത്തുവന്ന് രാമനെ നമസ്കരിച്ചു. അപ്പുറത്തു നിൽക്കുകയായിരുന്ന മാരുതിയെ ക്കൂടി വിളിച്ചു രാമൻ. ഹനുമാൻ അടുത്തുവന്ന് വന്ദിച്ചുനിന്നു. ഭക്തി പുരസ്സരം.

''എന്റെ ദൗത്യം കഴിഞ്ഞു; നിങ്ങളുടെ സഹായത്താൽ ഇനി നമുക്കു മടങ്ങാം.''

ഹനുമാൻ പകച്ച് രാമനെ നോക്കി. എന്നിട്ട് ചോദിച്ചു: ''വൈദേഹിയെ അങ്ങു മറന്നോ? നമ്മൾ രാവണനെയും കൂട്ടരെയും നശിപ്പിച്ചത് സീതാദേവിയെ വീണ്ടെടുക്കാനല്ലേ സ്വാമീ?''

ഒരുന്മേഷക്കുറവു കാണിച്ച് രാമൻ പറഞ്ഞു:

''വായുപുത്രാ, പ്രമദവനത്തിൽ പ്രവേശിച്ച് സീതയോട് കുശലം ചോദിക്കാനൊന്നും ഞാനിപ്പോൾ തുനിയുന്നില്ല. ഞാനും ലക്ഷ്മണനും മടങ്ങുകയാണ്. ഞങ്ങളോടൊപ്പം പോരാൻ താൽപര്യം പ്രകടിപ്പിക്കുന്നെങ്കിൽ കൂടെ കൂട്ടാം.''

''മഹാപ്രഭോ, അങ്ങയുടെ ആജ്ഞപോലെ.'' ഹനുമാൻ അവിടെ നിന്നും നടന്നകന്നു.

ചക്രവർത്തിയായ രാവണൻ വധിക്കപ്പെട്ടതറിഞ്ഞ് സീതാദേവി കണ്ണീരു തൂവി. തന്റെ പിതാവിന്റെ ജഡത്തിനു സമീപത്തുനിന്നും ഉടനെ മടങ്ങേണ്ടിയിരിക്കുന്നു. തന്റെ പിതാവ് തനിക്കു തന്ന അറിവ് ഉടനെ രാമലക്ഷ്മണന്മാരോട് ചൊല്ലാനാവുമോ? സത്യം വെളിപ്പെടുത്തുന്നത് ഈ അവസരത്തിൽ നന്നല്ല. രാമലക്ഷ്മണന്മാരോടൊപ്പം അയോധ്യയിലേക്ക് ഇപ്പോൾ മടങ്ങിയില്ലെങ്കിൽ പിന്നീടൊരിക്കലും മടങ്ങേണ്ടി വരില്ല. തന്റെ പിതാവിന്റെ അവസാന ആഗ്രഹമായിരുന്നു രാക്ഷസകുലം നിലനിർത്തുക എന്നത്. സന്താനസൗഭാഗ്യമാണ് ആ പിതാവ് മോഹിച്ചത്. അവസാനം അതു പറഞ്ഞാണ് ഏറെ സങ്കടപ്പെട്ടത്.

അഗ്നിപരീക്ഷ

അശോകവനികയിലെ ശിംശിപാവൃക്ഷച്ചുവട്ടിൽ തേങ്ങലടക്കാൻ കഴിയാതെ മുഖം കാൽമുട്ടുകളിൽ പൂഴ്ത്തി ഇരിക്കുകയായിരുന്നു സീത.

അവളുടെ ചെവിയിൽ അപ്പോഴും രാവണന്റെ വാക്കുകൾ വീണ്ടും വീണ്ടും മുഴങ്ങി. ആത്മദാനം. ഒരച്ഛന്റെ ആത്മദാനം. ശ്രേഷ്ഠനായ അദ്ദേഹത്തെ ഇത്രയും നാൾ തെറ്റിദ്ധരിച്ചുവല്ലോ ഈ മകൾ. പാപിയാണ് താൻ, മഹാപാപി. അച്ഛനും ഭർത്താവുമായിട്ടാണ് യുദ്ധം. താൻ ഒരുത്തി കാരണം. ഈയൊരപരാധത്തിന് ഏതു ദൈവമാണ് തനിക്കു മാപ്പുതരിക? ഏങ്ങലടിച്ചുകൊണ്ടിരിക്കുന്ന സീതയെയാണ് അശോകവനികയിലേക്കു വന്ന മാരുതി കണ്ടത്.

''ദേവീ, വൈദേഹീ, നമസ്കാരം.'' താണു തൊഴുതുകൊണ്ട് ഹനുമാൻ പറഞ്ഞു.

കരഞ്ഞുകലങ്ങിയ കണ്ണുകളുയർത്തി ഹനുമാനെ നോക്കി സീത. ഏതു വാർത്തയും കൊണ്ടാണ് ഈ വാനരനിപ്പോൾ വന്നിരിക്കുന്നതെന്നറിയാം. രാവണൻ വധിക്കപ്പെട്ടിരിക്കുന്നു എന്നത് തനിക്കു ദുഃഖവാർത്ത തന്നെയാണ്. ദുഷ്ടനായ പിതാവായാലും ഒരു മകൾക്ക് പിതാവിന്റെ മരണം സങ്കടകരമാണ്. പ്രത്യേകിച്ചും തനിക്കു വേണ്ടിയാണ് ഈ അന്ത്യവും. ഭർത്താവിനെയും കുഞ്ഞുങ്ങളെയും എന്നന്നേക്കുമായി നഷ്ടപ്പെട്ട മാതാവ് മണ്ഡോദരിയുടെ ദീനരോദനമല്ലേ അന്തപ്പുരത്തിൽ നിന്ന് ഉച്ചത്തിൽ കേൾക്കുന്നത്. എല്ലാം കുറേ മുൻപേ അറിയാൻ കഴിഞ്ഞിരുന്നെങ്കിൽ എത്ര നന്നായിരുന്നേനേ. ഈ മാരുതി മുൻപ് ദൂതുമായി വന്ന സമയത്ത് അറിഞ്ഞ സത്യങ്ങൾ രാവണരാജാവ് തന്നോടു പുലർത്തിയിരുന്ന നീതിയും സ്നേഹവും എല്ലാം ആര്യപുത്രനോടു വാനരരാജാവിനെക്കൊണ്ട് പറഞ്ഞറിയിപ്പിക്കാമായിരുന്നു. ഈ യുദ്ധത്തിന് ഒരു പരിഹാരമുണ്ടാക്കാമായിരുന്നു.

തന്റെ പിതാവ്, ആദരപൂർവം സ്വീകരിച്ചാനയിക്കുമായിരുന്നില്ലേ ആര്യപുത്രനെ? ഏതു പിതാവിനും തോന്നുന്ന ചില സംശയങ്ങൾ

തന്റെ പിതാവിനും തോന്നിയതിൽ തെറ്റു പറയാനാകില്ല. ഇടയ്ക്ക് തനിക്കും ശ്രീരാമചന്ദ്രനിൽ അങ്ങനെയൊരു സംശയം തോന്നിയിരുന്നല്ലോ. വിരഹസമയം ഉപവാസദിനങ്ങളായി കാണുകയും പിന്നീടുള്ള സമാഗമം നാലിരട്ടി തീക്ഷ്ണതയോടെ അനുരാഗനിർഭരമായും എന്നു ധരിച്ചതിൽ പിതാവിനെ തെറ്റു പറയാനാവില്ല. ഒരു പെൺകുട്ടിയുള്ള ഏതൊരു പിതാവിനും ഇങ്ങനെയൊക്കെ തോന്നാം. ഇദ്ദേഹത്തിന്റെ ഉജ്ജ്വല വ്യക്തിത്വം ഈ തരത്തിലായിരുന്നിരിക്കാം. വിനയപൂർവം സീതയുടെ മുന്നിൽ നിൽക്കുന്ന ഹനുമാൻ സീതയുടെ ചിന്തകളെ ഉണർത്തി.

''സന്തോഷവാർത്തയും കൊണ്ടാണ് ഈ മാരുതി ഇപ്പോൾ അവിടുത്തെ മുന്നിൽ നിൽക്കുന്നത്. ദശവദനൻ വധിക്കപ്പെട്ടു കഴിഞ്ഞു.''

അതുകേട്ട് സീത ക്രോധം ഉള്ളിലടക്കി മറുപടി പറഞ്ഞില്ല. രാവണന്റെ വാക്കുകൾ വീണ്ടും വീണ്ടും സീതയുടെ ചെവിയിൽ മുഴങ്ങി.

''നീ ഭർതൃമതിയായി മാത്രമല്ല എനിക്കു കാണേണ്ടത്. സന്തുഷ്ടയായ ഒരു മാതാവാകണം. രാക്ഷസകുടുംബം നിലനിർത്തണം. രാമൻ നിന്നെ കാംക്ഷിക്കുന്നില്ല. അയ്യയ്യോ, ഞാനെങ്ങനെയാണ് ഒരു മകളോട് അതു പറയേണ്ടത്. പരീക്ഷണത്തിൽ എന്റെ മകൾ വിജയിക്കണം, ചെയ്തുപോയ തെറ്റിന് പ്രായശ്ചിത്തം ചോദിക്കുകയാണ് ഈ പിതാവ്.'' അച്ഛന്റെ ആത്മദാഹം, ചെവിയിൽ 'ഭ്രമര'മായി പറക്കുന്നു. തല ചുറ്റുന്നതുപോലെ തോന്നി സീതയ്ക്ക്.

''സീതാദേവീ, എന്താണ് അവിടുന്ന് ഒന്നും മിണ്ടാതെ ഇരിക്കുന്നത്? ദേവീ, അമരന്മാരുടെ അധിവാസസ്ഥാനമായ സ്വർഗം മുതൽക്കുള്ള സ്ഥാനങ്ങളേക്കാൾ അവർണ്യവും അചിന്ത്യവുമായ ഒരു സ്ഥാനം അടിയനു കിട്ടിയിരിക്കുന്നു. ശത്രുസമൂഹത്തെ മുഴുവൻ വധിച്ച് മഹാവിജയം നേടിയ കോദണ്ഡപാണിയെ ദർശിക്കാനുള്ള ഭാഗ്യം അടിയനു സിദ്ധിച്ചു. അതിലധികം ഉയർന്ന ഒരു സ്ഥാനം ഈ വാനരന് കിട്ടാനുണ്ടോ?''

''മാരുതീ, എന്റെ ആര്യപുത്രനെ ഉടനെ കാണണമെന്നുണ്ട് എനിക്ക്. വളരെ പ്രധാനപ്പെട്ട ഒരു കാര്യം അറിയിക്കാനുമുണ്ട്.''

''തീർച്ചയായും ദേവീ. ശ്രീരാമചന്ദ്രസ്വാമിക്കും അവിടത്തെ കാണാൻ അതിയായ ആഗ്രഹമുണ്ടാവും.''

ജാനകിയോട് രാവണനിഗ്രഹത്തെക്കുറിച്ച് പറഞ്ഞു എന്ന് രാമനോട് ചെന്നുണർത്തിച്ച ഹനുമാന്റെ ആത്മാർത്ഥമായ വാക്കുകൾ.

''ദശരഥനന്ദനാ, അവിടെ സീതാദേവി അങ്ങയെക്കാണാൻ കരഞ്ഞു കലങ്ങിയ കണ്ണുമായി കാത്തിരിക്കയാണ്. അങ്ങ് ദേവിയെ കൂട്ടിക്കൊണ്ടു ചെല്ലാൻ എപ്പോഴാണ് രഥവുമായി എത്തുക എന്നാണ് ചോദിച്ചത്.''

മറുപടി പറയാതെ നിന്ന രാമചന്ദ്രനെക്കണ്ട് എന്തോ ഒരു സംശയം വായുപുത്രനു തോന്നി. ശ്രീരാമചന്ദ്രൻ തനിക്കു സർവസ്വവും ആണ്. അതുപോലെതന്നെ സീതാദേവിയും. രണ്ടുപേരും അടുത്തടുത്തിരിക്കുന്നതാണ് വേണ്ടത്. പക്ഷേ.... ഹനുമാൻ പ്രഭോ എന്ന് ഒരിക്കൽക്കൂടി വിളിച്ചു. ഹനുമാന്റെ വാക്കുകൾ കേട്ട രാമൻ പക്ഷേ, വിഭീഷണന്റെ നേർക്കു തിരിഞ്ഞു പറഞ്ഞു.

''വിഭീഷണാ, അന്തപ്പുര സ്ത്രീകളോടൊപ്പം ചെന്ന് സീതയെ ഇങ്ങോട്ടു കൂട്ടിക്കൊണ്ടുവരൂ. ദിവ്യാംഗരാഗങ്ങളും ദിവ്യവിഭൂഷണങ്ങളും അണിഞ്ഞുകൊണ്ടാവട്ടെ, സീതയുടെ വരവ്.''

ശൂർപ്പണഖയെപ്പോലെ സുന്ദരിയാവാൻ സീതയ്ക്കാവുമോ എന്ന ചിന്ത രാമന്റെ മനസ്സിൽ അറിയാതെ ഉയർന്നു.

അന്തപ്പുരനാരിമാരോടൊപ്പം ചെന്ന് രാമന്റെ ആജ്ഞ വിഭീഷണൻ അറിയിച്ചു.

മുന്നിൽ ഭവ്യതയോടെ നിൽക്കുന്ന വിഭീഷണനെ, കലങ്ങിയ കണ്ണുകളോടെ നോക്കി സീത. തന്റെ അച്ഛന്റെ അനുജൻ. അച്ഛന്റെ ശത്രുപക്ഷത്തു നിന്നവൻ. ക്ഷമിക്കാനാവുന്നില്ല. പക്ഷേ, തന്റെ ഭർത്താവിനോടൊപ്പം തന്നെ വീണ്ടെടുക്കാൻ ഭഗീരഥ പ്രയത്നം നടത്തിയവൻ. ഒരു കാര്യം അതിൽനിന്നു വ്യക്തമാണ്. ഇദ്ദേഹത്തിന് താൻ രാവണപുത്രിയാണെന്ന് അറിയാമായിരുന്നില്ല. അപ്പോൾ പിന്നെ കുറ്റപ്പെടുത്താനുമാവില്ല. എങ്കിലും മനസ്സിലൊരു പോറൽ ഈ ചെറിയച്ഛൻ വരുത്തിവച്ചിരിക്കുന്നു. ''ദേവീ എന്താണ് ആലോചിച്ചുകൊണ്ടിരിക്കുന്നത്?''

ചിന്തകളിൽനിന്നു ഉണർന്നുകൊണ്ട് സീത പറഞ്ഞു:

''ലങ്കേശാ, ഉടനെത്തന്നെ ഈ വേഷത്തിൽ തന്നെ എന്റെ ആര്യപുത്രനെ കാണാൻ ആഗ്രഹിക്കുന്നു ഞാൻ. ഈ മലിനവസ്ത്രത്തിൽ ഒരു പ്രധാനപ്പെട്ട കാര്യം അദ്ദേഹത്തോട് ഉണർത്തിക്കാനുണ്ട്.''

''ദേവീ.'' വിഭീഷണൻ വീണ്ടും തൊഴുതുകൊണ്ട് പറഞ്ഞു. ''അവിടത്തെ ഭർത്താവിന്റെ ആജ്ഞ അനുസരിക്കുന്നതല്ലേ ഉചിതം? അതിനുവേണ്ടിയാണ് ഈ അന്തപ്പുരനാരിമാരെ ഞാൻ കൂടെ കൂട്ടിക്കൊണ്ടുവന്നിട്ടുള്ളത്.''

''ശരി, ആര്യപുത്രന്റെ ഇംഗിതം അങ്ങനെയാണെങ്കിൽ അങ്ങനെതന്നെയാവട്ടെ.'' ഈ ഒരുക്കത്തിൽ തന്റെ ഭർത്താവിന്റെ മനസ്സ് കുളിർ ചൂടുമെങ്കിൽ തന്റെ പിതാവിന്റെ ആഗ്രഹം പോലെ കുലം നിലനിർത്താനൊരു പിൻഗാമിക്ക് ജന്മം നൽകാം. ശരി അങ്ങനെയാകട്ടെ. സീത സമ്മതം പ്രകടിപ്പിച്ചു. രാക്ഷസസുന്ദരിമാർ സീതയെ അന്തപ്പുരത്തിലേക്കു കൂട്ടിക്കൊണ്ടു പോയി. പട്ടുടയാടകൾ അണിയുന്നതിനിടെ സീത

ആരെയോ തിരയുംപോലെ ചുറ്റിനും നോക്കി. അതുകണ്ട് ഒരു തരുണി ചോദിച്ചു.

''ദേവി ആരെയാ തിരയുന്നത്?''

''സരമയെ, സരമ ഇവിടെയെങ്ങാനും ഉണ്ടോ? സരമാ... സരമാ...''

കുറെ ദൂരെ നിൽക്കുകയായിരുന്ന സരമ സീതയുടെ അടുത്തേക്ക് ഓടിവന്നു.

''ആജ്ഞാപിച്ചാലും ദേവീ. ഇവിടുത്തേക്കു വേണ്ടി സരമ എന്താണ് ചെയ്യേണ്ടത്?''

''സരമേ...'' ശബ്ദം കുറച്ച് സീത പറഞ്ഞു.

''രാജ്ഞി മണ്ഡോദരീദേവി എവിടെയുണ്ട്. അന്തപ്പുരത്തിലുണ്ടോ?''

''അതെ, അന്തപ്പുരത്തിനകത്തു തന്നെ. പള്ളിമഞ്ചത്തിൽ ബോധ ശൂന്യമായി കിടക്കുന്നു. ചക്രവർത്തിയുടെ മരണവാർത്തയറിഞ്ഞ് യുദ്ധ ഭൂമിയിലേക്ക് വിലാപത്തോടെ ഓടിച്ചെന്ന രാജ്ഞി അദ്ദേഹത്തിന്റെ മാറിൽ കുഴഞ്ഞുവീണു. തോഴിമാർ എടുത്തുകൊണ്ടുവരികയായിരുന്നു.''

''എനിക്കൊന്ന്... എനിക്കൊന്ന്... കാണാമോ..?''

''വരൂ ദേവീ...''

വെട്ടേറ്റു വീണ പൂമരംപോലെ കിടക്കുകയായിരുന്നു മണ്ഡോദരി. സീത സരമയോടൊപ്പം അങ്ങോട്ടു ചെന്നു. ചുറ്റും നിന്ന തോഴിമാർ മാറി നിന്നു. പെറ്റമ്മയെ കണ്ണീർക്കണ്ണുകളോടെ കണ്ടു സീത. അവൾ ആ പാദത്തിൽ നമസ്കരിച്ചു. മണ്ഡോദരിയുടെ പാദങ്ങൾ സീതയുടെ കണ്ണുനീർ വീണു നനഞ്ഞു. സ്വന്തം പിതാവ് പറഞ്ഞ ആത്മനൊമ്പരം. സീത പേർത്തും ഓർത്തു.

ജാതകവിദുഷി പറഞ്ഞു: ''കുലം മുടിക്കാൻ പിറന്നവൾ. വധിക്കുക. എന്നിട്ടു വധിക്കാതെ എവിടെയെങ്കിലും താൻ വളർന്നോട്ടെ എന്ന് തീരുമാനിച്ചു. ഉപേക്ഷിച്ചത് സ്നേഹം കൊണ്ടുതന്നെയാണ്. അന്നേ വധിച്ചിരുന്നെങ്കിൽ ഈ ദുഃഖക്കൊടുങ്കാറ്റ് കാണേണ്ടിവരില്ലായിരുന്നു.

''അമ്മേ...'' സീത മനസ്സിൽ പറഞ്ഞു. കുലം മുടിക്കാൻ പിറന്ന ഈ പാപിക്ക് മാപ്പ്... മാപ്പ്.. മാപ്പ്....'' ജാതകവിദുഷി പറഞ്ഞത് ശരി യായി. ഞാനിനിയിവിടെ നിൽക്കുന്നില്ല. തന്റെ പിതാവിന്റെ അന്ത്യാ ഭിലാഷം നിറവേറ്റണമെങ്കിൽ ഞാൻ രാമരാജ്യത്തിലേക്കു മടങ്ങിയേ മതിയാകൂ. ഭാഗ്യമുണ്ടെങ്കിൽ നമുക്കിനിയും കാണാം.

ഉത്തമപട്ടാംബരം കൊണ്ടു മൂടിയ മേനാവിൽ രക്ഷാഭടന്മാരുടെ അകമ്പടിയോടെ സീതയെ യുദ്ധക്കളത്തിലേക്കു കൊണ്ടുപോയി. വിഭീഷണനും അനുയായികളും വാനരന്മാരും രാക്ഷസന്മാരും സീതയെ

ഒരു നോക്കു കാണാനായി തിക്കിത്തിരക്കി. കൈകളിൽ ചൂരലേന്തിയ രക്ഷാഭടന്മാർ അവരെ ആട്ടിയോടിച്ചു. അതുകണ്ട് കോപത്തോടെ രാമൻ പറഞ്ഞു:

''എന്തിനാണ് വിഭീഷണാ, ഇവരീ പ്രജകളെ ഇങ്ങനെ വിഷമിപ്പിക്കുന്നത്? മേനാവിൽനിന്നിറങ്ങി വരട്ടെ, സീത. വാനരന്മാരും രാക്ഷസന്മാരും എല്ലാവരും സീതയെ യഥേഷ്ടം കണ്ടുകൊള്ളട്ടെ ദേവിയാണവർ... ദേവീമഹത്ത്വമുണ്ട് ആ മുഖത്ത്. എല്ലാവരും വണങ്ങിക്കൊള്ളട്ടെ.''

രാമന്റെ വാക്കുകൾ കേട്ട് വിഭീഷണനും സുഗ്രീവനും ഞെട്ടി. സൗമിത്രി അമ്പരന്നു. സ്വന്തം പത്നിയെ ദേവിയായി കാണുകയോ? പതിയായി വില കൽപിക്കാത്ത ഒരാളുടെ കൽപനപോലെ തോന്നി അവർക്കത്. രാമന്റെ വാക്കുകൾ സീത കേട്ടു. മനസ്സൊന്നു നൊമ്പരപ്പെട്ടു. എങ്കിലും രാമനെ നോക്കി, ലജ്ജകൊണ്ട് സ്വശരീരത്തിൽ ഒളിച്ച മൈഥിലി മേനാവിൽനിന്ന് ഇറങ്ങി. അനേകരുടെ മധ്യത്തിലൂടെ രാമന്റെ അടുത്തെത്തി. മുഖം കുനിച്ച് ആ മുഖം വസ്ത്രം കൊണ്ട് മറച്ച് മൈഥിലി വിളിച്ചു.

''ആര്യപുത്രാ, പ്രധാനപ്പെട്ട ഒരു കാര്യം അങ്ങയെ ഉണർത്തിക്കാനുണ്ട്.''

അവൾക്കു പറയാനുള്ളത് കേൾക്കാൻ താൽപര്യമില്ലാത്ത മട്ടിൽ വലംകൈ ഉയർത്തി തടുത്തുകൊണ്ട് രാമൻ പറഞ്ഞു:

''ഹേ ഭദ്രേ, ശത്രുക്കളെ മുഴുവൻ നിഗ്രഹിച്ച് ഞാൻ ഭവതിയെ സ്വതന്ത്രയാക്കിയിരിക്കുന്നു. ഒരുവൻ പൗരുഷംകൊണ്ട് ചെയ്യേണ്ടതെന്തോ, അതു ഞാൻ ചെയ്തു കഴിഞ്ഞു. ഇന്ന് എന്റെ യജ്ഞം സഫലമായി. വന്നു ചേർന്ന അപമാനത്തെ സ്വന്തം കെൽപുകൊണ്ടു മാത്രം ഇല്ലാതാക്കി. അതിന് ഈ വിഭീഷണന്റെയും സുഗ്രീവന്റെയും ഹനുമാന്റെയും എന്റെ അനുജൻ സൗമിത്രിയുടെയും നിർലോപമായ സഹായവും ഉണ്ടായി. പുകഴ്ത്തത്തക്കതുതന്നെയാണ് ഇവരുടെയൊക്കെ സഹായം.''

രാമന്റെ വാക്കുകൾ കേട്ട് പകച്ചുനിന്നുപോയി സീത. കാമോദ്ദീപകമായ ഏതാനും വാക്കുകളോ അത്രകാലവും ഉണ്ടായ വിരഹദുഃഖത്തെപ്പറ്റിയോ വാചാലമായ നൊമ്പരമിഴികളോ ഗദ്ഗദം തലോടുന്ന വാക്കുകളോ കണ്ണുകളിൽ കാണാൻ കൊതിച്ച സൂര്യകാന്തി ശോഭയോ ഒക്കെയാണ് സീത മോഹിച്ചതും പ്രതീക്ഷിച്ചതും.

കുറേ കാലത്തിനു ശേഷം ശ്രീരാമചന്ദ്രനെ കണ്ട് വൈദേഹി സ്തബ്ധയായിത്തീർന്നിരുന്നു. അവൾക്കിനി ഉണ്ണുകയോ ഉറങ്ങുകയോ വേണ്ട.

തന്റെ പ്രാണനാഥനോടൊപ്പം രാപകൽ കഴിയാമല്ലോ എന്ന സന്തോഷ മാണ് മുഖത്ത്. കണ്ണുകളിൽ വിരഹക്ലേശം കഴിഞ്ഞ സന്തോഷത്തിന്റെ നനവ്. ഒരു കുസൃതി ആ സുന്ദരമനസ്സിൽ ഗൂഢസ്മിതമായി. ശ്രീരാമ ചന്ദ്രനോടൊപ്പം ഓരോ നാഴികയും കഴിയുന്നതിനേക്കാൾ ഉത്കൃഷ്ട മായി മറ്റൊന്നുമില്ല. തന്റെ പ്രിയപ്പെട്ട ഭർത്താവ്. അദ്ദേഹത്തിന് പ്രീത നാകാൻ ഏതേതു വേഷങ്ങളാണ് താൻ ധരിക്കേണ്ടത്? ഇനിയുള്ള സീതയുടെ ജീവിതം ദശരഥപുത്രനുവേണ്ടി, ഭർതൃപൂജ ചെയ്യുന്ന ദിന ങ്ങളാവും.

സീതയുടെ മനോഭാവം മനസ്സിലാക്കിയ രാമന്റെ മുന്നിൽ ഒരു വഴി തെളിഞ്ഞു. എന്തു പറഞ്ഞാണിനി സീതയെ ഒഴിവാക്കുക?

വാനരന്മാരും രാക്ഷസപ്രമുഖന്മാരും കേൾക്കത്തക്കവിധം ഉച്ചത്തിൽ പറഞ്ഞു: ‘‘ഹേ, ജാനകീ, നീയിപ്പോൾ സ്വതന്ത്രയാണ്. നിനക്ക് വേണ മെങ്കിൽ കുറച്ചുകാലം ജനകരാജ്യത്ത് പിതാവിനോടൊപ്പം പോകാൻ ഞാനിതാ അനുവാദം തരുന്നു; നിനക്ക് യഥേഷ്ടം മറ്റെവിടെ വേണ മെങ്കിലും പോകാം. ഏതൊന്നിനു വേണ്ടിയാണോ ഞാൻ നിന്നെ വീണ്ടെടുക്കാൻ ഉദ്ദേശിച്ചത്, ആ ഫലം കിട്ടിക്കഴിഞ്ഞു.’’

അപമാനിതയായ സീത രാമനെ ദുഃഖത്തോടെ നോക്കി. സ്വന്തം ശരീരത്തിലേക്കു കണ്ണുകൾ പായിച്ചു. ഈ അലങ്കാരഭൂഷാദികൾ ശരീ രത്തെ ചുട്ടുപൊള്ളിക്കുന്നു. കാതിലെ കുണ്ഡലവും കൈകളിലെ കങ്കണവും കഴുത്തിലെ കണ്ഠാഭരണവും ഭാരമായി തോന്നി. ശരീര ത്തിലെ കസ്തൂരിമണവും ചന്ദനമണവും ചുടുകാട്ടിലെ മൃതശരീരം കരിഞ്ഞ ഗന്ധമായി അനുഭവപ്പെട്ടു. തലയിൽ ചൂടിയിരിക്കുന്ന പൂക്കൾ മൂർച്ചയുള്ള മുള്ളുകൾ പോലെ കുത്തിനോവിക്കുന്നു. അപമാനിതയായ സീത രാമനെ സാകൂതം നോക്കി.

രാവണരാക്ഷസൻ തന്റെ പിതാവാണെന്നു പറയാൻ വന്നതൊക്കെ മറന്നു. അവളുടെ മുഖം അഗ്നിജ്വാലയായി. കണ്ണുകളിൽ സൂര്യസുധാ കരൻ ഉദിച്ചുനിന്നു. പിന്നെ കുസൃതിച്ചിരിയേക്കാൾ ഒരു ഗൂഢസ്മിതം ആ സുന്ദരവദനത്തിൽ വിടർത്തിക്കൊണ്ട് സങ്കടം കലർന്ന ശബ്ദത്തിൽ രാവണപുത്രി മറുപടി പറഞ്ഞു:

‘‘അതിരൂക്ഷവും കർണകഠോരവുമായ രൂക്ഷവാക്കുകളാണ് അങ്ങ് അരുളിചെയ്തത്. പക്ഷേ, ഞാനങ്ങയെ ഇന്നും ആരാധിക്കുന്നു. ഞാൻ കാത്തിരുന്ന ദിനത്തെ വെറുതെ കളയാൻ തയ്യാറല്ല. സമുദ്രം തരണം ചെയ്തതും ഇക്കണ്ട വധങ്ങളൊക്കെ നടത്തിയതും വൃഥാവിലാവില്ലേ? എന്തിന് അങ്ങ് വീരനായ മാരുതിയെ എന്റെ അരികിലേക്ക് പറഞ്ഞയ ച്ചത്? അന്നേ അവിടുത്തെ ഈ അഭിപ്രായം ചൊല്ലി അയച്ചിരുന്നെങ്കിൽ

സഹായികളായ ഇവർക്കൊക്കെ ഇത്രയും കഷ്ടപ്പാടുകൾ അനുഭവിക്കേണ്ടി വരില്ലായിരുന്നു. വെറുതെയായി, ഒക്കെ വെറുതെയായി. ലക്ഷ്മണന്റെ നേർക്കു തിരിഞ്ഞു സീത. ''സൗമിത്രീ, മുമ്പ് പഞ്ചവടിയിൽ വച്ച് ഞാൻ അനുജനോട് പറഞ്ഞത് ആവർത്തിക്കുന്നു. എന്റെ ദുഃഖത്തിനും അപമാനത്തിനും പരിഹാരം ഒന്നേയുള്ളൂ. അഗ്നിപ്രവേശം.'' അതു പറയുമ്പോൾ ജാനകീദേവിയുടെ മനസ്സിൽ ലങ്കാരാജാവിന്റെ ആഗ്രഹമായ പുത്രോൽപാദനം ഉണ്ടായിരുന്നു. അതിനുവേണ്ടി ഞാൻ ജീവിച്ചിരിക്കേണ്ടവളാണ്. പിതാവിന്റെ അവസാന ആഗ്രഹമായിരുന്നു. രാക്ഷസകുലം നിലനിർത്തുക എന്നുള്ളത്. എന്തു ത്യാഗം സഹിച്ചും അതിനായി താനിവിടെ തന്റെ പതിയോടൊപ്പം നിന്നേ പറ്റൂ. ശ്രീരാമപ്രീതിക്കുവേണ്ടി പിൻതിരിഞ്ഞു പോകേണ്ടവളല്ല.

ശങ്കിച്ചു നിൽക്കുന്ന ലക്ഷ്മണന്റെ നേർക്കു തിരിഞ്ഞു സീത. ലക്ഷ്മണൻ രാമനെ നോക്കി നിസ്സംഗനായി നിൽക്കുന്നു.

നീ വേണ്ടതു ചെയ്യും എന്ന അവസ്ഥയിലായിരുന്നു രാമന്റെ മനസ്സ്.

''എന്താ ഞാൻ പറഞ്ഞത് അനുസരിക്കാൻ തയ്യാറല്ലേ അനുജാ? ഈ ജനസമൂഹം എന്നെ നാളെ പഴിപറയാൻ ഞാൻ അനുവദിക്കില്ല; എന്റെ പതിയെയും.''

രാമബാണത്തേക്കാൾ മൂർച്ചയുണ്ടായിരുന്നു ആ വാക്കുകൾക്കെന്ന് ലക്ഷ്മണനു തോന്നി.

ഉത്തരക്ഷണത്തിൽ അവിടെ ഒരു അഗ്നികുണ്ഡം ഉയർന്നു. മുഖം കുനിച്ചിരിക്കുകയായിരുന്ന രാമനെ വലംവച്ചുകൊണ്ട് സീത പ്രഖ്യാപിച്ചു.

''ഈ ശ്രീരാമചന്ദ്രനെ ബുദ്ധികൊണ്ടോ മനസ്സുകൊണ്ടോ വാക്കുകൊണ്ടോ കർമ്മംകൊണ്ടോ തള്ളിക്കളഞ്ഞവളല്ല ഞാനെങ്കിൽ, സർവലോകസാക്ഷിയായ അഗ്നിദേവൻ എന്നെ പരിരക്ഷിക്കട്ടെ. എന്റെ പാതിവ്രത്യം ഭഗവാൻ ആദിത്യൻ, സർവവ്യാപിയായ പവനൻ, പത്തു ദിക്കുകൾ, ചന്ദ്രൻ, പകൽ, രാത്രി, സന്ധ്യകൾ തുടങ്ങിയവരും മറ്റുള്ളവരും തികച്ചും അറിഞ്ഞിട്ടുണ്ടെങ്കിൽ ഞാൻ രക്ഷിതയാവട്ടെ.''

തുടർന്ന് അഗ്നിയെ പ്രദക്ഷിണം ചെയ്തു സീത. പിന്നെ ഒട്ടും ചാഞ്ചല്യമില്ലാതെ ആളുന്ന അഗ്നിമധ്യത്തിലേക്ക് എടുത്തു ചാടി. ബാലന്മാർ മുതൽ വൃദ്ധന്മാർ വരെയുള്ള പുരുഷാരം ആർത്തു വിലപിച്ചു. ഒരു പൊൻവേദിയിലേക്കെന്നെപോലെയാണ് സർവ്വാഭരണ വിഭൂഷിതയായ രാവണപുത്രി അഗ്നിയിലേക്കു പ്രവേശിച്ചത്. അടുത്ത ക്ഷണത്തിൽ ത്തന്നെ അഗ്നിദേവൻ വൈദേഹിയെയും വഹിച്ച് അഗ്നികുണ്ഡത്തിൽ പ്രത്യക്ഷനായി. പാടലവർണപ്പട്ടുടുത്ത് ഉത്തമ പുഷ്പമാല്യങ്ങൾ തെല്ലും

വാടാതെ ജാജ്വല്യമാനമായി നിന്ന സീതയെ ഹവ്യവാഹനൻ രഘു പതിക്കു സമർപ്പിച്ചു.

''ഞാനങ്ങയെ ഗാഢമായി പ്രണയിക്കുന്നു. എനിക്കീ ജന്മം അങ്ങ യോടല്ലാതെ, മറ്റൊരാളുടെ ഭാര്യയാവാനാവില്ല. ശ്രീരാമപത്നി, എന്റെ നിയോഗം അതാണ്.''

രാമൻ മറുപടി പറഞ്ഞില്ല.

ഹവ്യവാഹനൻ പറഞ്ഞു:

''ശ്രീരാമാ, അവിടത്തെ ധർമ്മപത്നി സീതാദേവി ഇതാ നിൽക്കുന്നു. യാതൊരുവിധ ദോഷവും ഏൽക്കാത്ത, എല്ലാ ദോഷങ്ങളെയും നശി പ്പിക്കുന്ന നിർമ്മലചിത്തയായ ഈ ദേവിയെ നിറമനസ്സോടെ സ്വീക രിച്ചുകൊള്ളുക.''

നനവാർന്ന കണ്ണുകളോടെ ജാനകി രാമനെ നോക്കിനിന്നു.

വാനരന്മാരുടെയും രാജഭക്തരുടെയും ആഹ്ലാദാരവം അവിടെ യാകെ മുഴങ്ങി. അവർ ജാനകിയെ ശ്രീരാമചന്ദ്രന്റെ സന്നിധിയിലേക്ക് ആനയിച്ചുകൊണ്ടിരുത്തുന്നത് ഭാവനയിൽ കണ്ട് ആർപ്പുവിളിച്ചു.

പട്ടാഭിഷേകം

അഗ്നികുണ്ഡത്തിൽ സ്വയം ഹവ്യവാഹനൻ തന്നെ സീതയെയും കൊണ്ട് ഉയർന്നുവരുന്നതു കണ്ട് അമ്പരന്നുനിന്ന രാമനോട് പ്രസന്ന ഭാവത്തിൽ വിഭീഷണൻ പറഞ്ഞു:

"രാമചന്ദ്രപ്രഭോ, എല്ലാം ശുഭമായി, മംഗളമായി. ഇനി അങ്ങ് സീതാ ദേവിയോടും സൗമിത്രിയോടു കൂടി എന്റെ സൽക്കാരം സ്വീകരിച്ച് രാവണമുക്തമായ ഈ പുരിയിൽ അൽപകാലം കഴിഞ്ഞാലും."

"ലങ്കേശ്വരാ." അമ്പരപ്പിന്റെ ധൂമക്കാഴ്ചയിൽനിന്നു തെല്ലും മാറാതെ തന്നെ കാകുൽസ്ഥൻ പറഞ്ഞു:

"സുഗ്രീവൻ തുടങ്ങിയ വാനരേശ്വരന്മാരെ ആദ്യം അങ്ങ് സൽക്കരിക്കൂ. അവരെല്ലാം ക്ഷീണിച്ചിരിക്കുന്നു. വിഭീഷണാ, ഉത്തമനായ കൈകേയീപുത്രൻ ഭരതൻ എന്നെ കാത്ത് അയോധ്യയിൽ കഴിയുന്നു. അവരോടൊപ്പമല്ലാതെ, സ്നാനമോ ഉത്തമവസ്ത്രാഭരണങ്ങളോ സ്വീകരിക്കാൻ ഞാൻ ആഗ്രഹിക്കുന്നില്ല. അതുകൊണ്ട് ഇതാ, ഞാൻ ഉടനെ അയോധ്യയിലേക്കു പുറപ്പെടുകയാണ്. അവിടേക്കുള്ള വഴി ഏറ്റവും ദുർഘടവുമാണ്. ഘോരവനത്തിലൂടെ വേണം യാത്ര. അറിയാമല്ലോ?"

വിഭീഷണൻ പുഞ്ചിരിച്ചു. പിന്നെ തൊഴുതുകൊണ്ടു പറഞ്ഞു:

"പ്രഭോ, ഒരേ ഒരു ദിവസം കൊണ്ട് അങ്ങയെ അയോധ്യയിലെത്തിക്കാം. ദിവ്യവും ഉത്തമവും മനോവേഗത്താൽ സഞ്ചരിക്കുന്നതുമായ പുഷ്പകവിമാനം ഇവിടെയുള്ളപ്പോൾ യാത്രയെക്കുറിച്ച് അങ്ങ് ഉത്കണ്ഠപ്പെടുകയേ വേണ്ട."

"വിഭീഷണാ, അങ്ങനെയാണെങ്കിൽ ആ വിമാനം ഉടനെ കൊണ്ടുവരൂ. ഭരതൻ, ശത്രുഘ്നൻ എന്നീ സഹോദരന്മാരെയും അമ്മമാരായ സുമിത്രാദേവി, കൈകേയീ ദേവി, കൗസല്യാദേവി ഏവരെയും കാണാൻ തിടുക്കമായി എനിക്ക്. ലങ്കേശ്വരാ, എനിക്ക് യാത്രാനുവാദം തന്നാലും."

ക്ഷണനേരംകൊണ്ട് വിഭീഷണൻ പുഷ്പാകൃതവും രത്നഖചിത വുമായ ദിവ്യവിമാനത്തെ രാമന്റെ മുന്നിൽ എത്തിച്ചു. അതിലേക്ക് സീതയോടും ലക്ഷ്മണനോടുമൊപ്പം കയറിത്തുടങ്ങിക്കൊണ്ട് രാമൻ പറഞ്ഞു:

''പ്രിയപ്പെട്ടവരേ, നിങ്ങൾ ഓരോരുത്തരോടും ഞാൻ പ്രത്യേകം നന്ദി പറയുന്നു. വാനര രാജാവേ, സുഗ്രീവാ സൈന്യങ്ങളോടൊത്ത് കിഷ്കിന്ധയിലേക്ക് മടങ്ങിക്കൊള്ളൂ. വിഭീഷണാ, ഞാൻ അങ്ങേയ്ക്ക് നൽകിയ ഈ ലങ്കാരാജ്യത്ത് അങ്ങ് സസുഖം വസിച്ചുകൊള്ളൂ. നിങ്ങ ളോരോരുത്തരോടും ഞാൻ അനുമതി ചോദിക്കുന്നു.''

രാമവചനം കേട്ട് വിഭീഷണനും വാനരവീരന്മാരും തൊഴുകയ്യോടെ അപേക്ഷിച്ചു. ''പ്രഭോ, ഞങ്ങളെയും അങ്ങ് കൂടെ കൊണ്ടുപോകണേ. അങ്ങയുടെ പട്ടാഭിഷേകം കൺകുളിർക്കെ കണ്ട് കൗസല്യാദേവിയെയും മറ്റും നമസ്കരിച്ച് ഞങ്ങൾ മടങ്ങിക്കൊള്ളാം.''

''നല്ല കാര്യം.'' സന്തോഷത്തോടെ രാമൻ പറഞ്ഞു: ''പ്രിയത്തിലും വച്ച് പ്രിയമാണ് നിങ്ങൾ പറഞ്ഞത്. എന്റെ സുഹൃദ്ജനങ്ങളെ ഇനി കൈകേയി പുത്രനായ ഭരതനും കാണട്ടെ.

പിന്നെ മാരുതിയെ വിളിച്ചു രാമൻ, ''വായുപുത്രാ, താങ്കൾക്കു മാത്രം സാധ്യമായ ഒരു കാര്യമുണ്ട്.''

വിനയപൂർവം തൊഴുതു നിന്നു ഹനുമാൻ. സംതൃപ്തമായ മന സ്സോടെ ഹനുമാൻ രാമചന്ദ്രപ്രഭുവിനെത്തന്നെ നോക്കിനിന്നു. തങ്ങളെ ഈ വനാന്തരത്തിൽ രാജാവ് ഉപേക്ഷിക്കാനുള്ള സമയം അടുത്തുവരിക യാണ്. ഇനിയൊന്നും തങ്ങൾക്കും കൂട്ടർക്കും അദ്ദേഹത്തിനുവേണ്ടി ചെയ്യേണ്ടതായിട്ടില്ലതാനും. ഞങ്ങൾ കൂടെ അയോധ്യയിലേക്ക് ഗമി ച്ചോട്ടെ എന്നു ചോദിക്കാനുള്ള ധൈര്യവും ഇല്ല. ആ പാദത്തിൽ നമസ്കരിച്ച് കർമോന്മുഖമായി ഇനിയുള്ള ദിനം തുടങ്ങണമെന്ന ആഗ്രഹം കലശലായി ഉണ്ടുതാനും. മനസ്സിൽ, പീലിത്തൂവൽകൊണ്ട് തലോടുന്ന സ്നേഹമെന്നും ഈ മനസ്സിൽ നിലനിർത്തും. വർണപ്രഭയു ണർത്തി, വസന്തമുണർത്തി ശുഭാശംസകൾ നേർന്ന് കൈകൂപ്പി രഘു രാമന്റെ മുന്നിൽ നിന്നു. കണ്ണീർമുത്തുകൾ കവിളിനെ ലോലമായി തലോടുന്നതറിഞ്ഞു.

''കൽപിച്ചാലും പ്രഭോ.''

''വായുപുത്രാ, താങ്കളുടെ മനസ്സു ഞാൻ കാണുന്നു. ഞാൻ ഈ ആരണ്യത്തിൽ നിങ്ങളെ ഉപേക്ഷിച്ചു പോകുന്നുവെന്ന് വ്യസനിക്കുന്നോ? ഇല്ല. വായുവേഗത്തിൽ നിങ്ങൾ അയോധ്യയിൽ എത്തണം. ഭരതനെ കാണണം. കൈകേയീ ദേവിയെയും പ്രത്യേകം കാണണം. ചിറ്റമ്മ

നൽകിയ വാക്കുപ്രകാരം പതിന്നാലു വർഷത്തെ ആരണ്യവാസം കഴിഞ്ഞ് ഞാൻ തിരിച്ചെത്തുകയായി എന്നറിയിക്കണം. ആദ്യം നന്ദി പ്രകടിപ്പിക്കേണ്ടത് കൈകേയീദേവിയോടാണ്. ആദ്യം നന്ദി പ്രകടനം. അതിനു ശേഷമേ ഉള്ളൂ, മറ്റു ബന്ധുമിത്രാദികളെ കാണൽ. കൂട്ടത്തിൽ സീതാപഹരണത്തെക്കുറിച്ചും രാവണവധത്തെക്കുറിച്ചും ഒന്നു വിസ്തരിച്ചു പറഞ്ഞുകൊള്ളുക.''

രാമൻ ആലോചിച്ചു. കൈകേയി തന്ന വരമാണ്. ഞാൻ ചോദിച്ചു വാങ്ങിയ ആശ്വാസദിനങ്ങൾ. ആ വർഷങ്ങളുടെ സന്ന്യാസജീവിതം തനിക്കും കൈകേയീമാതാവിനും മാത്രം അറിയാവുന്ന രഹസ്യങ്ങൾ.

രാവണൻ എന്തിനുവേണ്ടി സീതയെ അപഹരിച്ചു എന്ന ചോദ്യം എല്ലാവരും അയോധ്യയിൽ രഹസ്യമായി മുറുമുറുത്തു. തന്റെ കാതുകളിലും അതെത്തി. നാട്ടിലെ വർത്തമാനമാണല്ലോ പിന്നെ പഴം പാട്ടായി കാതിലെത്തുന്നത്. കൈകേയിയമ്മ ആ വർത്തമാനം അറിയാതിരിക്കില്ല. അതു പറയാൻ, തന്നെ കാത്തിരിക്കയാവും. തീർച്ച.

ഇനിയും ഒരു വരത്തിനുവേണ്ടി കൂടി ആ അമ്മയെത്തന്നെ ശരണം പ്രാപിക്കേണ്ടിയിരിക്കുന്നു. ഏതിനും ഒരു വഴിയുണ്ടാകും ആ അമ്മയുടെ മനസ്സിൽ. മറ്റൊരു ചെവിയിലത് എത്തുകയും ഇല്ല: സീതാദേവിക്ക് തന്റെ മനസ്സ് തുറന്നു കാണിച്ചു, എന്നിട്ടും...? രാമൻ സ്വയം ചിന്തിച്ചുറച്ചു. സീത തന്നോടൊപ്പം അയോധ്യയിലേക്കു വരണമെന്നു ശാഠ്യം പിടിക്കുന്നു. അഗ്നിപ്രവേശത്തിലും വിജയിച്ചിരിക്കുന്നു. സീതയിൽനിന്നു രക്ഷപ്പെടാൻ കൈകേയി അമ്മയെക്കൊണ്ടുതന്നെ ഒരു വഴി കണ്ടെത്തണം. അശ്വപതിയുടെ ആ പുത്രിക്കു ചിന്തിച്ചെടുക്കാൻ കഴിയാത്തതായി ഒന്നുമില്ല. മറ്റുള്ളവരുടെ മുൻപിലും കാതിലും രാമനു നൽമുഖമായിരിക്കും എക്കാലവും. പാവം കൈകേയി അമ്മ മറിച്ചും.

മാരുതി അന്തരീക്ഷത്തിലേക്കു കുതിച്ചു; ക്ഷണനേരംകൊണ്ട് അപ്രത്യക്ഷനായി. സീതാലക്ഷ്മണസമേതനായി രാമനും രാക്ഷസപ്രമുഖന്മാരും വാനരമുഖ്യനും പുഷ്പകവിമാനത്തിലേക്ക് കയറി.

തന്റെ പിതാവിനവകാശപ്പെട്ട പുഷ്പകവിമാനത്തിൽ കയറിയപ്പോൾ സീതയുടെ കണ്ണുകളീറനായി. സ്വന്തം മകളെ കടത്തിക്കൊണ്ടുവന്നപ്പോൾ ഈ വിമാനത്തിൽ തന്നെ മകൾ മടങ്ങിപ്പോകും എന്ന് ആ ദശാനനൻ കരുതിയിട്ടുണ്ടാവില്ല. അദ്ദേഹത്തിന്റെ രാജ്യത്തുനിന്നു സീത വിട വാങ്ങുകയാണ്. അമ്മേ, ഈ മകൾക്കു തിരിച്ചുവരാനാവും. പിതാവിന്റെ ഇംഗീതം നിറവേറ്റും. ഈ രാജ്യം മടക്കിത്തരും. സീത മനസ്സിൽ ശപഥം ചെയ്തുകൊണ്ട് തിരിഞ്ഞു, തിരിഞ്ഞ് ലങ്കാനഗരിയിലേക്കുള്ള പാത നോക്കി, ദീർഘശ്വാസമുതിർത്തു. എന്തോ പ്രിയപ്പെട്ടതിനെ മനപ്പൂർവ്വം നഷ്ടപ്പെടുത്തുകയോ ഉപേക്ഷിക്കുകയോ ചെയ്ത വേദന,

മനസ്സിന്, പുഷ്പകം മന്ദം, മന്ദം ആകാശത്തിലേക്ക് ഉയരുമ്പോൾ താൻ മടങ്ങുന്നത് പ്രാണപ്രിയനോടൊപ്പമാണല്ലോ അതും പിതാവിന്റെ ആഗ്രഹസാക്ഷാത്കാരത്തിനു വേണ്ടി എന്ന സമാധാനവും സന്തോഷവുമുണ്ടായിരുന്നു.

നന്ദിഗ്രാമത്തിലെത്തിയ രാമനെയും സീതയെയും ലക്ഷ്മണനെയും ഭരതശത്രുഘ്നന്മാർ യഥാവിധി സ്വീകരിച്ചു. അവരുടെ ഹൃദയത്തിൽ ജ്യേഷ്ഠനെ തിരിച്ചുകിട്ടിയ ആഹ്ലാദവും. കാഴ്ചയിൽ പഴയ നിറവും മെയ്മേനിയും നഷ്ടമായിരിക്കുന്നു. പഴയ രൂപത്തിലാക്കാൻ മൂന്ന് അമ്മമാരും കിണഞ്ഞു പരിശ്രമിക്കുമെന്നുറപ്പുണ്ട്. എല്ലാവർക്കും കണ്ണിലുണ്ണിയാണ് രാമൻ. പിന്നാലെ വന്ന വാനരപ്പടയെയും രാക്ഷസപ്പടയെയും കണ്ട് അവർ തെല്ലൊന്നമ്പരന്നു.

ഭരതൻ ശിരസ്സിനു മുകളിൽ കൈകൂപ്പി പറഞ്ഞു:

''ജ്യേഷ്ഠാ, എന്നെ ഏൽപിച്ച അയോധ്യാരാജ്യത്തെ ഞാനിതാ ഈ നിമിഷം അങ്ങേയ്ക്കു തിരികെ സമർപ്പിക്കുന്നു. പ്രതാപശാലിയായ അങ്ങയെ പട്ടാഭിഷേകരൂപത്തിൽ ലോകം ഇന്നു കാണട്ടെ.'' രാമൻ മന്ദഹസിച്ചു.

തീരെ താൽപര്യമില്ലാത്തതാണ് രാജ്യഭരണം. പക്ഷേ, ഇനി ഒഴിഞ്ഞുമാറാൻ മാർഗമില്ല.

''എന്താ മകനേ...?''

പലരിൽ നിന്നും ഒരേ സ്വരത്തിൽ ഒരേ ചോദ്യം.

''അങ്ങനെയാവാം.'' രാമൻ പതുക്കെപ്പറഞ്ഞു.

നന്ദിഗ്രാമം മുതൽ അയോധ്യാനഗരം വരെയുള്ള വഴി കമനീയമായി അലങ്കരിച്ചിരുന്നു. രാജപാതയുടെ ഇരുവശത്തും ദാശരഥിയുടെ പട്ടണപ്രവേശം കാണാനായി പൗരജനങ്ങൾ തിക്കിത്തിരക്കി. വെള്ളക്കുതിരകളെ പൂട്ടിയ ദിവ്യരഥത്തിലേക്കു കയറി രാമൻ. രാമൻ ആവശ്യപ്പെട്ടില്ലെങ്കിലും സീതയും ഒപ്പം കയറി.

രാമൻ ചെകിടോർത്തു. തിക്കിത്തിരക്കുന്ന പൗരജനങ്ങൾ എന്തോ മുറുമുറുക്കുന്നു. കാനനത്തിൽ വച്ച് താനറിഞ്ഞതു തന്നെ, കേട്ടതു തന്നെ. കടിഞ്ഞാണും ചമ്മട്ടിയുമേന്തി, സൂതസ്ഥാനത്ത് ഭരതൻ. വെൺകൊറ്റ പിടിച്ച് ശത്രുഘ്നൻ. വെൺചാമരം വീശിക്കൊണ്ട് ഇടതുവശത്ത് ലക്ഷ്മണനും വലതുവശത്ത് വിഭീഷണനും. രാജ്യാഭിഷേകം ഉറപ്പുവരുത്തിയിട്ടാണ് എല്ലാവരും ഒത്തുകൂടിയിരിക്കുന്നത്, തന്നെ കൂട്ടാൻ.

അഭിഷേകത്തിനായി നാലു ദിക്കുകളിലുമുള്ള ജലം കൊണ്ടുവരാൻ കപീന്ദ്രന്മാർ കുടവുമായി പുറപ്പെട്ടു. കിഴക്കേ സമുദ്രത്തിലെ ജലം,

രത്നകുടത്തിൽ കൊണ്ടുവന്നത് ജാംബവാൻ. രക്തചന്ദനവും കർപ്പൂരവുമിട്ട് കനകക്കുടത്തിൽ ദക്ഷിണസാഗരത്തിലെ ജലം കൊണ്ടുവന്നത് ഋഷഭൻ. പടിഞ്ഞാറൻ മഹാർണവത്തിലെ തെളിനീർ രക്തകുംഭത്തിൽ ശിരസ്സിലേറ്റിക്കൊണ്ടുവന്നത് ഗവയൻ. ഉത്തരമഹാബ്ധിയിലെ വെള്ളം കൊണ്ടുവന്നത് വായുപുത്രനായ ഹനുമാൻ. രത്നമയയായ സിംഹാസനത്തിൽ സീതയെ പിടിച്ചിരുത്തിയത് ലക്ഷ്മണൻ, സുഗന്ധപൂരിതമായ ജലംകൊണ്ട് വസിഷ്ഠൻ, കാർത്ത്യായനൻ, സുയജ്ഞൻ, ഗൗതമൻ, വിജയൻ, വാമദേവൻ, ജൂതബാലി, കാശ്യപൻ എന്നീ മുനിശ്രേഷ്ഠന്മാർ ശ്രീരാമപട്ടാഭിഷേകം യഥോചിതം നിർവഹിച്ചു.

കപിശ്രേഷ്ഠന്മാർക്കും രാക്ഷസപുത്രപ്രമുഖന്മാർക്കും ധാരാളം സമ്മാനങ്ങൾ നൽകി ദാശരഥി. അവർ സ്വഗൃഹങ്ങളിലേക്ക് മടങ്ങിപ്പോകാൻ ഒരുങ്ങുന്നു.

സുസ്മേരവദനനായി സിംഹാസനത്തിൽ ഇരിക്കുന്ന രാമചന്ദ്രനെ കൺകുളിർക്കെ നോക്കി സീത. അവളുടെ മനസ്സ് ആശ്വാസംകൊണ്ടു പതഞ്ഞു. ഒടുവിൽ തന്റെ ഭർത്താവിനെ തനിക്കു കിട്ടിയിരിക്കുന്നു. തൊട്ടടുത്തിരിക്കാനായിരിക്കുന്നു. അനേകം പരീക്ഷണങ്ങൾക്കൊടുവിൽ, ഇദ്ദേഹത്തിൽക്കൂടി തനിക്കു തന്റെ പിതാവിന്റെ കുലം നിലനിർത്തണം. തന്റെ പിതാവിന്റെ അന്ത്യാഭിലാഷം, മാതാവിന്റെ തോരാത്ത കണ്ണുനീർ. ജീവത്യാഗം ചെയ്ത പിതാവിന്റെ അന്ത്യാഭിലാഷം നിറവേറ്റണം. അശോകവനികയിൽ വച്ച് രാവണൻ പറഞ്ഞ വാക്കുകൾ അവളുടെ മനസ്സിലേക്ക് അഗ്നിമഴപോല പെയ്തു. അമ്മ മണ്ഡോദരി തേങ്ങിക്കരച്ചിലിനിടെ പറഞ്ഞത് അതൊന്നു മാത്രമാണ്.

വാനരപ്പട മടങ്ങിപ്പോകാനുള്ള സമയം അടുത്തു. അവരൊത്തുചേർന്നു. യാത്രാനുവാദം വാങ്ങാനൊരുങ്ങുമ്പോൾ നടന്ന കുശലംപറച്ചിൽ വായുപുത്രൻ ശ്രവിച്ചു. സീതാപഹരണം നടത്തിയ രാവണൻ സീതയെ മതിവരുവോളം പാനം ചെയ്തതെന്ന നാട്ടുവർത്തമാനം രാമരാജനെ അറിയിക്കാൻ തയ്യാറെടുക്കുകയാണവർ. പട്ടമഹിഷിയായി തൊട്ടടുത്തിരിക്കുന്ന സീത ഒന്നു മാറിയാലേ അവർക്കതു ശ്രീരാമചന്ദ്രനോടു പറയാനാവൂ. മടക്കം അതിനുശേഷം മതിയത്രെ.

''അരുത്, അരുതാത്ത വർത്തമാനം ശ്രവിച്ച നിങ്ങൾ അതാവർത്തിക്കരുത്. ഞാനതിന് അനുവദിക്കില്ല. സീതാദേവിയെ എനിക്കറിയാം; നന്നായി. എന്റെ മാതാവിന്റെ സ്ഥാനമാണ് ദേവിക്ക് ഞാൻ അർപ്പിച്ചിരിക്കുന്ന സ്ഥാനം.''

വായുപുത്രൻ കപികളെ ശാസിച്ച് വേഗം യാത്രയാക്കി. നാട്ടുവർത്തമാനം ഹനുമാനും കേട്ടിരുന്നു. അത് ശ്രീരാമചന്ദ്രന്റെ ചെവിയിലെത്താതിരിക്കാൻ ആവതും ശ്രമിച്ചിരുന്നു. വായുപുത്രൻ ശ്രീരാമചന്ദ്രപാദങ്ങളിൽ തൊട്ട് യാത്രാനുവാദം വാങ്ങിയപ്പോൾ സീതാദേവിയുടെ

കണ്ണുകൾ ഈറനണിഞ്ഞു. പിതാവിന്റെ വാക്കുകൾ ഹനുമാനോടു താൻ പറഞ്ഞില്ലല്ലോ എന്ന ദുഃഖം സീതയിൽ അവശേഷിച്ചു.

“ഇതൊരച്ഛന്റെ സമ്മാനമാണ്. ഒരു മകൾക്കുള്ള അച്ഛന്റെ സമ്മാനം. സ്വീകരിക്കൂ സീതേ, രാമൻ നിന്റേതാവണമെങ്കിൽ ഈ അച്ഛൻ ഇല്ലാതാവണം.”

പിതാവിന്റെ അവസാന വാക്കുകൾ വീണ്ടും കാതുകളിൽ.

ഒരിക്കൽ എനിക്കിതു പറയണം. അതു ലോകരോടെല്ലാമായിട്ടായിരിക്കണം. ലങ്കേശ്വരൻ സ്നേഹനിധിയായ ഒരു പിതാവായിരുന്നു എന്ന്.

ഒരിക്കൽ മകളെക്കാൾ നാടിനെയും നാട്ടാരെയും സ്നേഹിച്ച വീര ഭരണാധികാരി. കുലത്തിന്റെയും ജനങ്ങളുടെയും രക്ഷയ്ക്കുവേണ്ടി സ്വന്തം മകളെ ഉപേക്ഷിച്ച് ത്യാഗം ചെയ്തുകാണിച്ച രാജാവാണ് തന്റെ പിതാവ്. അദ്ദേഹത്തിന്റെ സദുദ്ദേശ്യത്തെ ചോദ്യം ചെയ്യുന്നത് ധർമ്മമല്ല. പറയേണ്ട സമയത്ത്, ആ രഹസ്യം കാര്യകാരണസഹിതം മകളോടു വെളിപ്പെടുത്തുകയും ചെയ്തു. ആ പിതാവിനെ ഒരു ശത്രുവായി തനിക്കു കാണാനാവില്ല. അതുപോലെ രാമചന്ദ്രപ്രഭുവിനോടിപ്പോൾ

സത്യം വെളിപ്പെടുത്താനാവില്ല. ഒരുപക്ഷേ, അക്കാരണത്താൽ താൻ ഉപേക്ഷിക്കപ്പെടാൻ സാധ്യതയുണ്ടായേക്കാം. ധർമ്മം നോക്കുന്ന ഒരു രാജാവാണല്ലോ ശ്രീരാമചന്ദ്രൻ.

ഒരു ഞൊടിനേരത്തേക്കു സീതയുടെ മുഖം വാടി. അവളുടെ കൺ പീലികൾ ഒന്നു നനഞ്ഞു. ധൃതിയിൽ ആരും കാണാതെ ചേലത്തുമ്പു കൊണ്ട് കണ്ണുകളൊപ്പി സീത.

രാമന്റെ വാക്കുകളാണ് അവളെ ചിന്തയിൽ നിന്നുണർത്തിയത്.

''ജാനകീ, ഇതാ ഇവരൊക്കെ ഭവതിയോട് യാത്രാനുമതി ചോദിച്ചു കൊണ്ട് നിൽക്കുന്നു.''

ചിന്തയിൽ നിന്നുണർന്ന സീത. കഴുത്തിൽക്കിടന്ന രത്നഹാരം ഊരിയെടുത്ത് മാരുതിയെ അടുത്തേക്കു വിളിച്ചു.

''വായുപുത്രാ, എന്റെ എല്ലാ നേട്ടങ്ങൾക്കും അങ്ങു കാരണക്കാര നായിരുന്നു. ഇതാ, എന്റെ പ്രത്യേക സമ്മാനമായി ഇതു സ്വീകരിച്ചു കൊള്ളുക. ലങ്കാരാജ്യം അങ്ങ് മറക്കരുത്. ഒരിക്കൽ അങ്ങയുടെ സഹായം എനിക്കും വേണ്ടിവരും.''

രത്നഹാരം കൈയിൽ വാങ്ങി താണുതൊഴുതു ഹനുമാൻ. ഒരിക്കൽ ക്കൂടി സീതാദേവിയുടെ കാൽക്കൽ നമസ്കരിച്ചു. ശ്രീരാമനും സീതയും തമ്മിൽ ഒരിക്കലും വേർപിരിയരുതേ എന്നായിരുന്നു ആ വായുപുത്രന്റെ മനസ്സിലുണ്ടായിരുന്ന ആത്മാർത്ഥമായ പ്രാർത്ഥന. 'പ്രാർത്ഥിക്കുമ്പോഴും കാണുമ്പോഴും ഇവരെന്നും ഒരുമിച്ചുണ്ടാവണേ കൈലാസനാഥാ.'

വിശിഷ്ടാതിഥികളും സഭാജനങ്ങളും പിരിഞ്ഞുപോയി.

സിംഹാസനത്തിൽ നിന്ന് എഴുന്നേറ്റ് രാമൻ മാരുതിയെ യാത്ര യാക്കി. കണ്ണീരു തുടയ്ക്കുന്ന സീതയെ രാമൻ നോക്കി. ''സീത വരൂ. അന്തപ്പുരത്തുനിന്നു നമ്മെ കാണണമെന്നു പറഞ്ഞ് ആളെ അയച്ചിരി ക്കുന്നു. മൂന്നമ്മമാരും കാത്തിരുന്ന് കാത്തിരുന്നു മുഷിഞ്ഞിട്ടുണ്ടാവും.''

അവർ അന്തപ്പുരത്തിലേക്കു നടക്കാൻ തുടങ്ങുകയായിരുന്നു. അപ്പോഴാണ് അഗസ്ത്യന്റെ നേതൃത്വത്തിൽ കുറെ ഋഷിമാർ അങ്ങോട്ടു വന്നത്.

രാമൻ ധൃതിയിൽ അവരെ സ്വീകരിച്ചു. ''ഋഷിവരന്മാരേ, ഭവാന്മാർക്ക് ക്ഷേമം തന്നെയല്ലേ?''

''ക്ഷേമം തന്നെ ശ്രീരാമചന്ദ്രാ, രാക്ഷസന്മാരെ മുഴുവൻ വധിച്ച അങ്ങയെ എത്രയും വേഗം നേരിൽ കാണാൻ തന്നെയാണ് ഞങ്ങ ളൊക്കെ വന്നത്?''

''അതേ മുനീന്ദ്രന്മാരേ, രാക്ഷസരാജാവായ രാവണനെ ഞാൻ വധിച്ചു.''

സീത രാമന്റെ നേർക്ക് നോക്കി. അവളുടെ മനസ്സിലേക്കു വീണ്ടും ശോകത്തിന്റെ നിഴൽ വീണു. തന്റെ പിതാവാണ് വധിക്കപ്പെട്ടത്. വധിച്ചത് തന്റെ ഭർത്താവും. തന്റെ ഭാവിജീവിതത്തിനുവേണ്ടിയാണ് തന്റെ പിതാവ് അങ്ങനെ ചെയ്തത്. ഏതു പിതാവിനും തോന്നുന്ന വികാര വിചാരങ്ങളേ ലങ്കാധിപനും ഉണ്ടായിട്ടുള്ളൂ. സത്യത്തിൽ തന്നിൽനിന്നു ശ്രീരാമചന്ദ്രൻ അകലാൻ ശ്രമിച്ചിരുന്നില്ലേ? പിതാവ് അങ്ങനെ പറഞ്ഞിരുന്നു. അതു ശരിതന്നെയാണെന്നതിൽ സംശയം ഇല്ലാതില്ല.

ചെറുപുഞ്ചിരിയോടെ അഗസ്ത്യൻ പറഞ്ഞു:

''രാവണനെ വധിച്ചതിനേക്കാൾ ശ്ലാഘനീയമായത് രാവണിയെ വധിച്ചതാണ് രാമാ. ദേവവിദ്വേഷിയായ ആ കാലതുല്യൻ ഓടിയടുക്കുമ്പോൾ രക്ഷ നേടുവാൻ ഇതുവരെ ആർക്കും സാധിച്ചിട്ടില്ല. ഇന്ദ്രജിത്തിനെ വധിച്ചു, എന്നു കേട്ടപ്പോഴാണ് ഞങ്ങൾക്ക് അത്യധികം വിസ്മയം ഉണ്ടായത്.''

രാമന്റെ മുഖം ഒന്നു വിവർണമായി.

''മുനീശ്വരന്മാരേ, ഇന്ദ്രജിത്തിനെ വധിച്ചത് ഞാനല്ല. ലക്ഷ്മണനാണ്.'' പിന്നെ സീതയുടെ നേർക്കു തിരിഞ്ഞു, രാമൻ. ''അന്തപ്പുരത്തിലേക്കു നടന്നോളൂ. ഞാൻ കുറെ കഴിഞ്ഞുവരുന്നുണ്ടെന്ന് അമ്മമാരോടു പറയൂ.''

ഇന്ദ്രജിത്തു മാത്രമല്ല മറ്റുള്ളവരും കൊല്ലപ്പെട്ടു കഴിഞ്ഞു. ഒരു കുടുംബം അന്യംനിന്നിരിക്കുന്നു. എല്ലാം തനിക്കു വേണ്ടി. പാവം കുട്ടികൾ. അവർക്കു മരണം വരെ അറിയാമായിരുന്നോ. അവരുടെ ഒരേയൊരു സഹോദരിയായ തനിക്കുവേണ്ടിയാണ് പിതാവ് അവരെ യുദ്ധത്തിനു പറഞ്ഞുവിട്ടതെന്ന്? ഇന്ദ്രജിത്തിന്റെ ശക്തിയും സൗന്ദര്യവും വീറും സ്നേഹവും ഒക്കെ ഉണ്ടാവണം, തനിക്കുണ്ടാകുന്ന പുത്രന്. പിതാവിന്റെ ആത്മാവ് അതു കണ്ടെങ്കിലും സന്തോഷിക്കട്ടെ. മാതാവിനത്രയെങ്കിലും ആശ്വാസമാവട്ടെ. സീത അവിടെനിന്ന് നടന്നകന്നു.

സീത രാമനറിയാതെ കുലഗുരുവായ വസിഷ്ഠനോടു സന്ദർഭത്തിന് അനുയോജ്യമായ ഗൗരവത്തോടെ ഭർതൃജീവിതത്തിലെ പരിവ്രാജകത്വത്തെക്കുറിച്ച് പറഞ്ഞു. കേൾക്കാനാഗ്രഹിക്കാത്ത ഒരു അപ്രിയസത്യം കേട്ടപ്പോൾ ആ ഋഷിയുടെ മനസ്സും ഒന്നസ്വസ്ഥമായി. സമചിത്തത വീണ്ടെടുത്തപ്പോൾ പരിഹാരം അതിവിദൂരമല്ലെന്ന് അറിയിച്ചു.

സീതയ്ക്ക് ആഹ്ലാദകരമായി മാറിയിരുന്നു ചിത്രകൂടം ഒരിക്കൽ.

പ്രണയം ദക്ഷിണ വയ്ക്കുന്ന അളവ് സദാ കൂടിക്കൊണ്ടിരുന്നപ്പോഴും രാമനെ വീരതാപസനായി കണ്ടിരുന്നു. സീത ഓർത്തു. അപ്പോഴൊക്കെ ആശങ്കയോടെ സീത വസിഷ്ഠമഹർഷിയെ ഓർമ്മിച്ചിരുന്നു. ചിത്രകൂടത്തിലെ കാട്ടരുവി ശരീരരക്ഷയ്ക്കായുള്ളത്. ആ അരുവി പോലെ

ഞരമ്പിലെ രക്തം തുടിച്ചിരുന്നു. ഈ ഒഴുക്കിലെ പച്ചിലക്കൂട്ടുകൾ തനിക്ക് പ്രയോജനപ്പെടുത്താനാകുന്നില്ലല്ലോ എന്ന്. ചിത്രകൂടത്തിലെ പൂങ്കാവനം എത്ര ഹൃദ്യമായത്. പുൽത്തകിടുകൾ ഊർജ്ജസ്വലയായി പെൺകുട്ടിയെപ്പോലെ കണ്ടപ്പോഴും ശരീരം അറിയാതെ കോരിത്തരിപ്പിക്കുന്നു. പലതരം പക്ഷികൾ ഇണചേരുന്നതു കണ്ടപ്പോൾ മാറ് തുടിച്ചു; മാതൃധർമ്മത്തിനായി ഗർഭപാത്രം ത്രസിച്ചു. ചെറുതും വലുതുമായ പാറകൾ ശയനഗൃഹമായും ഇരിപ്പിടങ്ങളായും നിലാവുള്ള രാത്രികളിൽ പ്രയോജനപ്പെടുത്താമായിരുന്നു. എന്നിട്ടുമെന്തേ തന്റെ പ്രിയതമൻ കർത്തവ്യവിമുഖനായി?

ഈ സംശയങ്ങളൊക്കെ ചോദിക്കാനും പറയാനും ഈ സീതയ്ക്ക് ഒരേ ഒരാളേയുള്ളൂ ഈ ഭൂമുഖത്തിൽ. വീണ്ടും സീത വസിഷ്ഠമഹർഷിയെ ഓർത്തു. രാമനറിയരുത്. ജീവിതത്തിലാദ്യമായി രാമനറിയാത്ത ഒരു പ്രവൃത്തി ചെയ്യുകയാണ്. അത്രയ്ക്കും വനവാസ സമയം അലട്ടലും അസംതൃപ്തിയുംകൊണ്ട് മനസ്സ് നെരിപ്പോടായി നീറിയിരുന്നു. മഹാരാജാവായ അയോദ്ധ്യാധിപതി ശ്രീരാമൻ തന്റെ പതിയായി അക്ഷരാർത്ഥത്തിൽ ഈ ശരീരത്തിൽ ലയിച്ചേ തീരൂ. ഒരാശ്രമവല്ലരിയായി എനിക്ക് പുൽകിപ്പടർന്നേ മതിയാകൂ. അഗ്നിയിൽ വീഴാനുള്ള ശലഭമാകാനല്ല തന്റെ വിധി. രാമസന്താനലബ്ധി അനിവാര്യമാണ്.

തന്റെ പിതാവ് രാവണന്റെ വാക്കുകൾ ഹൃദയത്തിന്നടിയിൽ മരവിച്ചു കിടക്കുന്നത് മുകൾപ്പരപ്പിലേക്ക് നുരഞ്ഞു പതയുകയാണ്. രാമചന്ദ്രപ്രഭുവിനെ ശാസിക്കാനും സ്നേഹിക്കാനും അനുനയിപ്പിക്കാനും ഒപ്പം മനസ്സുണർത്താനും മറ്റൊരാൾക്കാവില്ല; വസിഷ്ഠ മഹർഷിയെപ്പോലെ. വള്ളിപ്പടർപ്പിനാൽ അലംകൃതമായ ആശ്രമകവാടം കടന്നു സീത. മുല്ലവള്ളികൾ വർഷിച്ച സുഗന്ധപുഷ്പം സീതയുടെ ശിരസ്സിനെ അനുഗ്രഹിച്ചു. ദ്രവിച്ചുണങ്ങിയ ഒരു ചെടിയോ പുൽപ്പാടോ ആശ്രമാന്തരീക്ഷത്തിലില്ല എന്നത് ശ്രദ്ധിച്ചു. വസിഷ്ഠ മഹർഷി സീതയെ നോക്കി. അഴിച്ചിട്ട മുടി. ഒരു പതിവ്രതയുടെ താപസശക്തിയുള്ള കണ്ണുകളിൽ നിന്ന് പ്രവഹിക്കുന്ന ചുടുകണ്ണുനീർ. വിനയാധിക്യം കൊണ്ട് പകുതി കൂമ്പിയ കണ്ണുകളോടെ മുന്നിൽ നിൽക്കുന്ന സീതയെ നോക്കി. തപോബലം കൊണ്ട് കാര്യങ്ങൾ ഗ്രഹിച്ചിരുന്ന വസിഷ്ഠൻ ദീപ്തനേത്രങ്ങളോടെ ആരാഞ്ഞു.

''നവവൃത്താന്തം എന്തെങ്കിലും?''

പിന്നെ മൗനമൂർച്ഛിതനായി മഹർഷി.

അതീവശങ്കയോടെ സീത സങ്കടമുണർത്തിച്ചു.

''യുദ്ധത്തിൽ ശ്രീരാമചന്ദ്രൻ എന്നെ വീണ്ടെടുത്തുവെങ്കിലും അദ്ദേഹം വീണ്ടും കഠിനവ്രതത്തിലേർപ്പെടാൻ പോകുകയാണ് മഹർഷി.

ഭർതൃധർമ്മം നിറവേറ്റാൻ അദ്ദേഹം മറക്കുന്നു. അശക്തയായ എനിക്ക് മാതൃധർമ്മം സഫലമാക്കാനാകുന്നില്ല. എനിക്ക് എല്ലാ മാനങ്ങളും നേടണം. മനസ്സുകൊണ്ടും കർമ്മംകൊണ്ടും ഞാനതിനു പ്രാപ്തയുമാണ്. ഇനി എന്നേക്കാൾ യോഗ്യതയും മെച്ചമായതുമായ മറ്റാരെങ്കിലും ആ മനസ്സിലുണ്ടോ? രൂപത്തിലായാലും കുലത്തിലായാലും ബുദ്ധിയിലായാലും അടക്കത്തിലായാലും ഒതുക്കത്തിലായാലും. എനിക്കറിയില്ല മഹർഷേ?''

തപോബലത്തിൽ എല്ലാമറിയാവുന്ന വസിഷ്ഠ മഹർഷി പുഞ്ചിരിച്ചു.

''സത്സന്താനലബ്ധിയുണ്ടാവും എന്നു ഞാൻ മനസ്സിലാക്കുന്നു. പരിഹാരം കണ്ടെത്താം, ഉചിതമായത്.'' അദ്ദേഹം സമാധാനിപ്പിച്ചു.

''എന്താണാ വഴിയെന്നങ്ങു പറഞ്ഞാലും. എന്തായാലും ഞാനനുസരിക്കാം.''

''മയിലാഞ്ചിച്ചാറു പുരട്ടി നിറം മാറ്റി മുടി പുഷ്പിക്കുക. കണ്ണിണകളിൽ നീലാഞ്ജനമെഴുതി താമരയിതൾപോലെ നീട്ടുക. ചാണകവെള്ളത്തിൽ വസ്ത്രം നനച്ചുണക്കി ധരിക്കുക. കോവിലിലെ ദേവീസങ്കല്പമകറ്റാനായി ഇത് ഉതകും. കാനനസുഗന്ധം ഉടലിൽ ലേപനം ചെയ്യുക. പഴുത്ത തിപ്പലിയുടെ സുഗന്ധം അതിന് സഹായകമാവും. നിദ്ര മണിയറയ്ക്കരുകിലായി അകിലും ചന്ദനവും പുകയ്ക്കുന്നതിനു പകരമായി പക്ഷികളുടെ കൂജനം ശ്രവിപ്പിക്കൂ. ഒപ്പം കാട്ടുകൈതപ്പൂവിന്റെ സുഗന്ധവും.''

ദേവി ശിരസ്സുയർത്തി.

''ശ്രീരാമന് ഇതയും മതിയാകാതെ വരില്ല. വികാരമുക്തനായിത്തീരും. ആ മനസ്സിൽ പ്രണയിനീ സങ്കല്പം ഇതൊക്കെയാവാം. ദേവീസങ്കല്പം മാറിക്കിട്ടും. ദേവി തയ്യാറായിക്കൊള്ളൂ. ഇതൊരു ഉപദേശവും വഴിയുമാണ്. രാമൻ സീതയെന്ന പ്രണയിനിയെ സ്വീകരിക്കും. ആ ശുഭമുഹൂർത്തം കഴിയുമ്പോൾ വലതുവശം ചരിഞ്ഞു കിടന്നോളൂ, ശ്രമം വിഫലമാവില്ല. പ്രാർത്ഥനാപുത്രൻ ഭൂജാതനാകും.''

കൗസല്യാദേവിയോട് വർത്തമാനം പറഞ്ഞിരുന്ന് നേരം പോയതറിഞ്ഞില്ല. രാമൻ വന്ന് മണിയറയിലേക്കു കൂട്ടിക്കൊണ്ടുപോകുമെന്നാണ് അവർ കരുതിയത്. അതുണ്ടായില്ല. ആരോ പറഞ്ഞു, രാമൻ കൈകേയിയുടെ മന്ദിരത്തിലേക്കു പോയിരിക്കുന്നു.

''സീതേ'' വാത്സല്യത്തോടെ കൗസല്യ വിളിച്ചു:

''പള്ളിയറയിലേക്കു ചെന്നോളൂ. രാമൻ നിന്നെ കാത്തിരിക്കയാവും.

സത്സന്താനത്തിനു പ്രാർത്ഥിച്ചോളൂ. ഒരുണ്ണിക്കാലു കാണാൻ ഈ അമ്മയ്ക്കു ധൃതിയായി.''

അമ്മയുടെ അനുഗ്രഹം വാങ്ങി ആ കാൽക്കൽ നമസ്കരിച്ച് എഴുന്നേറ്റു സീത.

സീത എത്തിയപ്പോഴേക്കും രാമൻ നല്ല ഉറക്കത്തിലായിരുന്നു. തളർന്ന മനസ്സോടെ സീത മഞ്ചത്തിലിരുന്നു. പിതാവിന്റെ ആഗ്രഹം. ഒരേയൊരാഗ്രഹം. അപ്പോഴും ഓർത്തു. ഒരു കൊച്ചുകുഞ്ഞിനെപ്പോലെ ഗാഢനിദ്രയിലാണ്ടുകിടക്കുന്ന രാമനെത്തന്നെ നോക്കിയിരുന്നു; സീത. വർദ്ധിച്ചുവരുന്ന അനുരാഗത്തോടെ താൻ ഈ മുറിയിൽ കയറിയതോ സപ്രമഞ്ചത്തിലിരുന്നതോ ഒന്നും അദ്ദേഹം അറിയുന്നില്ല. മുനിമാരെ സൽക്കരിച്ച് അവരോട് വംശമഹിമ വിസ്തരിച്ച സന്തോഷത്തിലും ക്ഷീണത്തിലും ഉറങ്ങിപ്പോയതാവാം. ഭാര്യ ആദ്യരാത്രിക്കുവേണ്ടി പ്രണയത്തോടെ കാത്തിരിക്കുന്നുണ്ടാവും എന്ന ചിന്തയൊന്നും ആ മനസ്സിലുദിച്ചിരുന്നില്ലേ?

സീത മഞ്ചത്തിൽ നിന്നെഴുന്നേറ്റു.

ഇടംകൈ മെത്തയിൽ കുത്തി രാമന്റെ കാൽക്കീഴിൽ ശ്രദ്ധയോടെ ഇരുന്നു. എന്നരികത്ത് ഇരുന്നോ ശയിച്ചോ, ആ ഗന്ധം എന്താണെന്നു പോലും താനനുഭവിച്ചിട്ടില്ല. കൗസല്യാമ്മ പറഞ്ഞുവിട്ടതാണ് കിടപ്പറയിലേക്ക്. വിവാഹം കഴിഞ്ഞ് ഇത്രകാലമായിട്ടും ഭർത്താവിൽനിന്നുള്ള സുഖം എന്തെന്നു താൻ അനുഭവിച്ചിട്ടില്ല. ഒരു പകലിനിടയിൽ അത്ഭുതങ്ങൾ ഉണ്ടാകുമെന്ന് സീത പ്രതീക്ഷിച്ചില്ല. ഒരു രാത്രി കൂടി. ഇല്ലെങ്കിലും സാരമില്ല. വസിഷ്ഠമഹർഷിയുടെ ആശീർവാദം തുണയായുണ്ട്. സീതയുടെ ഹൃദയം തരളമായി. അവളുടെ ശരീരം ഉലഞ്ഞു. അവളുടെ കവിളുകളിൽ വിയർപ്പുകണങ്ങൾ പൊടിഞ്ഞു. രാമന്റെ ദൃഢമാറിലേക്കു ശരീരം ചേർത്തുവച്ചു സീത. ഉറക്കത്തിലായിരുന്ന രാമന്റെ നാസാരന്ധ്രങ്ങളിലേക്ക് അതീവവശ്യമായ ഒരു മാദകഗന്ധം ഒഴുകിയിറങ്ങി. ആലസ്യത്തോടെ അദ്ദേഹം ഒന്നിളകി. തേനിൽ കലർത്തി കരുതിവെച്ചിരുന്ന സോമരസം നിറച്ച വെള്ളി ഗ്ലാസ് ശൂന്യമായിരിക്കുന്നത് സീത കണ്ടു.

സീത സന്തോഷവതിയായി. ക്ഷീണിതനാണദ്ദേഹം എന്നറിയാം. എങ്കിലും തന്റെ സാമീപ്യം അറിഞ്ഞിരിക്കുന്നു. താൻ വെറുതെ തെറ്റിദ്ധരിച്ചു. ക്ഷമ മനസ്സിലുരുവിട്ടുകൊണ്ട് സ്വന്തം ശരീരം ആ ദൃഢമേനിയിൽ ചേർത്തമർത്തി സീത.

ഏതോ വിദൂരതയിൽ നിന്നെന്നപോലെ ഒരു രാക്ഷസസുന്ദരിയുടെ കിതപ്പുകലർന്ന രതികൂജനം കേട്ടു രാമൻ. ആ കാനനസുന്ദരി ആഴത്തിൽ മനസ്സുണർത്തുകയും ആലിംഗനം ചെയ്യുന്നതുപോലെയും

തോന്നി രാമന്. കൈകളുയർത്തി സീതയെ തന്നോടു ചേർത്ത് ആവേശ ത്തോടെ പുണർന്നു. സീതയുടെ ഉടൽ പൂത്തുലഞ്ഞു. നിറഞ്ഞ നിർ വൃതിയോടെ സമ്പൂർണമായ സംതൃപ്തിയോടെ വേപഥു കലർന്ന ശബ്ദത്തോടെ പിറുപിറുത്തു.

''എന്റെ ദേവാ, എനിക്കെന്റെ കുലം നിലനിർത്തണം. എന്റെ പിതാ വിന്റെ അവസാന ആഗ്രഹം നിറവേറ്റണം. അങ്ങേയ്ക്ക് തീരെ ആഗ്രഹ മില്ലാത്ത ഒരു പ്രവൃത്തിക്ക് ഞാൻ കാരണക്കാരിയായതിൽ മാപ്പ്. എന്നോട് ക്ഷമിക്കൂ ദേവാ.''

എന്റെ പ്രാണനാഥന് സ്ത്രീ എന്നും ദേവതയായിരുന്നു. ഒരു നിമിഷം അതു മറന്ന് എന്നെ ത്രസിപ്പിക്കുവാൻ തയ്യാറായല്ലോ. ആ ഒരു നിമിഷം, അനർഘനിമിഷം മാത്രം മതി. ഇവൾക്ക് എന്നുമോർക്കാൻ. സീതയുടെ ആത്മഗതം പിന്നെ ഒരു കിതപ്പായി. ആ കിതപ്പിനെയും ആ പിറു പിറുപ്പുകളെയും കേൾക്കാതെ ദാശരഥി അർദ്ധനിദ്രയിൽ ഉൾക്കൊണ്ടു.

സീതാരാമന്മാരുടെ ശ്വാസതാളം പള്ളിയറയിൽ വന്യസംഗീതം പോലെ മുഴങ്ങി.

ശരണാഗത

വിശേഷപ്പെട്ട കുറിക്കൂട്ടുകൾ കൈകേയിയുടെ മുഖത്തും ശരീരത്തിലും വിശദമായി പുരട്ടിക്കൊണ്ടു നിൽക്കുകയാണ് മന്ഥര.

''ദേവീ...'' മന്ഥര പതുക്കെ വിളിച്ചു.

''എന്താ മന്ഥരേ?''

മന്ഥര വളരെ പതുക്കെ പറഞ്ഞു:

''കൗസല്യാനന്ദനൻ തന്നെ അയോധ്യയുടെ രാജാവായി വീണ്ടും അല്ലേ? ദേവിയുടെ പുത്രൻ വെറും യുവരാജാവ്. യാതൊരു ആജ്ഞാ ശക്തിയും ഇല്ലാത്ത വെറും ഒരു സേവകനെപ്പോലെ. രാജാവ് പറയുന്നത് അക്ഷരംപ്രതി അനുസരിക്കേണ്ട ഒരു സാധാരണ മനുഷ്യൻ. തമ്പുരാട്ടി ചെയ്തതൊക്കെ വെറുതെയായി.''

''ഉം...'' ഒന്നു നീട്ടിമൂളി കൈകേയി.

''എന്റെ പുത്രന് വിധിച്ചിട്ടുള്ളത് ഒരു ഗന്ധർവരാജ്യമാണ് മന്ഥരേ. അയോധ്യയേക്കാൾ വിസ്താരമുള്ള ഒരു ഗന്ധർവരാജ്യം. അയോധ്യയേക്കാൾ സമൃദ്ധമായ ഒരു സമാധാനരാജ്യം. യുധാജിത്ത് എന്നോട് അതിനെക്കുറിച്ചു സംസാരിച്ചിരിക്കുന്നു. ഇതുപക്ഷേ, നേരത്തെ ആകാമായിരുന്നു. രാമനല്ലേ അതു തടഞ്ഞത്.''

''നേരത്തേ ആവാമായിരുന്നുവെന്നോ? ആരു തടഞ്ഞെന്ന്?''

''അതേ മന്ഥരേ, ഞാൻ നിന്നോട് ഒരു രഹസ്യം പറയാം. ഇതുവരെ ആരോടും പറയാത്ത രഹസ്യം, നീയാവുമ്പോൾ മറ്റാരോടും പറയില്ല എന്ന് എനിക്കുറപ്പുണ്ട്.''

മന്ഥരയുടെ മുതുകു വീണ്ടും വളഞ്ഞു. കറപിടിച്ച പല്ലുകൾ കാട്ടിക്കൊണ്ട് ആ വൃദ്ധദാസി ഒന്നു ചിരിച്ചു.

''തമ്പുരാട്ടീ, അന്തപ്പുരരഹസ്യങ്ങൾ അന്തപ്പുരരഹസ്യങ്ങളായി സൂക്ഷിക്കാൻ ഈ ദാസിക്കറിയാം.''

“അതെനിക്കു നന്നേ മനസ്സിലായിരിക്കുന്നു മന്ഥരേ. രാമന്റെ വനവാസം എന്റെ ഇംഗീതമായിരുന്നില്ല. നിങ്ങളെല്ലാം വിചാരിച്ചിരിക്കുന്നതുപോലെ അവന്റെ വിദ്വേഷപാത്രവുമല്ല ഞാൻ.”

“പിന്നെ...” മന്ഥരയുടെ വൃദ്ധനേത്രങ്ങളിൽ നിന്നു പുക പുറത്തേക്കു വമിക്കുന്നതുപോലെ അനുഭവപ്പെട്ടു.

“അവൻ എന്നോട് ഒരു ദിവസം കരഞ്ഞു പറഞ്ഞു: ചെറിയമ്മേ, എന്നെ ഈ അയോധ്യയിൽനിന്നു മാറ്റിനിർത്തണം. പിന്നെ...”

കൈകേയി ഒന്നു നിർത്തി. ശബ്ദം ചുരുക്കി.

“മന്ഥരേ കളിയല്ല, വളരെ കാര്യമായതും അതീവരഹസ്യവുമായ ഒരു കാര്യമാണ് ഞാനിനി പറയാൻ പോകുന്നത്. നിന്നെ വിശ്വസിക്കാമെന്നിരിക്കിലും ഇക്കുറി എന്തോ ഒരു ചങ്കിടിപ്പ് അനുഭവപ്പെടുന്നു.”

“പറഞ്ഞുകൊള്ളൂ തമ്പുരാട്ടീ.” മന്ഥരയുടെ ചുളിഞ്ഞ മുഖത്ത് ആകാംക്ഷയുടെ ചിലന്തി തെളിഞ്ഞുതെളിഞ്ഞു വന്നു.

“അയോധ്യയിൽ നിന്നും സീതയിൽനിന്നും രക്ഷിച്ചു തരൂ എന്ന്. അയോധ്യ എന്ന രാജ്യം ഭരിക്കാൻ മകൻ രാമചന്ദ്രന് തീരെ ആവില്ലെന്നും സീതയെ ഭാര്യയായിക്കാണാൻ സാധിക്കില്ല എന്നും വ്യക്തമായി പറഞ്ഞു.”

വൃദ്ധദാസി കുറേ നേരത്തേക്ക് വാ പൊളിച്ചു നിന്നുപോയി. ഒരു വിലാപം പോലെ വിളിച്ചു. “എന്റെ മഹാദേവാ...”

“ആർക്കും ഇതുവരെ അറിയാത്ത ഒരു രഹസ്യമാണ് മന്ഥരേ. ഇപ്പോഴും അവന്റെ നിലപാട്, അങ്ങനെതന്നെ തുടരുകയാണ്. ഒട്ടും വ്യത്യാസമില്ലാതെ, അതെനിക്കു മാത്രമേ അറിയൂ.”

“ആരാണ് രാമനോട് സീതയെ വിവാഹം കഴിക്കാൻ പറഞ്ഞത്?”

“ഒരു വില്ലെടുത്ത് കുലയ്ക്കൂ എന്ന ആവശ്യം മാത്രമേ വിശ്വാമിത്ര മഹർഷി അവനോടു പറഞ്ഞിട്ടുള്ളൂ. അതിന്റെ പിന്നിൽ ഇങ്ങനെ ഒരു പെൺകുടുക്ക് ഉണ്ടെന്ന് ബാലനായ രാമൻ ഒരിക്കലും അറിഞ്ഞിരുന്നില്ല. അറിഞ്ഞിരുന്നുവെങ്കിൽ അന്ന് ആ ത്രയംബകം അവൻ കൈകൊണ്ട് തൊടുകപോലും ഇല്ലായിരുന്നു. വില്ലെടുത്ത് കുലയ്ക്കുന്നവൻ ജനകപുത്രിയെ പാണിഗ്രഹണം ചെയ്യണമെന്ന നിബന്ധനയൊന്നും അവനറിയില്ലായിരുന്നു. അവൻ എന്നോട് സങ്കടത്തോടെ പറഞ്ഞതാണ്.”

കൈകേയി ഒന്നു നിർത്തിയിട്ട് ദീർഘശ്വാസത്തോടെ തുടർന്നു:

“യജ്ഞയാഗാദികൾ നടത്തുന്ന മാമുനിമാരെ രാക്ഷസപ്പരീക്ഷകളിൽനിന്നു രക്ഷിക്കണമെന്നും അഹല്യാമോക്ഷസമയമായി എന്നും പറഞ്ഞാണ് വിശ്വാമിത്രമഹർഷി രാമലക്ഷ്മണന്മാരെ കൂട്ടിക്കൊണ്ടുപോയത്. അതിനിടെ ഇങ്ങനെ ഒരു വിവാഹദൗത്യം കൂടി ഉണ്ടെന്ന് പാവം

കുമാരൻ എങ്ങനെ അറിയാനാണ്. ആ കുടുക്കിൽ നിന്നു മോചിതനാവാൻ കഴിയാതെ കഷ്ടപ്പെട്ടില്ലേ എന്റെ ഉണ്ണി?''

വാതിൽക്കലേക്ക് വന്നുകൊണ്ട് ഒരു ദാസി പറഞ്ഞു:

''മഹാറാണി വിജയിച്ചാലും. അവിടത്തെ മുഖം കാണിക്കാനായി അയോധ്യാപതി കാത്തുനിൽക്കുന്നു.''

''രാമനോ?'' കൈകേയി ചോദിച്ചു.

''അതേ ദേവീ... അയോധ്യാ ചക്രവർത്തിയായ ശ്രീരാമചന്ദ്രപ്രഭു.'' ധൃതിയിൽ വസ്ത്രങ്ങൾ ധരിച്ച് കൈകേയി തന്നെ സ്വയം അന്തപ്പുര കവാടത്തിലേക്കു ചെന്നു.

വിഷാദച്ഛായ പരന്ന് തേജസ്സറ്റ മുഖവുമായി നിൽക്കുന്ന രാമനെയാണ് കൈകേയി കണ്ടത്. വാത്സല്യത്തോടെ രാമനെ ആലിംഗനം ചെയ്ത് അകത്തേക്കു കൂട്ടിക്കൊണ്ടുവന്ന കൈകേയി വാതിൽ ബന്ധിച്ചു. തന്റെ മകൻ ഉണർത്തിക്കുന്നത് താനൊഴിച്ച് മറ്റാരും കേൾക്കരുത്.

''അയോധ്യാധിപനായിട്ടും നിന്റെ മുഖത്ത് പ്രസാദം കാണുന്നില്ലല്ലോ ഉണ്ണീ... എന്താ ഇങ്ങനെ?''

''സാകേതം എന്ന ഈ രാജ്യം ഒരിക്കലും എന്റെ സ്വപ്നമായിരുന്നില്ല ചെറിയമ്മേ. എന്റെ സ്വപ്നം ഘോരകാനനങ്ങളായിരുന്നു. ചെറിയമ്മയുടെ അനുഗ്രഹം കൊണ്ട് അൽപകാലത്തേക്ക് എനിക്ക് ആ കാനനത്തിൽ ആ നല്ല നാളുകൾ അനുഭവിക്കാൻ കഴിഞ്ഞു. അധികാരഭാരമില്ല, ഭരണതന്ത്രങ്ങൾ ആലോചിച്ച് മനസ്സു കലുഷിതമാക്കണ്ട, ജനപരാതികളില്ല, പരിദേവനങ്ങളില്ല, എല്ലാ സുഖങ്ങളും ത്യജിച്ച് സാധാരണ മനുഷ്യനായി കഴിയാനാണെനിക്കിഷ്ടം. മാറിമാറി ധരിക്കുന്ന ഈ അംഗവസ്ത്രങ്ങളോടൊന്നും തീരെ കമ്പമില്ല.''

ഇടയ്ക്ക് ഒരു ദീർഘനിശ്വാസം ആഴത്തിലായിരുന്നു.

''സിംഹാസനം, സ്വർണസിംഹാസനത്തിനോടൊന്നും താൽപര്യമില്ല ചെറിയമ്മേ. വ്രതാനുഷ്ഠാനങ്ങളോടാണ് എനിക്ക് അടുപ്പം. ഉപവാസപ്രിയനാണ് ഞാൻ. സീതയോടൊത്തുള്ള പത്നീസങ്കൽപം എനിക്കു മനസ്സിലേയില്ല.''

ശൂർപ്പണഖയെപ്പോലുള്ള രാക്ഷസത്തരുണികൾ വിഹരിക്കുന്ന കാനനം എന്നു പറഞ്ഞില്ല രാമൻ. കൈകേയി ചിരിച്ചു.

''എനിക്കു സന്തോഷമായിരുന്നു. ആ കാലം എനിക്കു സന്തോഷത്തിന്റെ കാലം തന്നെയായിരുന്നു. ജാനകി കുറച്ചുകാലം അടുത്തുണ്ടായിരുന്നുവെങ്കിലും ജാനകിയിൽനിന്നു വളരെ അകലെയായിരുന്നു ഞാൻ. അതുകഴിഞ്ഞ് വിധിനിയോഗം പോലെ ദേവിയെ രാക്ഷസരാജാവായ രാവണൻ അപഹരിച്ചുകൊണ്ടുപോകുകയും ചെയ്തു. രാവണനെ വധിക്കുക എന്ന ജന്മകർമം അങ്ങനെ നിർവഹിക്കുകയും ചെയ്തു.

എന്റെ ജന്മോദ്ദേശ്യം മുഴുവൻ ഈ കഴിഞ്ഞ കാനനവാസത്തിൽ അവസാനിച്ചിരിക്കുന്നു ചെറിയമ്മേ. ഇനിയും...''

(സീത പതിധർമ്മം തന്നിൽ നിന്ന് കവർന്നെടുത്ത നിമിഷം പോലും രാമചന്ദ്രൻ മറന്നിരുന്നു.)

''ഈ കഥ നീ പറഞ്ഞിരുന്നില്ലല്ലോ.''

''പറയാത്ത മറ്റൊരു കഥയുണ്ട് ചെറിയമ്മേ. ലങ്കാദഹനത്തിനുശേഷം ദേവിയോട് ഞാൻ പറഞ്ഞതായിരുന്നു അവളുടെ ഇഷ്ടംപോലെ എവിടേക്കു വേണമെങ്കിലും സ്വതന്ത്രമായി പോകാമെന്ന്. പക്ഷേ...''

''എന്തു പക്ഷേ?''

''അന്ന് അഗ്നിദേവൻ എന്നോടൊരു ചതി ചെയ്തു. സീതയെ എനിക്കുതന്നെ തിരിച്ചുതന്നു.''

''അതിനെന്താ മകനേ, അതിൽ സന്തോഷിക്കുകയല്ലേ വേണ്ടത്? സീത കുലീനയല്ലേ? സാക്ഷാൽ മഹാലക്ഷ്മിയെപ്പോലെ സുന്ദരി. അവൾ പരിശുദ്ധയായ പെണ്ണല്ലേ? അഗ്നിദേവൻ ചെയ്തത് ന്യായം മാത്രം.''

''അതെ, പരിശുദ്ധയായ സീതാദേവി തന്നെ. അതിലപ്പുറം എന്റെ പത്നിയാണെന്ന് പറയപ്പെടുന്നവൾ. എനിക്ക് അതാണില്ലാതാവേണ്ടത്. ചെറിയമ്മയ്ക്കു മാത്രമേ എന്നെ രക്ഷിക്കാൻ കഴിയൂ. വീണ്ടും ഒരിക്കൽക്കൂടി ഞാനപേക്ഷിക്കുന്നു. ചെറിയമ്മേ, ആ ദേവിയിൽനിന്നെന്നെ രക്ഷിക്കൂ. അതിനൊരു മാർഗ്ഗം കണ്ടെത്തിയേ തീരൂ.''

കൈകേയി അമ്പരന്നു. എന്താണ് ഈ മകൻ പറയുന്നത്? സീതയിൽ ഇനിയും ഇവൻ അനുരക്തനായില്ലെന്നോ? ഇത്രകാലവും തൊട്ടടുത്തും അകലത്തുമായിരുന്നിട്ടും മനശ്ചാഞ്ചല്യമുണ്ടായില്ലെന്നോ? ആലോചനയിൽനിന്ന് ഉണരുന്നതുവരെ ക്ഷമയോടെ, എന്നാലും ഉത്കണ്ഠയോടെ കാത്തിരുന്നു.

ചെറിയമ്മ എന്നെ കൈവെടിഞ്ഞിട്ടില്ല ഇനിയും കൈവെടിയില്ല എന്നറിയാം. അതാണ് സമാധാനം.

''ചെറിയമ്മേ, എന്നെ രക്ഷിച്ചേ മതിയാകൂ... ഇല്ലെങ്കിൽ....''

''ഒരുപായം കണ്ടെത്താൻ ശ്രമിക്കാം.'' കൈകേയി പറഞ്ഞു.

''പക്ഷേ, ഒരു കാര്യം, അത് നീ നിഷേധിക്കരുത്.''

''എന്താണ് ചെറിയമ്മേ? ചെറിയമ്മ ഞാൻ പറയുന്നത് ചെവിക്കൊണ്ടാൽ, ചെറിയമ്മ പറയുന്നതും.''

''രാജ്യകാര്യങ്ങളിൽ വ്യാപൃതനായേ പറ്റൂ. ഭരണം നീ തന്നെ നടത്തിയേ തീരൂ. രാമരാജ്യത്തിന് അതിന്റേതായ പ്രശസ്തി ഉണ്ടായിക്കൊണ്ടിരിക്കുന്നു. അതിന്റെ ശ്രേയസ്സ് ഇനിയും ഉയർത്തണം.

അത് നിലനിർത്തണം. ആ വാക്ക് നീ ഉറപ്പായി ഒരിക്കൽക്കൂടി തരണം. ദശരഥ മഹാരാജാവിന്റെ ആഗ്രഹം അതായിരുന്നു. അതു നിറവേറ്റണം. നിനക്കറിയാമല്ലോ ഭാര്യമാരിൽ അദ്ദേഹം ഏറ്റവും കൂടുതൽ സ്നേഹിച്ചിരുന്നത് എന്നെ ആണെന്ന്. അവസാനം നിനക്കു വേണ്ടിയാണ് ഞാനദ്ദേഹത്തിന്റെ ശത്രുവായി മാറിയത്. അതുകൊണ്ട് ആ ആത്മാവിനുവേണ്ടി, ആ സ്നേഹത്തിനുവേണ്ടി ദശരഥനന്ദനാ, നീ ഈ അയോധ്യാരാജ്യം ഭരിക്കണം. ബാക്കിയൊക്കെ ഈ ചെറിയമ്മയ്ക്കു വിട്ടുതന്നോളൂ.''

രാമചന്ദ്രപ്രഭുവിന്റെ കണ്ണിണകൾ ഒന്നു പ്രകാശിച്ചതുപോലെ കൈകേയിക്കു തോന്നി.

രാമൻ പോയിക്കഴിഞ്ഞിട്ടും വളരെ നേരം ആലോചനയിൽ മുഴുകി ഇരുന്നു കൈകേയി.

''മന്ഥരേ...'' വളരെ സമയത്തിനുശേഷം കൈകേയി വിളിച്ചു. ''മന്ഥരേ, ഒന്നിങ്ങോട്ടു വരൂ.''

മുതുകു കുനിച്ച് തൊഴുതു നിന്ന മന്ഥരയോട് കൈകേയി പറഞ്ഞു: ''സീതയെ ഞാൻ കാണാൻ ആഗ്രഹിക്കുന്നു എന്നു പറയൂ.''

കൈകേയിയുടെ ആവശ്യം വളരെ വിചിത്രമായി തോന്നി, സീതയ്ക്ക്. പത്തു തലകളും ഇരുപതു കൈകളുമുള്ള രാവണന്റെ രൂപം ഒന്നു വരച്ചു തരാമോ എന്ന്?

എന്തിനാണെന്നു ചോദിച്ചില്ല സീത. സ്വന്തം പിതാവിന്റെ മുഖം എങ്ങനെ മറക്കാനാണവൾ? തനിക്കുവേണ്ടി ജീവത്യാഗം ചെയ്ത ആ മഹാനുഭാവന്റെ വാത്സല്യം വഴിഞ്ഞൊഴുകുന്ന മുഖം അവളുടെ ആ മനസ്സിൽ ദയയുടെ ദീപനാളംപോലെ തെളിഞ്ഞുനിൽക്കുന്നു. എപ്പോഴും അത് അങ്ങനെ തെളിഞ്ഞുനിൽക്കുകതന്നെ ചെയ്യും. രാമന്റെ ചിത്രം വരച്ചിരിക്കുന്നത് ചെറിയമ്മ കണ്ടതാണ്. അത്രത്തോളം രാമമുഖം വിവാഹം കഴിച്ച ആ ദിവസം തന്നെ മനസ്സിൽ പതിഞ്ഞതിനെപ്പറ്റി കൈകേയി ചെറിയമ്മ തമാശരൂപത്തിൽ കളിയാക്കിയത് സീത സ്മരിച്ചു.

ചെറിയമ്മയുടെ നിർദ്ദേശപ്രകാരം മന്ഥര ആവണിപ്പലക മുന്നിൽ കൊണ്ടുവച്ചു. നിറക്കൂട്ടുകൾ മുറിയിൽ തന്നെ ഉണ്ടായിരുന്നു.

ആവണിപ്പലകയിൽ വ്യക്തമായിത്തന്നെ വരച്ചു. മനസ്സിൽ നിന്നൊരിക്കലും മായാത്ത ആ രൂപം സീത. എന്നിട്ട് കൈകേയിയുടെ അന്തപ്പുരത്തിലേക്ക് ചെന്നു. പലക കൈകേയിക്കു കൊടുത്തുകൊണ്ടു പറഞ്ഞു:

''ഇതാ ചെറിയമ്മേ, ഇങ്ങനെയായിരുന്നു രാക്ഷസേന്ദ്രനായ രാവണൻ. അദ്ദേഹം മഹാവീരനായിരുന്നു. ധർമ്മിഷ്ഠനായിരുന്നു. സ്നേഹനിധിയായിരുന്നു. വിവേകിയായിരുന്നു. എല്ലാ ഗുണങ്ങളും ഒത്ത ഒരു പ്രഭു. എന്റെ രാവണപ്രഭു. വീരമൃത്യു അടഞ്ഞത് അദ്ദേഹത്തിനു

പ്രാണനും ഇഷ്ടമുള്ള ഒരാൾക്കുവേണ്ടിയാണ് എന്നതിൽ അഭിമാനം കൊള്ളുന്നു.''

പലക വാങ്ങി നോക്കി പുഞ്ചിരിച്ചു കൈകേയി.

''നീ നന്നായി പ്രകീർത്തിക്കുന്നുണ്ടല്ലോ രാവണനെ. നാട്ടുകാരും അതൊക്കെത്തന്നെ പാടിപ്പറഞ്ഞു നടക്കുന്നു. ഇപ്പോൾ കേട്ടതുപോലെ യൊക്കെത്തന്നെ, നിന്റെ മനസ്സിലിപ്പോഴും വ്യക്തമായിത്തന്നെയുണ്ട് ഈ രൂപം അല്ലേ സീതേ, നിന്റെ അന്തപ്പുരത്തിലും ഇതുപോലൊരു ചിത്രം-രാവണപ്രഭുവിന്റെ വരച്ച് ചുവരിൽ പതിപ്പിക്കാൻ ശ്രമിച്ചതായും അറിയാൻ കഴിഞ്ഞു.''

സീതയുടെ ചുണ്ടിൽ ചെറിയൊരു പാൽപ്പുഞ്ചിരി ഉണർന്നു.

''ഉണ്ട് ചെറിയമ്മേ. ഓരോ ദിവസം കഴിയുന്തോറും ആ മുഖം രൂപം വ്യക്തമായി വരുന്നു എന്നിൽ.''

''അതെന്താ അങ്ങനെ?''

''നേരത്തെ പറഞ്ഞതല്ലേ ഞാൻ അദ്ദേഹത്തിനെപ്പറ്റി. അദ്ദേഹം ചെയ്തതുപോലുള്ള ഒരു ത്യാഗം ഈ ഭൂമിയിലെന്നല്ല, പതിന്നാലു ലോകങ്ങളിലും ആരും ചെയ്തിട്ടുണ്ടാവില്ല. അത്രയ്ക്കു മഹാനായിരുന്നു ദശാനനൻ; ഏതു രാജാവിനേക്കാളും.''

''നീ വീണ്ടും അയാളെ വല്ലാതെ പുകഴ്ത്തുന്നു. നിന്റെ പതിയെ ക്കാളും.''

''അതെ, എനിക്കു ജീവനുള്ളിടത്തോളം കാലം ഞാൻ അദ്ദേഹത്തെ പുകഴ്ത്തിക്കൊണ്ടേയിരിക്കും.''

കൈകേയി സീതയെ ചുഴിഞ്ഞൊന്നു നോക്കി. പിന്നെ രാവണന്റെ ചിത്രം ആലേഖനം ചെയ്ത പലക ഒരിടത്തു വച്ചു. ''നന്നായിരിക്കുന്നു ചിത്രം.'' കൈകേയി പറഞ്ഞു: ''ഇതിവിടിരിക്കട്ടെ. നിന്റെ മനസ്സിൽ ഈ രൂപം വ്യക്തമായി ഉള്ളതുകൊണ്ട് നിനക്ക് ഇതിന്റെ ആവശ്യവും ഉണ്ടാവില്ലല്ലോ.''

''ഇല്ല ചെറിയമ്മേ. ഇത് ചെറിയമ്മ തന്നെ വച്ചോളൂ. എക്കാലത്തേയും ചരിത്രപുരുഷനായി വാഴ്ത്തപ്പെടേണ്ട വീരപുരുഷൻ. ശ്രീരാമചന്ദ്ര പ്രഭുവിനെപ്പോലെ തന്നെ. ചിലപ്പോൾ അതിലുപരിയും സ്നേഹിക്കാൻ അറിയാവുന്ന വ്യക്തിയും മനസ്സാക്ഷിയുള്ളവനും. എന്റെ മനസ്സിൽ നിന്ന് അദ്ദേഹത്തിന്റെ രൂപം മാഞ്ഞുപോവില്ല.''

താൻ ഗർഭിണിയാണെന്നു തിരിച്ചറിഞ്ഞ അന്ന് പതിവില്ലാതെ കൊട്ടാരമുറ്റത്ത് ഒരു ആൺതത്തയെ കണ്ടു സീത. തത്തയെ കണ്ട പ്പോൾ സീതയ്ക്ക് ഒരു പഴയ കഥ ഓർമ്മ വന്നു. വളരെ മുൻപു നടന്ന ഒരു കഥ. കുട്ടിക്കാലത്തു നടന്ന കഥ.

മിഥിലയിലെ ഉദ്യാനങ്ങളിലൂടെ തുള്ളിച്ചാടി നടക്കുമ്പോഴാണ് രണ്ടു ഇണതത്തകളെ സീത കണ്ടത്. അവർ ഒരുമിച്ചിരുന്ന പാട്ടുപാടിപ്പറ യുകയായിരുന്നു; പ്രണയപരവശരായി.

''ഭൂമിയിൽ സുന്ദരനായ ഒരു രാജാവുണ്ടായിരിക്കുന്നു.'' തത്തകൾ പാട്ടുപാടി, ''അദ്ദേഹത്തിന്റെ പേര് രാമനെന്നാണ്. ഭാവിയിൽ അദ്ദേഹ ത്തിന് സീത എന്ന ഒരു പത്നിയുണ്ടാകും.''

ആശ്ചര്യത്തോടെ പക്ഷികളെ നോക്കി സീത. അവർ രാമകഥ പാടുക യാണ്.

ഋഷ്യശൃംഗൻ എന്ന മുനി നടത്തിയ പുത്രകാമേഷ്ടിയാഗം നിമിത്തം മഹാവിഷ്ണു നാലു ശരീരമായിട്ട് അവതരിച്ചിരിക്കുന്നു. അവരിൽ മൂത്തവനായ രാമൻ ഈ മിഥിലയിൽ വരും; ഇവിടത്തെ മൈഥിലിയെ വേൾക്കാൻ. ഏതോ മഹർഷിവര്യൻ ഉരുവിട്ടു പഠിപ്പിച്ചതാണ് തത്ത കളെ ആ അക്ഷരങ്ങൾ എന്നു സംശയിച്ചു. തോഴിമാരോട് പക്ഷികളെ പിടിച്ചു കൊണ്ടുവരാൻ ശാഠ്യം പിടിച്ചു സീത. അവർ അവയെ വലവീശി പിടിച്ചുകൊണ്ടുവന്നു. സീതയുടെ മുന്നിലെത്തിച്ചു.

പെൺപക്ഷി പറഞ്ഞു:

''കുമാരീ, ഞങ്ങൾ കാട്ടിലും മരത്തിലും ആശ്രമാന്തരീക്ഷത്തിലു മൊക്കെയായി പാറിപ്പറന്നു നടക്കുന്നവരാണ്. ഞങ്ങളെ ഇങ്ങനെ ബന്ധനസ്ഥരാക്കരുത്. പോരാത്തതിന് ഞാൻ ഗർഭിണിയുംകൂടി ആണ്.''

''പക്ഷികളേ, നിങ്ങൾ രണ്ടുപേരും അൽപം മുമ്പ് പറഞ്ഞ സീത ഞാനാണ്. അയോധ്യയിലെ രാമൻ എന്നെ വിവാഹം കഴിക്കാൻ

മിഥിലയിൽ എത്തുന്ന അന്ന് ഞാൻ നിങ്ങളെ വിട്ടയയ്ക്കാം. നിങ്ങൾ പറഞ്ഞ തൊക്കെ സത്യമാവുമോ എന്ന് അറിയണമല്ലോ എനിക്ക്?''

ആ തത്ത താഴ്മയോടെ അപേക്ഷിച്ചു.

''കുമാരീ, സീതേ, ഞങ്ങളെ ഇങ്ങനെ പിടിച്ചു വയ്ക്കരുതേ. ഇവരുടെ പ്രസവം കഴിഞ്ഞ് ഞങ്ങൾ ഇങ്ങോട്ടുവന്നുകൊള്ളാം.''

''സാധ്യമല്ല, അങ്ങ് വേണമെങ്കിൽ പൊയ്ക്കൊള്ളുക. ഇവൾ ഇവിടെ എന്റെയടുത്ത് ഇരിക്കട്ടെ. അങ്ങനെയാവുമ്പോൾ അങ്ങ് തിരിച്ചെത്തുമെന്ന് എനിക്ക് ഉറപ്പിക്കാം. എനിക്കതുവരെ ഇവളോട് കുശലം പറഞ്ഞ് സമയം കളയാം. മാത്രമല്ല ഒരു ഭാര്യ എങ്ങനെയാണ് ഒരു ഭർത്താവിനെ, വിരഹ ത്തിൽ പ്രണയിക്കുന്നതെന്നൊക്കെ ഞാനിവളിൽ കാണട്ടെ.''

കോപവും സങ്കടവും കലർന്ന സ്വരത്തിൽ പെൺതത്ത പറഞ്ഞു:

''ഗർഭിണിയായ എന്നെ, എന്റെ ഭർത്താവിൽനിന്നു വേർപെടുത്താ നാണ് കുമാരി ആഗ്രഹിക്കുന്നത്. ഒരുതരം ക്രൂരവിനോദം. കുമാരിയും ഗർഭിണിയാവുമ്പോൾ ഭർത്താവിനോട് വേർപിരിഞ്ഞ് ജീവിക്കാൻ ഇട വരട്ടെ.''

ഈ ശാപവാക്കുകൾ ഉച്ചരിച്ചതോടെ ആ പെൺതത്ത നിലത്തു വീണ് പിടഞ്ഞ് മരിച്ചു.

ഓർമ്മ മുഴുവനാകും മുൻപ് വാതിൽക്കൽ ആളനക്കം കേട്ട് എഴു ന്നേറ്റു സീത. വാതിൽക്കൽ ഭവ്യതയോടെ സുമന്ത്രർ.

''എന്താ അമാത്യരേ?'' സീത ചോദിച്ചു.

''ശ്രീരാമചന്ദ്രപ്രഭു ഇവിടുത്തെ കാണാൻ ആഗ്രഹിക്കുന്നു.''

''അദ്ദേഹം ഇങ്ങോട്ടുതന്നെയല്ലേ വരുന്നത്?''

''ഇപ്പോൾ സഭാമണ്ഡപത്തിൽവച്ച് കാണാൻ ആഗ്രഹിക്കുന്നു മഹാ റാണി.''

''അതെന്താണങ്ങനെ?''

''അറിയില്ല മഹാറാണി.''

സഭാമണ്ഡപത്തിൽ രാമനോടൊപ്പം മൂന്നു സഹോദരന്മാരും ഉണ്ടാ വുമോ തന്നോടെന്തെങ്കിലും പറയാൻ; കൈകേയി അമ്മയുടെ ആവശ്യം പോലെ മറ്റെന്തെങ്കിലും. ഇല്ലെങ്കിലിന്നുവരെ രാമചന്ദ്രൻ അനുജന്മാ രുടെ മുറിയിൽത്തന്നെ ക്ഷണിച്ചിട്ടില്ല. എന്താണ് ഇന്നത്തെ വിശേഷം. ഇനി മറ്റെന്തെങ്കിലും... സീത അൽപനേരം പടിയിൽ ശങ്കിച്ചുനിന്നു.

അവരോടു രാമൻ പറയുന്ന തീക്ഷ്ണവാക്കുകൾ കേട്ടുകൊണ്ട് പിന്നെ കാലെടുത്തുവച്ച് അന്ധാളിച്ചു നിന്നു.

''കേട്ടതൊക്കെ സത്യമാണെന്ന് തെളിയിക്കപ്പെട്ടു കഴിഞ്ഞിരിക്കുന്നു. സീത ഗർഭിണിയാണെന്നുള്ളത് സത്യമാണ്. ഞാനന്നേ ഉരുവിട്ടതായി രുന്നല്ലോ ചില സംശയങ്ങൾ. പുരവാസിജനങ്ങളും പ്രജകളും എല്ലാം

സീതയെക്കുറിച്ച് വല്ലാത്ത അപവാദം പറയുന്നു. ദോഷങ്ങളും പറയുന്നു. നിസ്സാരനായ ഒരു രജകൻപോലും അവളെ അധിക്ഷേപിക്കുന്നു.''

സീത മുന്നോട്ടുവച്ച കാലുകൾ പിന്നോട്ടുവച്ചു. ഇനി മറ്റുള്ളവർക്ക് എന്താണ് പറയാനുള്ളത് അതുകൂടി കേൾക്കാം.

''ലക്ഷ്മണാ, നിനക്ക് ഓർമ്മയുണ്ടല്ലോ രാവണരാജധാനിയിൽ കഴിഞ്ഞ സീതയെ എങ്ങനെയാണ് ഇങ്ങോട്ട്, അയോധ്യയിലേക്കു കൊണ്ടുവരിക എന്ന ആശങ്ക അന്നേ ഞാൻ പ്രകടിപ്പിച്ചതല്ലേ? എന്നിട്ട്. അഗ്നിപ്രവേശം നടത്തി ഒപ്പം കൂടാൻ സീത മുൻകൈയെടുത്തപ്പോൾ നീയും കൂട്ടുനിന്നു. ഇപ്പോൾ രാജ്യത്ത് എല്ലാവരും ഒന്നടങ്കം എന്നെ വെറുക്കുന്നു, പഴിക്കുന്നു. മഹാത്മാക്കൾ എപ്പോഴും ശ്രമിച്ചുകൊണ്ടിരിക്കേണ്ടത് സദ്യശസ്സിനാണ്.''

വിഷാദത്തോടെ നിൽക്കുന്ന ലക്ഷ്മണനോട് രാമൻ പറഞ്ഞു: ''സൗമിത്രീ, നാളെ രാവിലെ സീതയെ ഗംഗാനദിയുടെ അക്കരെക്കൊണ്ടു ചെന്ന് ഉപേക്ഷിക്കണം.''

താപവും കോപവും കൊണ്ട് നിൽക്കപ്പൊറുതി ഇല്ലാതായി സീതയ്ക്ക്. തന്റെ പ്രാണേശ്വരൻ തന്നെ അവിശ്വസിക്കുന്നു. മാത്രമല്ല, അതൊക്കെ സഭാമണ്ഡലത്തിൽ വച്ച്. കിടപ്പറയിൽ ചോദിക്കാനോ പങ്കുവയ്ക്കാനോ തയ്യാറാവാതെ, തന്നെ തീർത്തും ഒറ്റപ്പെടുത്തിയുള്ള ഈ ആക്ഷേപം കരുതിക്കൂട്ടിയാണ്. സീത പ്രതികരിക്കാൻ തയ്യാറായി. അതുവരെ കാണാത്ത ഒരു ഭാവം രാമൻ സീതയിൽ കണ്ടു. ആ കണ്ണുകളിൽ നിന്നു കോപത്തിന്റെ തീ പാറി.

''ഞാൻ വധിച്ച ആ രാക്ഷസരാജാവിനെ ഇപ്പോഴും മനസ്സിൽ കൊണ്ടു നടക്കുന്നു നീ. സീതേ, നീ വരച്ച ചിത്രം ചെറിയമ്മ എനിക്കു കാട്ടിത്തന്നു. വികാരം മുറുകിനിന്ന നിന്റെ വാക്കുകളും. അങ്ങനെയുള്ള നീ ഇനി അയോധ്യയിൽ ഉണ്ടായിക്കൂടാ. ലക്ഷ്മണൻ നാളെ നിന്നെ ഗംഗയ്ക്കപ്പുറത്തുള്ള ഏതെങ്കിലും ആശ്രമത്തിൽ കൊണ്ടുചെന്നാക്കും.''

''ആര്യപുത്രാ, ഞാൻ ചെറിയമ്മയോടു പറഞ്ഞ വാക്കുകൾ സത്യം തന്നെയാണ്. അങ്ങു വധിച്ച രാക്ഷസേന്ദ്രനെ എനിക്കു മറക്കാൻ കഴിയില്ല. ശ്രീരാമചന്ദ്രാ, ആരും എന്നെ എവിടേക്കും കൊണ്ടുചെന്നാക്കേണ്ടതില്ല. ഞാൻ തനിയെ പൊയ്ക്കൊള്ളാം ലങ്കയിലേക്ക്. സീതയോടൊന്നിച്ചല്ലാത്ത രാമൻ കീർത്തിയോടെ അയോധ്യയെ ഭരിച്ചുകൊള്ളുക. അങ്ങയുടെ സദ്യശസ്സ് എന്ന പൊങ്ങച്ചത്തിന് ഒരു കോട്ടവും തട്ടാതിരിക്കട്ടെ. ഈ സീതയ്ക്കറിയാം സീത ആരാണെന്ന്. അഗ്നിസാക്ഷിയാക്കേണ്ടത് ആരെയാണെന്ന്. അനുജാ, ലക്ഷ്മണാ നിനക്കറിയില്ലേ? എന്നെ സംരക്ഷിക്കാൻ ആ വാളുപകരിച്ചേക്കാം, ഒരുനാൾ.''

ലക്ഷ്മണൻ നിറകണ്ണുകളോടെ ശ്രീരാമനെ രക്ഷിക്കാനായി ശൂർപ്പണഖയെ വിരൂപിയാക്കിയ വാളു പുറത്തെടുത്തു. സീത ലക്ഷ്മണനിൽ

നിന്ന് ആ വാൾ പിടിച്ചുവാങ്ങി. പുറത്തേക്കു നടക്കാൻ തുടങ്ങുന്നതിനുമുമ്പേ പറഞ്ഞു.

''എനിക്കു കിട്ടിയ ശാപമായിരുന്നു എന്റെ ജന്മംതന്നെ. ഒരു കുലം മുടിക്കാനായി പിറന്ന പെണ്ണായിരുന്നു ഞാനെന്ന് ത്രികാലജ്ഞാനിയായ എന്റെ പിതാവിനെ അറിയിച്ചപ്പോൾ എന്റച്ഛൻ എന്നെ ആദ്യം ഉപേക്ഷിച്ചു.

വളർന്നു വലുതായപ്പോൾ സുന്ദരിയായ പെൺകുട്ടിയെ അധികകാലം കൊട്ടാരത്തിൽ നിർത്താനാവില്ലെന്ന് ധരിച്ച് ജനകമഹാരാജാവും ഒരു വില്ലൊടിച്ച അങ്ങയിലേക്ക് ഉപേക്ഷിച്ചു. പിന്നെ എന്റെ വളർത്തച്ഛനേക്കാൾ പ്രിയപ്പെട്ടവൻ എന്റെ ഭർത്താവായ രാമൻ എന്ന് മനസ്സിൽ ധ്യാനിച്ചു. അഭിമാനത്തോടെ. ഭർത്താവിൽ എല്ലാ സുഖങ്ങളും കാണാൻ ആഗ്രഹിച്ച ഒരു ഭാര്യയുടെ ആത്മദാഹം. അവിടെയും ഈ സീത തിരസ്കരിക്കപ്പെട്ടു. ഞാനങ്ങേയ്ക്ക് ശ്രീചക്രരാജനിലയയായ ത്രിപുരസുന്ദരിയായിരുന്നുവല്ലോ. ഒരു രാജ്യം മുടിയുമെന്ന് പറഞ്ഞ് ഭർത്താവറിയാതെ നേടിയെടുത്ത ഈ ഭർതൃദക്ഷിണയുടെ ഭാരം അത്ര ചെറുതല്ല. ഞാനിതാ പോകുന്നു.

ഭർത്താവ് ഉപേക്ഷിക്കുന്ന ശരണ്യയ്ക്ക് ഇനി ഒരേ ഒരഭയസ്ഥാനമേയുള്ളൂ. സ്വന്തം അമ്മ. കുലം നിലനിർത്തണമെന്ന ലങ്കേശന്റെ, എന്റെ പിതാവിന്റെ ആഗ്രഹം നിറവേറ്റാൻ ഞാൻ ലങ്കയിലേക്കുതന്നെ മടങ്ങുന്നു.

എന്റെ ഉദരത്തിൽ കിടക്കുന്ന രാമപുത്രൻ. എന്റെ അനുജൻ ഇന്ദ്രജിത്തിന്റെ ശക്തിയോടെ, സത്യസന്ധതയോടെ, വീറോടെ ലങ്കാനഗരിയെ പുനർജ്ജനിപ്പിക്കും. ആ നാൾ എന്റെ പിതാവിനോടെനിക്കു നീതി പുലർത്തണം.

നടന്നു സീത...

ലക്ഷ്മണനിൽ നിന്നു പിടിച്ചുവാങ്ങിയ വാളിലേക്ക് സീത ഒന്നുകൂടി മിഴിതുടച്ച് നോക്കി. മുഖത്ത് ദൃഢനിശ്ചയത്തിന്റെ അനേകം ആദിത്യന്മാർ ഉദിച്ചു. എന്നെ സംരക്ഷിക്കേണ്ട വാൾ ഇതുതന്നെയാണ്. ജന്മാന്തരങ്ങളിലും രാമന്റെ ലബ്ധിക്കായി തപസ്സനുഷ്ഠിക്കുന്ന ശൂർപ്പണഖയ്ക്ക് നേരെ ഈ ആയുധം ഒരുപക്ഷേ ഉതകിയേക്കും.

■

മിഥിലയുടെ അക്ഷയപുണ്യം

കെ. സുദർശനൻ

സീതയെക്കുറിച്ചുള്ള ഏറ്റവും നവീനമായ രചനയാണ് 'അക്ഷയമിഥില'. സീതാകഥയുടെ യുക്തിഭദ്രമായ ഒരു പാഠഭേദം. സ്ത്രീമനസ്സിന്റെ ശക്തിയും ആത്മാവിന്റെ തേങ്ങലും സമരസപ്പെടുത്തി ശ്രീമതി ഗിരിജാസേതുനാഥ് എഴുതിയ ഈ സ്വതന്ത്രരചനയിൽ 'പുരുഷരാമായണത്തെ' സ്ത്രീകേന്ദ്രീകൃതമായി പരിവർത്തനം ചെയ്തിരിക്കുകയാണ്. ഇവിടെ സീതയുടെ കഥാപാത്രകൽപ്പനയും വ്യക്തിത്വവും വേറിട്ടൊരു കാഴ്ചപ്പാടിൽ, വിലയിരുത്തപ്പെടുന്നു. പുരാണകഥാപാത്രങ്ങളെ പുനർനിർമ്മിക്കുക സുസാദ്ധ്യമല്ല. കഥാപാത്രങ്ങൾ എന്ന രൂപക്കൂടിനുമപ്പുറം രൂഢമൂലമായ ബോധ്യത്തിന്റെ ഒരു വിഷയം അതിലുണ്ട്. എങ്കിലും പുനർനിർമ്മാണകലയുടെ സുഖവും സുഗന്ധവും ഈ നോവലിൽ സമൃദ്ധമായുണ്ട്. പ്രണയത്തിനായി എന്തും ഉപേക്ഷിക്കുവാൻ സന്നദ്ധയാവുന്ന ധീരയായ സീതയെയാണ് നമ്മൾ ഇവിടെ കാണുന്നത്. ഇന്ത്യൻ സ്ത്രീത്വത്തിന്റെ നിത്യദുരിതങ്ങളുടെ പകർന്നെഴുത്താണ് ഈ നോവൽ. ഭാരതജനതയുടെ സാമൂഹ്യജീവിതത്തിലും കുടുംബസങ്കൽപ്പത്തിലും പടർന്നിരിക്കുന്ന 'മിത്ത്' എന്ന നിലയിൽ സീതയെ പുനർവായിക്കുവാൻ ആഗ്രഹിക്കുന്നവർക്ക് ഈ പുസ്തകം ഒരു നിധിയറയാണ്.

എവിടെയാണോ രാമനുള്ളത്, അവിടെയാണ് എന്റെ അയോദ്ധ്യ, എന്നുപറഞ്ഞുകൊണ്ട് കൊടുംകാട്ടിലേക്ക് പ്രിയതമനെ അനുഗമിച്ച ഈ നായികയ്ക്ക് പകരംവെയ്ക്കാൻ ലോകസാഹിത്യത്തിലെ മുഴുവൻ സ്ത്രീകഥാപാത്രങ്ങളും ഒരുമിച്ചാലും സാധിക്കില്ല! രാമനെക്കാൾ ശക്തയാണ് സീത. അയ്യായിരംപേർ ചുമന്നുകൊണ്ട് എത്തിക്കുകയും രാമൻ

വീരോചിതമായി ഖണ്ഡിക്കുകയും ചെയ്ത ശൈവചാപം, കുട്ടിയായിരുന്നപ്പോൾ ഒറ്റക്കൈകൊണ്ട് എടുത്തുയർത്തിയതായി വാല്മീകിരാമായണത്തിൽ പറയുന്നുണ്ട്. പക്ഷേ, കഥാകാരിയുടെ ഭാഷ്യം മറ്റൊന്നാണ്. അങ്ങനെ സംഭവിച്ചിട്ടുണ്ടെങ്കിൽ അത് സീതയുടെ അസാധാരണമായ മനശ്ശക്തികൊണ്ടാണ് എന്ന് വിശ്വസിക്കാനാണ് അവർക്കിഷ്ടം. കായികശക്തിയല്ല, മനശ്ശക്തിയായിരുന്നു എന്നും സീതയുടെ കരുത്ത്. അപഹരണത്തിന്റെയും തിരസ്കരണത്തിന്റെയും നാളുകളിൽ ഏകാകിനിയും ദുഃഖിതയുമായ, സീത എല്ലാ പ്രതിസന്ധികളും അതിജീവിച്ചത് മനശ്ശക്തികൊണ്ട് മാത്രമായിരുന്നു. ആ മനശ്ശക്തി നേടിയതാകട്ടെ, വ്രതശുദ്ധിയിലൂടെയും. സത്യവും ധർമ്മവും അതിന്റെ പകിട്ട് കൂട്ടുകയായിരുന്നു.

മനശ്ശക്തിയുടെ ഉദാത്തനിമിഷങ്ങൾ നേർക്കാഴ്ചകളിലൂടെ യുക്തിഭദ്രമായി തന്നെ ആദ്യാവസാനം അവതരിപ്പിക്കുന്നുണ്ട്. പ്രഥമരാത്രിയിലെ ദുരനുഭവം, ശൂർപ്പണഖയുടെ കാമാന്ധമായ പ്രണയാഭ്യർഥന, രാവണന്റെ ഞെട്ടിക്കുന്ന വെളിപ്പെടുത്തൽ, മണ്ഡോദരിയുടെ വിചിത്രമായ അപേക്ഷ, ഓർക്കാപ്പുറത്തുള്ള അഗ്നിപ്രവേശം, രാവണൻ ഓർമ്മച്ചിത്രം അങ്ങനെ എത്രയെത്ര വൈതരണികളാണ് അത്ഭുതാവഹമായ മനശ്ശക്തികൊണ്ട് സീത മറികടന്നത്. 'അക്ഷയമിഥില' അവസാനിക്കുന്നത് അടുത്ത ജന്മത്തിലെങ്കിലും രാമനെ സ്വന്തമാക്കാൻ തപസ്സുചെയ്യുന്ന ശൂർപ്പണഖയെത്തേടി ലക്ഷ്മണന്റെ വാളുമായി, സീത യാത്രയാകുന്നിടത്താണ്. ഇതിഹാസത്തിലെ എല്ലാം സഹിക്കുന്ന സാധാരണ സ്ത്രീയിൽ നിന്നും ശക്തിദുർഗ്ഗയായ ധീരനായികയായി സീതയെ കഥാകാരി ഉയർത്തുന്നു.

ചരിത്രത്തിന്റെ ഒരു ഭാഷ്യമാണ് സീത രാവണന്റെ മകളായിരുന്നുവെന്നത്. ഉത്തരപുരാണത്തിലാണ് രാവണപുത്രിയായി സീതയെ പരാമർശിക്കുന്നത്. അളകാപുരിയിലെ രാജകുമാരിയായ മണിവതിയിൽ രാവണന് മോഹമുദിക്കുകയും അവൾ പിന്നീട് പ്രതികാരമൂർത്തിയായി രാവണന്റെയും മണ്ഡോദരിയുടേയും പുത്രിയായി ജനിക്കുകയും ഈ പുത്രി രാജ്യം നശിപ്പിക്കുമെന്ന് ജ്യോതിഷികൾ പ്രവചിച്ചപ്പോൾ മിഥിലയിൽ ഭദ്രമായി ഉപേക്ഷിക്കുകയും കുഞ്ഞിനെ ജനകരാജാവ് കണ്ടെടുത്തു ദത്തുപുത്രിയാക്കുകയുമായിരുന്നു എന്നാണു കഥ. രാജ്യനാശം ഭയന്ന് ഉപേക്ഷിച്ചെങ്കിലും മകളുടെ കാര്യത്തിൽ രാവണൻ എന്നും അസ്വസ്ഥനായിരുന്നു.

സീത ആര്യവംശത്തിലേക്ക് വിവാഹിതയായി പോയപ്പോൾ സന്തോഷിക്കുകയും ചെയ്തു. പക്ഷേ, രാമനോടൊപ്പം വനവാസം സ്വീകരിക്കാത്തതിലുള്ള പ്രതിഷേധംകൊണ്ടാണ് സീതയെ ലങ്കയിലേക്കു കൂട്ടിക്കൊണ്ടുവന്നതും രാമന് വിട്ടുകൊടുക്കാൻ തയ്യാറാവാഞ്ഞതും. ഈ കഥയെ ജൈനമതവും അനുകൂലിക്കുന്നു. ഇവിടെ സീതയെ പുനഃസൃഷ്ടിക്കുമ്പോൾ പിതൃസ്ഥാനം നൽകുന്നത് രാവണനു തന്നെ. അസന്ദിഗ്ദ്ധമാം വിധം അത് വിശ്വസിപ്പിക്കുവാനും എഴുത്തുകാരിക്കു കഴിഞ്ഞിട്ടുണ്ട്.

ഭർത്താവിന്റെ സുഖദുഃഖങ്ങളിൽ പിന്തുടരുന്നതാണ് ഭാര്യാധർമ്മമെന്ന് അറിയാമായിരുന്ന സീത പിതാവിന്റെ ആധികൾ തിരിച്ചറിയുന്നത് വൈകിയാണ്. അപ്പോഴാകട്ടെ, അദ്ദേഹത്തെ കൊല്ലരുതെന്ന് രാമനോട് പറയാനായുള്ള അവസരവും ലഭിച്ചില്ല. പിന്നീട് സീതയെ അപമാനത്തിന്റെ മുനമ്പിൽ എത്തിക്കുകയാണ് രാമൻ. പക്ഷേ, രാമൻ പ്രശ്നം ഒരിക്കലും സീതയ്ക്കില്ല. സീതയ്ക്ക് സ്വന്തം മനസ്സാക്ഷിയെ ഭരിച്ചാൽ മതി. അതുകൊണ്ടുതന്നെ, ആത്മബോധ്യത്തിന്റെ ആവശ്യമേ ഉള്ളൂ.

അക്ഷയഗുണങ്ങളുടെ നാട്ടിലാണല്ലോ സീത ജനിച്ചത്. പ്രാചീനകാലത്ത് വിദ്യയുടേയും സംസ്കാരത്തിന്റെയും ശിരഃസ്ഥാനമായിരുന്നു മിഥില. വിശ്വാമിത്രൻ, വാല്മീകി, ജനകൻ, യാജ്ഞവാൽക്യൻ, ഗൗതമൻ തുടങ്ങിയവർ ആയിരുന്നു ആചാര്യന്മാർ. വേദോപനിഷത്തുകൾക്കും സ്മൃതികൾക്കും പ്രശസ്തമായ ദേശം. ആ മിഥിലാപുത്രിയുടെ സ്വഭാവമഹിമ അൽപ്പവും പരിഗണിക്കാതെ നിസ്സാരയായി അപമാനിച്ചു എന്നതാണ് സീതയുടെ ദുഃഖം. മിഥിലയുടെ പുത്രിക്ക് തന്റെ ദേശപ്പെരുമ തെളിയിച്ചേ തീരൂ. രാമന്റെ പത്നിയായി അംഗീകരിക്കപ്പെട്ടില്ലെങ്കിലും മിഥിലാധിപന്റെ മകൾ സ്വഭാവശുദ്ധിയില്ലാത്തവളാണെന്ന് ലോകം അറിയരുത്. ചാരിത്ര്യത്തെ അവഹേളിച്ച രാമനെ വെല്ലുവിളിച്ചുകൊണ്ടാണല്ലോ അഗ്നിപരീക്ഷയ്ക്ക് തയ്യാറാകുന്നത്. അഗ്നിയിൽ, സീത എരിയാതിരുന്നത് അതിലേറെ അഗ്നി നെഞ്ചിൽ ചുമന്നതു കൊണ്ടുതന്നെ. സത്യത്തിന്റെ നിത്യസാക്ഷ്യമായിട്ടാണ് ഈ ആഖ്യായികയിൽ സീത പുനർജ്ജനിക്കുന്നത്.

സർവംസഹയുടെ മകളെ പിന്തുടരുന്ന ഉൽക്കടമായ സങ്കടങ്ങൾക്കാണ് കഥാകാരി നോവലിൽ പ്രാധാന്യം നൽകിയിരിക്കുന്നത്. ആത്മദുഖങ്ങളാൽ അശാന്തമാകുന്ന സീതാഹൃദയം ഉടനീളം നമുക്ക് ദർശിക്കാം. പതിന്നാലു കൊല്ലത്തെ

വനവാസം, ലങ്കയിലെ തടങ്കൽ, ക്രൂരമായ അപവാദം, രാമൻ തിരസ്കാരം, അകാരണമായ ഒറ്റപ്പെടൽ, അങ്ങനെ സീതയുടെ വിഷമതകളും വിഹ്വലതകളും അതേ മൂർച്ചയോടെ വരയ്ക്കുകയാണ് നോവലിസ്റ്റ്. എന്നും ദുഃഖങ്ങളിലൂടെയുള്ള അയനമാണ് സീതയുടേത്.

അക്ഷയമിഥില അക്ഷരാർത്ഥത്തിൽ 'സീതായനം' തന്നെ. രാമന്റെ നിഴൽ പോലെ കാട്ടിലും മേട്ടിലും അനുയാത്ര ചെയ്ത സീതയ്ക്ക് വ്യക്തമായ നിലപാടുകളും ഉണ്ടായിരുന്നു. വാല്മീകി നിശ്ശബ്ദമാകുന്ന നിമിഷങ്ങളെ സൂക്ഷ്മമായി പൂരിപ്പിക്കുന്നതിൽ കഥാകാരി പുലർത്തിയ ജാഗ്രത പ്രശംസനീയമാണ്. സീതാപക്ഷമാണ് യഥാർത്ഥ നീതിപക്ഷം എന്ന് സംശയാതീതമായി ഇവിടെ തെളിയിച്ചിരിക്കുന്നു. ഒരിക്കലും ക്ഷയം ഭവിക്കാത്ത ഉൽകൃഷ്ടഗുണങ്ങളുടെ ഉറവിടമാണ് സീത. ആശ്രമവാടത്തിലെ ശാന്തിയും ജീവിത വഴികളിലെ അശാന്തിയും ആക്രമണങ്ങളിലെ വിഭ്രാന്തിയും ആരണ്യങ്ങളിലെ ഹർഷവും അപഹതയായതിലുള്ള ശോകവും അവഹേളനത്തിന്റെ ക്ഷോഭവും ഉൾപ്പെടെ സ്ത്രീസഹജമായ സമസ്തഭാവങ്ങളുടെയും പരിഭാഷയായി ഇത് മാറുന്നു. മിഥിലയുടെ അക്ഷയപുണ്യമായ സീതയുടെ നിശ്വാസങ്ങളിൽ പോലും ആ നാടിന്റെ ഗന്ധമാണ്. ഈ കൃതിക്ക് 'അക്ഷയമിഥില' എന്ന് ഗിരിജാസേതുനാഥ് പേരിടുമ്പോൾ അത് സീതയുടെ പുതിയ പര്യായംകൂടിയായി മാറുകയാണ്.

■

www.ingramcontent.com/pod-product-compliance
Lightning Source LLC
LaVergne TN
LVHW100251051026
849517LV00006B/2050
* 9 7 8 9 3 9 0 4 2 9 7 9 0 *